அதிநுகர்வுப் போதையிலிருந்து மீள்வது எப்படி

அதிநுகர்வுப் போதையிலிருந்து மீள்வது எப்படி

வாழ்க்கைமுறை மாற்றங்களின் மூலம் மேம்பட்டக் கவனக்குவிப்பு, கூடுதல் மகிழ்ச்சி, உச்சபட்சச் செயல்திறன் ஆகியவற்றை அடைவதற்கான வழிமுறைகள்

நிக் டிரெண்டன்

தமிழில்: PSV குமாரசாமி

MANJUL

மஞ்சுள் பப்ளிஷிங் ஹவுஸ்

First published in India by

MANJUL

Manjul Publishing House
Corporate and Editorial Office
•2nd Floor, Usha Preet Complex, 42 Malviya Nagar,
Bhopal 462 003 – India
Sales and Marketing Office
•C-16, Sector 3, Noida, Uttar Pradesh 201301 – India
Website: www.manjulindia.com
Distribution Centres
Ahmedabad, Bengaluru, Kochi, Kolkata, Chennai,
Hyderabad, Mumbai, New Delhi, Pune

Tamil translation of *Dopamine Detox – Biohacking Your Way to Better Focus, Greater Happiness, and Peak Performance* by Nick Trenton

ISBN 978-93-7317-650-5

Translated by PSV Kumarasamy
Edited by Nagalakshmi Shanmugam
Typeset by Manoranjan Kumar

Printed and bound in India by Acme Print O Pac Pvt. Ltd.

உள்ளடக்கம்

பகுதி ஒன்று

டோபமைனும் உங்கள் மூளையும்

இப்புத்தகத்தைப் படிக்கின்ற அனைவருக்கும் பொதுவான ஓர் அம்சம் கண்டிப்பாக இருக்கிறது: அவர்களுக்கு ஓர் உடல் இருக்கிறது என்பதுதான் அது. ஆனால், மற்றோர் அம்சத்தை அவர்கள் அனைவரும் பகிர்ந்து கொண்டிராமல் இருக்கலாம். தங்களுடைய உடல்ரீதியான ஆரோக்கியம் குறித்துப் பிரக்ஞைபூர்வமாகச் சிந்திக்கின்ற திறன்தான் அது. அவர்கள் எப்படிப்பட்ட உடலைக் கொண்டிருந்தாலும், அவர்கள் தங்கள் வாழ்க்கையை மேம்படுத்திக் கொள்ளத் தேவையான முன்முயற்சிகளை எடுப்பதற்கு இந்தப் பிரக்ஞை அவர்களுக்கு உதவும்.

சமீப காலத்தில், மனித வாழ்க்கையின் உயிரியல்ரீதியான யதார்த்தங்களை மேம்படுத்திக் கொள்வதற்கான முயற்சிகள் பரவலாக மேற்கொள்ளப்பட்டு வருகின்றன. தொடக்கத்தில், மருந்துப் பொருள்களைப் பரீட்சார்த்தமாக முயற்சித்துப் பார்த்தல், மரபணுக்களைத் திரித்தல் அல்லது பாரம்பரிய அறிவியல் மற்றும் மருத்துவ முறைகளுக்கு அப்பாற்பட்ட உத்திகளைப் பயன்படுத்தி உடலில் மாற்றங்களைத் தோற்றுவித்தல் போன்றவற்றை மக்கள் தங்களுக்குத் தாங்களே செய்து கொண்டனர். காலப்போக்கில், இயற்கை அவர்களுக்கு அளித்திருந்த உடலை, அறிவியலின் உதவியுடன் மேம்படுத்திக் கொள்கின்ற பழக்கத்தை அவர்கள் சுவீகரித்துக் கொண்டனர்.

அடுத்து வரவிருக்கின்ற அத்தியாயங்களில், இது

தொடர்பான மூன்று முக்கியமான விஷயங்களை நாம் பார்க்கவிருக்கிறோம். அவற்றில் இடம்பெற்றுள்ள கொள்கைகளை நீங்கள் உங்களுடைய அன்றாட வாழ்க்கையில் பயன்படுத்தி உங்களை மேம்படுத்திக் கொள்ளலாம். நல்லவேளையாக, இதற்காக நீங்கள் உங்கள் வாழ்வில் அதிரடியான மாற்றங்கள் எதையும் செய்ய வேண்டியதில்லை. அது உங்களுடைய டோபமைன் அளவைச் சீராக்குதலாக இருந்தாலும் சரி, சரியான ஊட்டச்சத்து மருந்துகளை உட்கொள்வதாக இருந்தாலும் சரி, ஆழமான தூக்கத்திற்கு ஒரு முறையான அட்டவணையை ஏற்படுத்திக் கொள்வதாக இருந்தாலும் சரி, அதற்குத் தேவையான, நடைமுறையில் வெற்றிகரமாகப் பரிசோதித்துப் பார்க்கப்பட்ட உத்திகளை நாம் அலசவிருக்கிறோம்.

நீங்கள் உங்கள் வாழ்க்கையில் ஒரே ஒரு குறிப்பிடத்தக்க மாற்றத்தை ஏற்படுத்திக் கொள்வதாக இருந்தால், அது எதுவாக இருக்கும்?

சுயஒழுங்கு, உற்பத்தித்திறன், சுயமதிப்பு, நோக்கத்துடன்கூடிய ஒரு வாழ்க்கை, உணர்ச்சிசார் மீண்டெழுதல், மற்றும் இன்னும் பிறவற்றைக் குறித்துச் சந்தையில் எண்ணற்றப் புத்தகங்கள் இருக்கின்றன. ஆனால், இந்த நடத்தைகள், மனப்போக்குகள், மனப்பாங்குகள் ஆகிய அனைத்தையும் ஒருங்கிணைக்கின்ற ஒற்றை அம்சம் ஒன்று இருக்கிறது. சுய ஒழுங்குடன்கூடிய, கவனச்சிதறலற்ற, முன்முயற்சியுடன் செயல்படுகின்ற, சமநிலையுடன்கூடிய ஒரு வாழ்க்கைக்கான இரகசியப் பிணைப்புக் கண்ணி ஒன்று உள்ளது. டோபமைன்தான் அது.

நம்முடைய நடத்தை, நம்முடைய மனப்பாங்கு, நம்முடைய அறிவாற்றல் போன்றவற்றை ஒருங்கிணைக்கின்ற உடல்ரீதியான அம்சம் குறித்து நரம்பியலாளர்கள் மேன்மேலும் தகவல்களைப் பெற்றபோது, நம்முடைய வாழ்க்கைமுறையில் சொல்லிக் கொள்ளத்தக்க மாற்றங்களை ஏற்படுத்திக் கொள்வதற்கு நாம் நம்மிடம் உடல்ரீதியான மாற்றங்களை ஏற்படுத்தியாக வேண்டும் என்பது தெளிவாயிற்று. இதில் ஈடுபடுகின்ற

நபர்கள், நரம்பிய வேதிப்பொருள்களை—ஹார்மோன்கள் மற்றும் மூளை நரம்பு மண்டலத்தில் இடம்பெற்றுள்ள மின்தொடர்புகள்—கணினியில் மேற்கொள்ளப்படுகின்ற நிரலாக்கத்தோடு ஒப்பிடுகின்றனர். நம்முடைய உடலியல்சார் நிரலாக்கத்தில் நம்மால் மாற்றங்களை மேற்கொள்ள முடிந்தால், நம் உடல் எனும் மென்பொருள் இயக்கத்தில் நம்மால் தாக்கம் ஏற்படுத்த முடியும்.

மனித அனுபவத்தின்மீது டோபமைன் ஏற்படுத்துகின்ற தாக்கத்தைப் புரிந்து கொள்வதற்கு நாம் நம்முடைய கண்ணோட்டத்தைச் சற்று மாற்றிக் கொண்டாக வேண்டும். உங்களை ஒரு கணினியாகவும், அதற்கு நிரல்களை எழுதுகின்ற ஒரு நபராகவும் கற்பனை செய்து கொள்ளுங்கள். அதன் செயலாக்கம் குறித்த விதிகளை உங்களால் புரிந்து கொள்ள முடிந்தால், உங்களுடைய சொந்த அனுபவங்களை உங்களால் பிரக்ஞைபூர்வமாகக் கட்டுப்படுத்த முடியும். வேறு வார்த்தைகளில் கூற வேண்டுமென்றால், நம்முடைய மூளை, பல்வேறு விதமான ஹார்மோன்கள், நரம்பியக் கடத்திகள் போன்றவற்றால் இயங்குகின்ற ஒரு நரம்பிய வேதி இயந்திரம். அந்த ஹார்மோன்களையும் நரம்பியக் கடத்திகளையும், உடலுக்கு அறிவுறுத்தல்களைச் சுமந்து செல்கின்ற வேதித் தகவலாளர்கள் என்று அழைக்கலாம். உங்களுடைய யதார்த்தத்தின் உறுதியான வெளிப்பாடுகள் அவை. எடுத்துக்காட்டாக, நீங்கள் அன்பு, ஏமாற்றம், பயம் அல்லது விரக்தியை உணர்கின்ற ஒவ்வொரு முறையும், அந்த அனுபவத்தோடு தொடர்புடைய ஒரு நரம்பிய வேதி நிலையை உங்கள் உடல் உணரும். அப்படியெனில், நம்மால் அந்த நிலையை மாற்ற முடியுமெனில், நம்மால் நம்முடைய அனுபவத்தை மாற்ற முடியும்தானே? அடுத்து வரும் அத்தியாயங்களில், ஏதோ ஒரு விதத்தில், இந்த நரம்பிய வேதியியல்ரீதியான விஷயங்களைக் கையாள்வது குறித்து நாம் பார்ப்போம்.

மூளையில் சுரக்கின்ற ஒரு முதன்மையான நரம்பிய வேதிப்பொருள் டோபமைன். இன்ப உணர்வு, ஊக்குவிப்பு உணர்வு, வெகுமதி உணர்வு போன்றவற்றோடு இது தொடர்புடையது. வெகுகாலத்திற்கு,

டோபமைன் ஒரு 'வெகுமதி வேதிப்பொருள்' என்று அழைக்கப்பட்டு வந்தது. அது முழுக்க முழுக்கத் தவறு என்று கூற முடியாவிட்டாலும், வெகுமதி குறித்த எதிர்பார்ப்போடுதான் அது தொடர்புடையது என்பதை இப்போது நாம் அறிந்துள்ளோம். நாம் எதிர்பாராத ஓர் ஆச்சரியத்தை எதிர்கொள்கின்றபோது டோபமைன் சுரக்கிறது. ஓர் எதிர்பாராத இன்ப உணர்வு நம்மை ஆனந்தத்தில் மூழ்கடிக்கிறது. அதன் காரணமாக டோபமைன் நம் மூளையில் சுரக்கிறது. நாம் எதிர்பார்க்கின்ற வெகுமதிகளைக் காட்டிலும், எதிர்பாராத வெகுமதிகள் நமக்கு அதிக ஆனந்தத்தை அளிக்கின்றன. சில விஷயங்கள் தொடக்கத்தில் புதுமையாக இருந்தாலும், காலப்போக்கில் அவை தம் கவர்ச்சியை இழந்துவிடுவதால், அவை தொடர்ந்து அதே வெகுமதி உணர்வை நமக்கு அளிப்பதில்லை (Lieberman & Long, 2018, *The Molecule of More*).

இப்படிக் கற்பனை செய்யுங்கள்: ஒரு புதிய உணவகம் உங்கள் கண்களில் தென்படுகிறது. அது நீங்கள் வேலை பார்க்கும் இடத்திற்கு அருகே இருப்பதால், அங்குப் பரிமாறப்படும் உணவை ருசித்துப் பார்க்க நீங்கள் ஆவலாக இருக்கிறீர்கள். நீங்கள் ஒரு முறை அங்குச் சென்று, அங்கு விற்கப்படுகின்ற ஒரு பதார்த்தத்தை நீங்கள் சுவைத்துப் பார்க்கிறீர்கள், அது அற்புதமாக இருக்கிறது. அதில் நீங்கள் சொக்கிப் போகிறீர்கள். ஆனால், அந்த உணவகம் உன்னதமான உணவை உங்களுக்குத் தொடர்ந்து அளித்துக் கொண்டிருந்தாலும், அடுத்தடுத்து நீங்கள் அங்குச் செல்கின்றபோது, உங்களுடைய பரவச உணர்வு படிப்படியாகக் குறைந்து கொண்டே இருக்கும். ஏனெனில், அது ஒரு வழமையாக ஆகிவிடும் என்பதால், ஒவ்வொரு முறையும், உங்களுக்குக் கிடைக்கவிருப்பதை உங்கள் மூளை முன்கூட்டியே அறிந்திருக்கும். அங்கு இனியும் புதுமையோ அல்லது எதிர்பாராத ஆச்சரியமோ இருக்காது என்பதால், அந்த உணவக அனுபவத்தோடு தொடர்புடைய டோபமைன் சுரப்பு குறையத் தொடங்கும்.

நாம் எதற்குப் பழக்கப்பட்டிருக்கிறோமோ அதைத்

தாண்டிய ஒன்றை, புதுமையான ஒன்றை டோபமைன் எதிர்பார்த்துக் காத்திருக்கும். ஒட்டுமொத்த மனிதகுலத்தின் தேடல், கண்டுபிடிப்பு, படைப்பு, மீண்டெழுதல் போன்ற அனைத்திற்கும், படிப்படியாக உருவாகியுள்ள டோபமைன் அமைப்புமுறைதான் காரணம். ஆனால், அதே சமயம், அதனால் பிரச்சனைகளையும் தோற்றுவிக்க முடியும். நவீன உலகம், நம்முடைய டோபமைன் சுரப்பின்மீது தாக்கம் ஏற்படுத்துகின்ற ஏராளமான தூண்டுவிப்பான்களால் நிறைந்துள்ளது. நவீன காலத்தில், நமக்கென்று நாம் உருவாக்கியுள்ள அதே சமூகக் கலாச்சாரச் சூழலில் நம்முடைய உயிரியல் உருவாகி இருக்கவில்லை. ஊக்குவிப்புப் போதாமை, போதைக்கு அடிமையாதல், மோசமான பழக்கங்கள், தள்ளிப்போடுதல் போன்ற பிரச்சனைகளால் நீங்கள் அவதிப்பட்டுக் கொண்டிருந்தால், டோபமைன் சமநிலைப் பிறழ்வால் வாழ்க்கை எந்த அளவுக்குக் கடினமாகிவிடும் என்பதை நீங்கள் அறிந்திருப்பீர்கள்.

உலகெங்கிலுமுள்ள சராசரி சமூக ஊடகப் பயன்பாடு ஒரு நாளைக்கு 145 நிமிடங்களாகும் (Statista, 2021). அதாவது, மக்கள் தினந்தோறும் இரண்டு மணி நேரத்திற்கும் அதிகமாகச் சமூக ஊடகங்களில் தங்களுடைய நேரத்தைச் செலவழிக்கின்றனர். பலர் இதைவிட அதிகமான நேரத்தைச் செலவழிக்கக்கூடும். நம்மைக் கவர்ந்திழுக்கின்ற சமூக ஊடகங்கள் நம்முடைய டோபமைன் அமைப்புமுறையின்மீது பெரும் தாக்கம் ஏற்படுத்துகின்றன. சமூக ஊடகங்கள் ஓர் அமுதசுரபிபோல உள்ளீடுகளைத் தொடர்ந்து வழங்கிக் கொண்டே இருக்கின்றன. அவற்றில் பல, மதிப்புமிக்கவையாகவும், நகைச்சுவையானவையாகவும், இரசிக்கத்தக்கவையாகவும் இருக்கின்றன. நம்மைக் கட்டிப் போடுகின்ற மிகச் சிறப்பான ஒன்றை எப்போது நாம் வந்தடைவோம் என்பதை நம்மால் முன்கூட்டியே ஒருபோதும் அறிய முடியாது என்பதால், நாம் அதில் தொடர்ந்து ஈடுபட்டு வருகிறோம். சமூக ஊடகம் சமூக உறவாடுதலுக்கானது என்பதால், அதன்

ஈர்ப்பு இன்னும் அதிக வலுவானதாக இருக்கிறது. நாம் அங்கீகாரத்திற்காகவும், பிணைப்புக்காகவும், பாசத்திற்காகவும் ஏங்கிக் கொண்டிருக்கிறோம். ‘லைக்குகள்’ ‘ரீடுவீட்டுகள்’ ‘கமென்ட்டுகள்’ போன்றவற்றின் வடிவில் அங்கீகாரம் என்ற சமிக்கையைச் சமூக ஊடகங்களால் நமக்கு வழங்க முடியும்.

அதாவது, நம்முடைய டோபமைன் அமைப்புமுறையைச் சமூக ஊடகங்களால் திருடிவிட முடியும். எப்போது ஓர் அறிவிப்பு வரும் என்றோ, எப்போது ஒரு வேடிக்கையான வீடியோவைப் பார்க்க நேரும் என்றோ நம்மால் ஒருபோதும் எதிர்பார்த்திருக்க முடியாது. நாம் ஒருபோதும் ஒரு வழமைக்கு ஆளாகிவிடாமல் இருப்பது இதன் மூலம் உறுதி செய்யப்படுகிறது, புதுமைத் தாக்க விளைவு தக்கவைத்துக் கொள்ளப்படுகிறது. லாட்டரிக் குலுக்கல் போன்றவற்றில் இதே செயல்முறை பின்பற்றப்படுகிறது. ஒரு வெகுமதி கிடைக்கக்கூடும் என்றாலும், அது உறுதியாகத் தெரியாத நிலை அங்கு நிலவுகிறது. சமூக ஊடகங்களை வடிவமைக்கின்ற பொறியாளர்கள் இதை நன்கு அறிந்து வைத்திருப்பதால், நம்முடைய உயிர்வேதியியல் பலவீனங்களைக் குறி வைத்து இடைமுகங்களை அவர்கள் வடிவமைக்கின்றனர். வேறு வார்த்தைகளில் கூற வேண்டுமென்றால், நம்முடைய மூளையின் வெகுமதி வரவேற்பு அமைப்புமுறையைத் தங்களுக்குச் சாதகமாகப் பயன்படுத்திக் கொள்வதன் மூலம் அவர்களால் பெரும் பணம் ஈட்ட முடியும் என்பதால், 24/7 என்ற ரீதியில் இயங்குகின்ற செய்தி ஊடகங்கள் மற்றும் ஒருபோதும் பற்றாக்குறையே ஏற்படாத விதத்தில் புதிது புதிதாக உள்ளீடுகளை வழங்கிக் கொண்டிருக்கின்ற சமூக ஊடகங்கள் மூலம் மக்களைத் தொடர்ந்து கவர்ந்திழுப்பதற்கான முயற்சிகள் மேற்கொள்ளப்பட்டு வருகின்றன.

கட்டுண்டு கிடக்கும் விதத்தில் நம்முடைய மூளையைப் பழக்கப்படுத்திக் கொண்டிருப்பவை நேர்மையற்ற மாபெரும் நிறுவனங்கள் மட்டுமல்ல. அதே போன்ற உத்திகள் நச்சான உறவுகளிலும்

கடைபிடிக்கப்படுகின்றன. நாம் ஏங்குகின்ற அன்பையும் பாசத்தையும் நம்முடைய துணைவர் நமக்கு சில சமயங்களில் மட்டுமே வழங்குவதன் மூலம் அதை நாம் முன்கூட்டியே ஊகிக்க முடியாத நிலையில் வைத்திருப்பார். தொடர்ந்து நமக்கு நேர்மறையான விளைவுகள் கிடைத்துக் கொண்டிருப்பதைவிட, எப்போதாவது இப்படி நமக்குக் கிடைக்கின்ற வெகுமதிகள் நம்மை அவர்கள்பால் அதிக ஈடுபாடு கொள்ள வைக்கின்றன என்று உளவியலாளர்கள் நீண்டகாலத்திற்கு முன்பே புரிந்து கொண்டிருந்தனர். நச்சான உறவுகளுக்குப் பழக்கப்பட்டுள்ள சிலர், ஆரோக்கியமான, மகிழ்ச்சியான உறவுகளுக்குத் திரும்புகின்றபோது, அது சுவாரசியமற்றதாக இருப்பதாக உணர்வர். அவர்களுடைய டோபமைன் அமைப்புமுறை சீர்கெட்டுப் போயிருப்பதுதான் அதற்குக் காரணம்.

தொடர்ந்து வழங்கப்படுகின்ற வெகுமதித் திட்டங்களைவிட, எப்போதாவது வழங்கப்படுகின்ற நிச்சயமற்ற வெகுமதிகளால் நம்மை அதிக அளவில் கட்டிப்போட முடியும். இதை, சமூக ஊடக வடிவமைப்பாளர்கள், கணினி விளையாட்டு உருவாக்குநர்கள், மற்றும் பிற தொழில் நெறிஞர்கள் நன்றாகவே அறிவர். நம்முடைய நரம்பிய அமைப்புமுறையில் இருக்கின்ற இந்தக் ‘குறைபாட்டை’ நவீன உலகின் பல அம்சங்கள் தமக்குச் சாதகமாகப் பயன்படுத்திக்கொண்டு, நம்முடைய சொந்த நலன்களுக்கு எதிராக நம்மைத் தம்முடைய உருவாக்கங்களில் ஈடுபாடு கொள்ள வைக்கின்றன. அதன் மூலம் நம்முடைய டோபமைன் சுரப்பு சீர்குலைக்கப்பட்டு, சில குறிப்பிட்ட நடவடிக்கைகளின்பால் நாம் சாய வைக்கப்படுகிறோம்.

வேறு சில விஷயங்களாலும் நம்முடைய டோபமைன் அமைப்புமுறையின்மீது தாக்கம் ஏற்படுத்த முடியும். போதை மருந்துகள் அதற்கான தெளிவான ஓர் எடுத்துக்காட்டு. அவற்றில் சில நம்மை அவற்றுக்கு அடிமையாக்கி, நம்முடைய மூளை அளவுக்கதிகமான டோபமைனைச் சுரக்க வைத்துவிடுகின்றன. அதன் காரணமாக, ஒரு கட்டத்தில் நமக்கு வழக்கமாக

இன்ப உணர்வை அளிக்கின்ற வேறு சில அன்றாடத் தூண்டுதல்கள் பயனற்றவையாகிவிடுகின்றன. போதைப் பொருள்களுக்கு அடிமையாகின்ற நபர்கள், வேறு எதிலிருந்தும் இன்ப உணர்ச்சியைப் பெற முடியாத நிலையை எட்டிவிடுகின்றனர். அப்போது, அவர்கள் பயன்படுத்திக் கொண்டிருக்கின்ற அதே போதைப் பொருளின் அளவை அதிகரிப்பதன் மூலம் மட்டுமே அவர்களால் தொடர்ந்து அதே இன்ப உணர்வைத் தக்கவைத்துக் கொள்ள முடியும். அனைத்துப் போதைப் பொருள்களும் ஒரே மாதிரியான அடிமைத்தனத்தைத் தோற்றுவிப்பதில்லை. சட்டரீதியாகக் கட்டுப்படுத்தப்படாத வேறு சில பொருள்களாலும் இதே விதமான விளைவுகளை ஏற்படுத்த முடியும் (Diana, 2011, *The Dopamine Hypothesis of Drug Addiction and Its Potential Therapeutic Value*).

சர்க்கரையாலும் பிற இனிப்பான பொருள்களாலும் இதே நிலையை உருவாக்க முடியும். சர்க்கரையின் பயன்பாட்டின் மூலம் அதிக டோபமைன் அளவுக்குப் பழகிப் போய்விட்ட மூளை, போகப் போக அதிக அளவு இனிப்பை எதிர்பார்க்கும். அது இல்லாதபோது, நாம் இடக்குமடக்காக உணர்வோம். நமக்குச் சர்க்கரை பிடிக்கும். அதை நாம் தொடர்ந்து பயன்படுத்தி வருகின்றபோது, அதன் அளவைக் குறைப்பது கடினமாகிவிடும். ஒரு போதைப் பொருளுக்கு ஒப்பான விளைவைச் சர்க்கரையால் மூளையில் ஏற்படுத்த முடியும். அதனால், நம்முடைய டோபமைன் அளவு அதிகரிக்கும். நாள்கள் செல்லச் செல்ல, அதே சௌகரிய உணர்வைப் பெறுவதற்கு நாம் நம்முடைய சர்க்கரையின் அளவை அதிகரித்துக் கொண்டே இருக்க வேண்டும் (Lewis, 2017, *What happens to our brain when we give up sugar?*).

அதீதச் சிலிர்ப்புணர்வால்கூட டோபமைன் அளவை அதிகரிக்க முடியும். ஆபத்துகள் அதிகமிருக்கின்ற சாகச விளையாட்டுகளில் ஈடுபடுகின்ற வீரர்கள் தொடர்ந்து தங்களுடைய நடவடிக்கைகளின் நிலையை அதிகரித்துக் கொண்டே செல்வதற்கு இதுதான் காரணம். ஒரு சமயத்தில் அவர்களுக்குச் சிலிர்ப்புணர்வை அளித்துக்

கொண்டிருந்த அதே நடவடிக்கைகளால் இனியும் அதே அளவு சிலிர்ப்புணர்வை அளிக்க முடியாமல் போய்விடுகிறது (Dominguez, 2015, *Why are we addicted to extreme sports?*). வலிந்து ஆபத்துகளை எதிர்கொள்கின்ற நடத்தைகள், சில விதமான பாலியல் நடத்தைகள் போன்றவையும் அதிக அளவு டோபமைன் சுரப்பிற்கு இட்டுச் செல்கின்றன. அதற்கு நாம் பழகிப் போய்விடுகின்றபோது, அது நம்முடைய அன்றாட வாழ்க்கையைச் சீர்குலைக்கின்றபோதும்கூட, நம்மால் அந்த நடவடிக்கைகளிலிருந்து விடுபட முடிவதில்லை.

டோபமைனின் அளவு அதிகரிக்கின்றபோது, நம்மால் வழமையான நடவடிக்கைகளை இரசிக்க முடியாமல் போய்விடுகிறது. டோபமைன் அமைப்புமுறையின் செயல்பாட்டின் காரணமாக, அதில் நாம் மேலும் அதிகமாக ஈடுபடுவதற்கும், அதன் தீவிரத்தன்மையை அதிகரித்துக் கொள்வதற்கும் அது நம்மை உந்தித் தள்ளுகிறது. எண்ணற்ற மக்களுக்கு, அது தங்களுடைய இலக்குகளுக்கும் கனவுகளுக்கும் குறுக்கே நிற்கின்றபோதும்கூட, சமூக ஊடகங்களிலிருந்தும், எப்போதாவது விளையாடுகின்ற கணினி விளையாட்டுகளிலிருந்தும் விலகிக் கொள்வது கிட்டத்தட்ட இயலாத காரியமாகிவிடுகிறது. உடனடித் திருப்தியை—வெகுமதி சீக்கிரமாக வருவதை முன்கூட்டிய ஊகிப்பதில் இருக்கின்ற ஈர்ப்பை—கையாள்வது கடினம். நமக்கு நல்லது என்று நாம் உணர்ந்துள்ள சில நடத்தைகளை நம்மால் தொடர்ந்து கடைபிடிக்க முடியாமல் போவதற்கும், சில விஷயங்கள் நம்முடைய விழுமியங்களோடு இசைவாக இல்லாமல் இருப்பதை அறிந்த பிறகும் அவற்றை நாம் தொடர்ந்து செய்து வருவதற்கும் இதுதான் காரணம். வேறு வார்த்தைகளில் கூற வேண்டுமென்றால், நாம் டோபமைன் போதைக்கு அடிமைகளாகிவிடுகிறோம்!

நாம் இங்குக் கையாள முயன்று கொண்டிருக்கும் விஷயம் அளவுக்கதிகமான டோபமைன் சுரப்பு தொடர்பானது. டோபமைன் நல்லது என்றுதானே கூறப்படுகிறது? அப்படியிருக்கும்போது, இதில் என்ன

பிரச்சனை இருக்கிறது என்று நீங்கள் கேட்கலாம்.

டோபமைனின் செயல்பாடுகள், வெகுமதி அல்லது அது குறித்த எதிர்பார்ப்பைத் தாண்டிய சிக்கலான ஒன்றாகும். டோபமைன் அளவு அதிகரிக்கின்றபோது, கவனக்குவிப்பு கடினமாகிவிடும். குறிப்பாக, உடனடியாகத் தூண்டுதல்களை நமக்கு அளிக்காத விஷயங்கள்மீதும், நாம் அவசியம் பின்பற்றியாக வேண்டியிருக்கின்ற இலக்குகள்மீதும் கவனத்தைக் குவிப்பது நமக்குச் சிரமமானதாகிவிடும். அதன் காரணமாக, அக்காரியங்களில் நாம் சுவாரசியம் இழந்துவிடுகிறோம். சவாலான அல்லது நிறைவேற்றுவதற்கு நீண்டகாலம் பிடிக்கின்ற, பலனை உடனடியாக அறுவடை செய்ய முடியாத காரியங்களில் ஈடுபட நாம் கஷ்டப்படுகிறோம்.

டோபமைன் அளவு அதிகரிக்கின்றபோது, போலியாக நடித்தல், எளிதில் எரிச்சல்படுதல், முரட்டுத்தனமாக நடந்து கொள்ளுதல் போன்ற விரும்பத்தகாத நடத்தைகளுக்கு அது இட்டுச் செல்லும். அதன் காரணமாக, நாம் மோசமான தீர்மானங்களை மேற்கொள்ளக்கூடும். போதைப் பொருள்களைப் பயன்படுத்திய பிறகு ஏற்படுவதுபோல, அதீத டோபமைன் அளவு, பிரமைக் காட்சிகள் தோன்றுதல் போன்ற அபாயகரமான போக்குகளுக்குக்கூட இட்டுச் செல்லக்கூடும். அளவுக்கதிகமான டோபமைன், நமக்குப் பிடித்தமான விஷயங்களை இரசிப்பதையும், காரியங்களை நிகழ்த்துவதற்குத் தேவையான அளவு நம்மை நிதானப்படுத்திக் கொள்வதையும் கடினமாக்கும் (Deans, 2011, *Dopamine Primer*).

டோபமைன் அமைப்புமுறையில் மாற்றங்களை ஏற்படுத்தி, நாம் இயங்குகின்ற விதத்தை மாற்றிக் கொள்வதற்கு நாம் என்ன செய்ய வேண்டும்? நம்முடைய டோபமைன் அளவை ஆரோக்கியமான நிலைக்குக் குறைத்துக் கொள்வதற்கான வழிமுறைகளை நாம் அடுத்த அத்தியாயங்களில் பார்க்கலாம்.

அத்தியாயம் 1

உங்களுடைய கவனக்குவிப்பை மீண்டும் உங்களுடைய கட்டுக்குள் கொண்டுவாருங்கள்

நம்முடைய டோபமைன் அமைப்புமுறைக்குள் புகுந்து, தம்முடைய பொருள்கள்பால் நம்மை ஆர்வம் கொள்ளச் செய்வது எப்படி என்பதை கிட்டத்தட்ட அனைத்து விதமான சந்தையியலாளர்களும் அறிந்து வைத்துள்ளனர். அப்படியிருக்கும்போது, அதை நாமே செய்தால் என்ன? நம்முடைய டோபமைன் அமைப்புமுறை எப்படி இயங்குகிறது என்பதை நாம் புரிந்து கொண்ட பிறகு, அதை நல்லவிதமாகப் பயன்படுத்திக் கொள்வதற்கும், நம்முடைய இலக்குகளைப் பின்தொடர்ந்து செல்வதற்கும், நம் மூளையில் டோபமைன் அளவுகளைக் குறைப்பதற்கும் தேவையான உத்திகளை நம்மால் செயல்படுத்த முடியும். நம்முடைய டோபமைனைப் பிறருக்குத் தாரை வார்த்துக் கொடுப்பதற்குப் பதிலாக, அதை நம் கட்டுப்பாட்டிற்குள் வைத்திருப்பதை நம்மால் தேர்ந்தெடுக்க முடியும். அதன் மூலம் நம்முடைய கவனக்குவிப்பை மீட்டெடுப்பதும், நம்முடைய ஊக்குவிப்பைத் திரும்பப் பெறுவதும்

நமக்குச் சாத்தியப்படும்.

கட்டமைப்புரீதியாகவும் சரி, செயல்பாட்டுரீதியாகவும் சரி, நாம் நம்முடைய மூளையைத் தினந்தோறும் மாற்றிக் கொண்டிருக்கிறோம் என்பதை நாம் அறிந்திருப்பது இன்றியமையாதது. ஒரு விதத்தில் பார்த்தால், நாம் எப்போதுமே நம்முடைய உயிரியல் அமைப்பில் மாற்றங்களைச் செய்து கொண்டுதான் இருக்கிறோம். அதை நாம் பிரக்ஞைபூர்வமாகச் செய்து கொண்டிருக்கிறோமா, நம்முடைய நலன்களைப் பாதுகாப்பதற்காகச் செய்து கொண்டிருக்கிறோமா என்பதுதான் இங்குக் கேள்வியே. சுருக்கமாகக் கூற வேண்டுமென்றால், அது நம்மால் மேற்கொள்ளப்படுகிறதா அல்லது நம்மீது மேற்கொள்ளப்படுகிறதா என்று நாம் கேட்டுக் கொள்ள வேண்டும். நம்முடைய மூளையின் நெகிழ்வுத்தன்மையின் காரணமாக, நாம் கற்றுக் கொள்கின்ற ஒவ்வொரு விஷயமும், நாம் உருவாக்கிக் கொள்கின்ற ஒவ்வொரு பழக்கமும், நம்முடைய மூளையில் மாற்றங்களை ஏற்படுத்துகின்றன. நம் மூளையின் ஒவ்வொரு பகுதியும் வேலை செய்கின்ற விதமும், அவை கட்டமைக்கப்பட்டிருக்கின்ற விதமும் மாறுதலுக்கு உள்ளாகின்றன. இதற்கு டோபமைன் அமைப்புமுறையும் விதிவிலக்கன்று (Begega, Santin, Galeano, Cutuli, & Sampedro-Piquero, 2017, *Neuroplasticity and Healthy Lifestyle: How Can We Understand This Relationship?*).

நம்முடைய மூளையில் டோபமைன் அளவுகளைக் குறைப்பதற்கு இட்டுச் செல்கின்ற விதத்தில் நம்முடைய பழக்கவழக்கங்களை மாற்றிக் கொள்வதன் மூலமும், சில குறிப்பிட்டச் செயல்முறைகளைப் பயிற்சி செய்வதன் மூலமும், நாம் முக்கியமாகக் கருதுகின்ற விஷயங்களில் நம்மால் நம் கவனத்தைக் குவிக்க முடியும், அதன் மூலம், நம்முடைய மூளை இயங்குகின்ற விதத்தில் மாற்றங்களை ஏற்படுத்த முடியும்.

அதற்கு உதவக்கூடிய அணுகுமுறைக்கான ஓர் எடுத்துக்காட்டுதான் 'டோபமைன் அதிநுகர்வுப் போதையிலிருந்து மீள்தலுக்கான முறை'. சில குறிப்பிட்ட

நடவடிக்கைகளில் ஈடுபடுவதைத் தவிர்ப்பதன் மூலம், மூளையில் சுரக்கின்ற டோபமைனின் அளவைக் குறைக்க முயல்வதை உள்ளடக்கிய ஓர் அணுகுமுறை இது. சில குறிப்பிட்ட உத்திகளின் மூலம், நம்மால் சில குறிப்பிட்டப் பழக்கங்களை சுவீகரித்துக் கொள்ள முடியும், உற்பத்தித்திறனை அதிகரித்துக் கொள்ள முடியும், கவனச்சிதறல்களுக்கு ஆளாவதை விடுத்து நமக்குப் பிடித்தமான காரியங்களில் ஈடுபடக்கூடியவர்களாக நம்மை ஆக்கிக் கொள்ள முடியும்.

உத்திகளுக்குள் செல்வதற்கு முன்பு நான் ஓர் எச்சரிக்கையைக் கொடுக்க விரும்புகிறேன். டோபமைன் என்பது நம்முடைய மூளையின் ஒரு பகுதி; நாம் ஊக்கம் பெறுவதற்கும், புதிய விஷயங்களை நாடுவதற்கும் நமக்கு உதவுகின்ற ஒரு வேதிப்பொருள் அது. அது மோசமானதோ அல்லது நாம் ஒழித்துக்கட்ட வேண்டிய ஒன்றோ அன்று. அளவுக்கு மிஞ்சி இருக்கின்ற டோபமைனைக் குறைப்பதுதான் உங்கள் இலக்காக இருக்க வேண்டும். ஏனெனில், டோபமைன் எப்போதும் இருந்து கொண்டுதான் இருக்கும். மேலும், அது ஒரு முக்கியமான செயல்பாட்டை நிகழ்த்திக் கொண்டிருக்கிறது. அது முற்றிலும் தவிர்க்கப்பட வேண்டிய ஒன்றன்று. மாறாக, அது நம்முடைய நரம்புப் பிணைப்பு அமைப்புமுறையின் ஒரு முக்கியமான, ஆரோக்கியமான அம்சம். அது நமக்கு ஆபத்து விளைவிக்கும் அளவை எட்டும்போதும், நாம் நம்முடைய இலக்குகளை அடைவதற்கு அது இடைஞ்சலாக இருக்கும்போதும் மட்டுமே அதைக் குறைப்பதற்கு நாம் முயற்சி செய்ய வேண்டும்.

இன்னுமோர் எச்சரிக்கை. இந்த உத்திகள், ஒரு மருத்துவமனைக்குச் சென்று சிகிச்சை எடுத்துக் கொள்ள வேண்டிய அளவு மோசமாக இருக்கின்ற நிலையைக் கையாள்வதற்கானவை அல்ல. எந்தவொரு போதைக்கும் அடிமையாகி இருப்பவர்கள், அதிலிருந்து விடுபடுவதற்கு மருத்துவ உதவியைத்தான் நாட வேண்டும். எந்தவொரு போதைப் பழக்க விஷயத்திலும் வேறு சில அம்சங்களும் அடங்கியிருக்கும். அதனால், அவை அனைத்தையும் இந்த உத்திகளால் களைந்துவிட முடியாது. வல்லுநர்களின்

உதவியை நாடுவதே புத்திசாலித்தனமானதாக இருக்கும்.

இனி நாம், உடனடித் திருப்தி என்ற தூண்டிலுக்குள் மாட்டிக் கொள்ளாமல், உங்களுடைய டோபமைன் அமைப்புமுறையில் தாக்கத்தை ஏற்படுத்தி, உங்களைச் சுற்றியிருக்கின்ற ஒருபோதும் ஓயாத கவனச்சிதறல் அலைகளிலிருந்து மீண்டு உங்களுடைய ஊக்குவிப்பை மீட்டெடுப்பதற்கு உதவுகின்ற உத்திகளுக்குள் செல்லலாம். மிக அதிக அளவிலான தூண்டுதல்கள் எதுவுமின்றியே, டோபமைனின் அளவைக் குறைக்கவும், நீங்கள் இரசித்துச் செய்கின்ற விஷயங்களை அர்த்தமுள்ள வழிகளில் செய்யவும் உங்களால் முடியும்.

நடத்தைசார் மாற்றங்களை மேற்கொள்ளுதல் ஒருபோதும் எளிதாக இருந்ததில்லை. பல விஷயங்களில் நமக்கு இன்றியமையாத ஒன்றாக டோபமைன் விளங்குவதால், அதைக் கைவிடுவது கடினமானது. என்ன இருந்தாலும், அதிகமாகச் சாதிப்பதற்கும், ஒரு மேம்பட்ட விதத்தில் செயல்படுவதற்கும், நம்முடைய இலக்குகளை அடையத் துடிப்பதற்கும் நம்மைத் தூண்டுகின்ற ஒரு வேதிப்பொருள் அது. நம் உடலிலுள்ள டோபமைனின் அளவு மிக அதிகமாக இருக்கும்போது, கவனத்தைக் குவிப்பது நமக்குக் கடினமாக இருக்கும். ஆனால், போகப் போக நம்முடைய மூளை அதற்கு நம்மைப் பழக்கப்படுத்திவிடும். அந்த உத்திகளை இப்போது பார்க்கலாம்.

உங்களுடைய சூழல் உங்களுக்கு உதவி செய்கின்ற விதத்தில் இருக்கட்டும்

அலைபேசிக்கு அடிமையாக இருக்கும் பழக்கத்திலிருந்து விடுபட நீங்கள் விரும்பினால், உங்களுடைய அலைபேசி உங்களுக்கு அருகே இருக்கக்கூடாது. அதற்கு நேர்மாறாக, நீங்கள் படிக்க விரும்புகின்ற ஒரு புத்தகம் உங்களுடைய கைக்கெட்டும் தூரத்தில் இருக்க வேண்டும்.

நம்முடைய சுற்றுச்சூழல், சில குறிப்பிட்ட வகையான நடத்தைகளை நோக்கி நம்மை உந்தித்

தள்ளுகின்ற தூண்டுதல்களாலும் நினைவூட்டிகளாலும் நிறைந்துள்ளது. பல வகையான பழங்கள் நிறைந்த ஒரு மேசையைக் கடந்து செல்லும்போது நமக்கு ஏற்படக்கூடிய சபலத்தைவிட, சாக்லெட்டுகளும் இனிப்பு மிட்டாய்களும் நிறைந்த ஒரு மேசையைக் கடந்து செல்கின்றபோது நமக்கு அதிகச் சபலம் ஏற்படும்.

உங்களுடைய சுற்றுச்சூழலில் ஏற்படுத்தப்படுகின்ற சிறிய மாற்றங்கள்கூட, பழக்கவழக்கங்களை மாற்றிக் கொள்வதற்கான உங்களுடைய முயற்சிக்கு உறுதுணையாக இருக்கும். அதன் மூலம் எதிர்மறை நடத்தைகளைத் தவிர்ப்பது எளிதாகிவிடும். உங்களுடைய அறையைச் சுற்றிப் பார்வையை ஓடவிடுங்கள். அவற்றில் எவை உங்களுடைய கவனத்தைச் சிதறடிக்கக்கூடியவை, எவை நீங்கள் உங்களுடைய இலக்கை அடைய உதவக்கூடியவை என்பதை அடையாளம் காணுங்கள்.

உங்கள் வசமிருக்கும் அனைத்துச் சாதனங்களையும் பயன்படுத்துங்கள், முடிந்த நேரங்களில் பிறரைச் சார்ந்திருங்கள்

உங்களுடைய மன உறுதியை மட்டும் நம்பியிருக்காதீர்கள். உங்களுடைய மன உறுதி ஒரு குறிப்பிட்ட அளவு மட்டுமே இருக்கும் என்பதால், ஒரு நாளின் மணித்துளிகள் கரையக் கரைய அது குறைந்து கொண்டே இருக்கும். நீங்கள் களைப்பாக இருக்கும்போதோ அல்லது கடும் மன அழுத்தத்தில் இருக்கும்போதோ அது உங்களுடைய காலை வாரிவிட்டுவிடும். நீங்கள் உத்வேகம் பெற்றவராக இருந்தாலும்கூட, உங்களுடைய இலக்குகளை அடைவதற்கான முயற்சிகளில் தொடர்ந்து ஈடுபடுவது கடினமாகிவிடும் (Baumeister et al., 2007, *The strength model of self-control*). இது இயல்பானதும் எதிர்பார்க்கப்படக்கூடியதும்தான். மேலே விளக்கியிருந்தபடி, உங்கள் சுற்றுச்சூழலில் மாற்றங்களை ஏற்படுத்துவதன் மூலமும், உங்களுக்கு உதவுகின்ற சாதனங்களைப் பயன்படுத்துவதன் மூலமும்,

மன உறுதிமீதான உங்களுடைய சார்பை உங்களால் குறைக்க முடியும்.

இருப்பதிலேயே மிகவும் சவாலான காரியம், சமூக ஊடகங்களிலிருந்து விலகி இருப்பதுதான். அதற்கு நீங்கள் சில செயலிகளைத் தடை செய்கின்ற நிரல்களைப் பயன்படுத்தலாம் அல்லது இணையத்திலிருந்து உங்களைத் துண்டித்துக் கொள்ளலாம். ஒரு நாளைக்கு, உங்களுடைய அலைபேசியை வேறு ஒருவரிடம் கொடுத்து அதை அவரை வைத்துக் கொள்ளுமாறு நீங்கள் கேட்டுக் கொள்ளலாம். பிறரிடம் உதவி பெறுவதற்கு நீங்கள் தயங்கக்கூடாது.

சமூக ஆதரவைப் பெறுங்கள், உங்களுடைய பொறுப்புடைமையை அதிகரித்துக் கொள்ளுங்கள்

பிறரால் உங்களுக்கு மதிப்பு வாய்ந்த உதவியை வழங்க முடியும். அத்துடன், அவர்களுடைய ஆதரவும் உங்களுக்கு அவசியம். நீங்கள் நம்பிக்கை வைத்துள்ள நபர்களிடமும், நீங்கள் உங்களுடைய இலக்குகளை அடைவதற்கு ஆதரவு அளிக்கக்கூடியவர்களிடமும் உங்களுடைய பிரச்சனையைக் கூறுங்கள். உங்களுடைய பிரச்சனையை அவர்கள் புரிந்து கொண்டு உங்களுக்கு உதவுவர். அத்துடன், அது உங்களுடைய பொறுப்புணர்ச்சியை அதிகரிக்கும். எடுத்துக்காட்டாக, நீங்கள் ஒரு நாளைக்கு மட்டும் சமூக ஊடகங்களிலிருந்து விலகி இருக்க முடிவு செய்து அதைப் பகிரங்கமாகப் பிறரிடம் கூறினால், நீங்கள் அந்த இலக்கை அடைவதற்கான வாய்ப்பை அது அதிகரிக்கும்.

நீங்கள் மேற்கொண்டுள்ள முடிவுகளை நீங்கள் ஒழுங்காகக் கடைபிடிக்கிறீர்களா என்பதை உறுதி செய்து கொள்ள நீங்கள் உங்களுடைய நண்பர் ஒருவரிடம் ஏற்பாடு செய்து கொள்ளலாம். அல்லது, டோபமைனைக் குறைக்க உங்களைப்போலவே முயன்று கொண்டிருக்கின்ற மற்றொருவரும் நீங்களும் பரஸ்பரம் உங்களுடைய செயல்முறைகளை தொடர்ந்து பகிர்ந்து

கொள்வதற்கு உங்களால் ஏற்பாடு செய்து கொள்ள முடிந்தால் இன்னும் நல்லது. அது, நீங்கள் இருவரும் பரஸ்பரம் அடுத்தவரின் அனுபவங்களிலிருந்து பாடம் கற்றுக் கொள்வதற்கும், ஒருவருக்கொருவர் ஆதரவாக இருப்பதற்கும் வெகுவாக உதவும். இதே போன்ற ஓர் ஏற்பாட்டை, உங்களுடைய இலக்குகளை அடைவதற்கு நீங்கள் மேற்கொள்கின்ற முயற்சிகளை உங்களுடைய நண்பர் ஒருவரோடு செய்து கொள்ளலாம். ஒரு குறிப்பிட்டக் கால இடைவெளியில், உங்கள் முன்னேற்றத்தை நீங்கள் பரஸ்பரம் ஒருவரோடு ஒருவர் பகிர்ந்து கொள்ளலாம். பாதை கடினமாகின்றபோது, இலக்குகளை நீங்கள் விடாப்பிடியாகத் தொடர்வதற்குப் பொறுப்புடைமை உதவும் (Oussedik et al., 2017, *Accountability: a missing construct in models of adherence behavior and in clinical practice*).

உங்களிடம் பரிவுடன் நடந்து கொள்ளுங்கள்

நாம் ஏதாவது தவறு செய்துவிட்டால், அது குறித்து நம்மிடம் நாமே கடுமையாக நடந்து கொள்கின்ற போக்கு பொதுவாக நமக்கு இருக்கிறது. டோபமைன் குறைப்பு தொடர்பான முயற்சியில் தவறு ஏற்பட்டுவிட்டால், அது குறித்து நாம் அளவுக்கதிகமாக நம்மை விமர்சித்தால், அந்த முயற்சியையே நாம் கைவிடுகின்ற அளவுக்கு அது சென்றுவிடலாம். நீண்டகாலம் நம்மிடம் ஊறிப் போயுள்ள பழக்கங்களையும், அதிகமான டோபமைனுக்கு அன்றாடம் பழகிப் போயுள்ள போக்கையும் மாற்றுவது எளிதன்று. நம்முடைய முயற்சியில் எப்போதேனும் நாம் தவறிவிட்டால், அது குறித்துக் கடுமை காட்டாமல், நம்மிடம் நாம் பரிவுடன் நடந்து கொள்வது, அதை நாம் தொடர்ந்து செய்வதை ஊக்குவிக்கும் (Biber & Ellis, 2017).

ஒரு முறை தவறிவிட்டால் அதிலிருந்து உங்களால் எளிதில் மீண்டுவிட முடியும் என்பதையும், இரண்டாவது முறை அதுவே நிகழ்ந்தால் அதிலிருந்து மீள்வது சற்றுக் கடினமாக இருக்கும் என்பதையும்

நீங்கள் நினைவில் வைத்திருக்க வேண்டும். அதனால், இரண்டாவது முறையாகத் தவறு நிகழாமல் பார்த்துக் கொள்வது இன்றியமையாதது. நடந்துவிட்டத் தவற்றை ஏற்றுக் கொண்டு, அச்சூழலிலிருந்து உங்களால் என்ன படிப்பினையைக் கற்றுக் கொள்ள முடியும் என்று உங்களை நீங்களே கேட்டுக் கொள்ள வேண்டும். அடுத்த முறை அது நிகழாமல் தவிர்ப்பதற்கு அது உங்களுக்கு உதவும்.

உங்கள் சக்திக்கு மீறிச் செயல்படாதீர்கள்

டோபமைன் அளவைக் கட்டுப்படுத்த நீங்கள் முயல்கின்றபோது, உங்களால் கண்டிப்பாகச் சாதிக்க முடியும் என்று நீங்கள் நம்புகின்ற ஓர் அளவைக் குறி வைத்து அதற்கு ஏற்றவாறு உங்களுடைய பழக்கங்களில் மாற்றங்களைச் செய்து கொள்ளும்படி ஆன்ட்ரூ கிர்பி (2020, *Dopamine Detox* series) வெகுவாகப் பரிந்துரைக்கிறார். உங்களுடைய ஒரு பழக்கத்தைத் திடுதிடுப்பென்று முற்றிலுமாக நிறுத்துவது உங்களுக்குக் கடினம் என்ற உணர்வு உங்களுக்கு ஏற்பட்டால், அப்படிப்பட்டக் காரியத்தில் இறங்காதீர்கள். அதற்குப் பதிலாக, அதை ஓரளவு குறைத்துக் கொள்கின்ற முயற்சியில் இறங்குங்கள். இங்கு வெற்றி முக்கியம். நீங்கள் தொடர்ந்து முயற்சிப்பதற்கு அது உங்களை ஊக்குவிக்கும். இல்லையெனில், உங்களால் உங்களுடைய மோசமான பழக்கத்தை ஒருபோதும் கைவிட முடியாது என்ற நினைப்பு உங்களிடம் உறுதியாகிவிடும்.

வெற்றிக்கு உத்தரவாதம் அளிக்கின்ற காரியங்களில் மட்டும் இறங்குங்கள், தோல்விக்கு அல்ல. சாத்தியப்படுகின்ற இலக்குகளை மட்டும் நிர்ணயித்துக் கொண்டு மெதுவாக முன்னேறுங்கள். தேவைப்பட்டால் உங்களுடைய இலக்குகளைச் சற்று மாற்றி அமைத்துக் கொள்ளப் பயப்படாதீர்கள். படிப்படியாக நகருங்கள்.

சில ஆலோசனைகளும் சில எச்சரிக்கைகளும்

டோபமைனைக் குறைப்பது தொடர்பான சில ஆலோசனைகளை இப்போது நாம் பார்க்கலாம். அனைத்தையும் சீர்தூக்கிப் பார்த்துவிட்டு, உங்களுடைய சூழலுக்கு ஏற்றவாறு அவற்றைத் தகவமைத்துக் கொள்ளுங்கள். இதில் கூறப்பட்டுள்ள தீர்வுகள் எல்லோருக்கும் பலனளிப்பவையாக இல்லாமல் இருக்கலாம். சில, உங்களுடைய சூழலுக்குப் பொருத்தமற்றவையாக இருக்கலாம். எடுத்துக்காட்டாக, உங்கள் தொழில்வாழ்க்கை தொடர்பாக நீங்கள் சமூக ஊடகங்களையும் உங்கள் அலைபேசியையும் பயன்படுத்த வேண்டியிருக்கலாம். எவை உங்களுக்குப் பொருத்தமானவை என்பதையும், எவை உங்கள் விஷயத்தில் வேலை செய்யும் என்பதையும் கவனத்தில் எடுத்துக் கொள்ளுங்கள். கீழே குறிப்பிடப்பட்டுள்ள அனைத்தையும் உங்களால் செய்ய முடியாவிட்டால், அதில் ஒன்றும் பிரச்சனை இல்லை.

டோபமைன் என்பது கேடு விளைவிக்கின்ற ஒரு பொருள் அன்று என்பதை நீங்கள் நினைவில் வைத்துக் கொள்ளுங்கள். அது நம்முடைய மூளையில் சுரக்கின்ற, நமக்குத் தேவைப்படுகின்ற இயற்கையான ஒரு வேதிப்பொருள். நாம் டோபமைன் அளவைக் குறைப்பது பற்றிப் பேசுகின்றபோது, நாம் அதை முற்றிலுமாக ஒழித்துக்கட்டுவதைப் பற்றிப் பேசிக் கொண்டிருக்கவில்லை என்பதை நீங்கள் நினைவில் வைத்திருக்க வேண்டும். அது சாத்தியமே இல்லை என்பதால், அதை ஓர் இலக்காக வைத்துக் கொள்ள முடியாது. சமூக ஊடகப் பயன்பாடு, அளவுக்கதிகமாக இனிப்புப் பொருள்களைச் சாப்பிடுதல் போன்ற மோசமான பழக்கங்களோடு தொடர்புடைய மிக அதிகமான டோபமைன் அளவைக் குறைப்பதுதான் இங்கு இலக்காக இருக்க முடியும். உங்களுடைய ஆரோக்கியமான பழக்கங்களை மீண்டும் இரசிப்பதற்கான சூழலை உருவாக்கிக் கொள்ளுதலையும் அது

உள்ளடக்கியது. இது ஆரோக்கியமான மாற்றங்களை ஏற்படுத்துவது தொடர்பானது.

கீழே கொடுக்கப்பட்டுள்ள, டோபமைன் அளவைக் குறைப்பதற்கு உதவுகின்ற உத்திகள், தீவிர போதைப் பழக்கங்களுக்கு ஆட்பட்டிருப்பவர்களுக்கும் சூதாட்ட அடிமைகளுக்கும் பொருந்த மாட்டா. நீங்கள் ஏதோ ஒரு போதைக்கு அடிமைப்பட்டிருப்பதாக நீங்கள் உணர்ந்தால், நீங்கள் அதற்கு ஒரு வல்லுநரின் உதவியை நாட வேண்டும். *Diagnostic and Statistical Manual of Mental Disorders* (5th edition) or *DSM-5* (APA, 2013) என்ற நூல், போதைக்கு அடிமையாதல் என்றால் என்ன என்பதைக் கீழ்க்கண்டவாறு விளக்குகிறது:

- நீங்கள் உத்தேசித்திருப்பதைவிட அதிகமான அளவில் ஒரு போதை வஸ்துவைப் பயன்படுத்துதல் (எடுத்துக்காட்டாக, சூதாட்டத்தில் நீங்கள் உத்தேசித்திருப்பதைக் காட்டிலும் அதிகமான முறை ஈடுபடுதல்)
- நிறுத்த விரும்பினாலும் நிறுத்த முடியாத நிலை ஏற்படுதல்
- போதைப் பொருள்களைப் பெற முயற்சிப்பதிலும், அவற்றைப் பயன்படுத்துவதால் ஏற்படும் பின்விளைவுகளைக் கையாள்வதிலும், எப்போதும் அப்பொருள்களைப் பற்றியே சிந்தித்துக் கொண்டிருப்பதிலும் ஏகப்பட்ட நேரத்தைச் செலவிடுதல்
- போதை வஸ்துகளைப் பயன்படுத்த வேண்டும் என்ற சபலம் ஏற்படுதல்
- உங்கள் வேலை, கல்வி, உறவுகள் மற்றும் உங்களுடைய வாழ்க்கையின் பிற பகுதிகளில் போதைப் பழக்கத்தின் தாக்கம் ஏற்படத் தொடங்கினாலும் அதில் தொடர்ந்து ஈடுபடுதல்
- போதைப் பழக்கத்தின் காரணமாக, வேலையிடத்தில், பள்ளியில் அல்லது வீட்டில் பொறுப்புகளை நிறைவேற்ற முடியாமல் அவதிப்படுதல்
- போதைப் பழக்கத்தின் காரணமாக, பிற முக்கியமான

அல்லது மதிப்புமிக்க நடவடிக்கைகளைக் கைவிடுதல்

- அதே போதை அனுபவத்தைப் பெறுவதற்கு மேன்மேலும் அதிக அளவில் அந்த போதை வஸ்துவைப் பயன்படுத்துவதற்கு அல்லது அந்த நடவடிக்கையில் ஈடுபடுவதற்கான தேவை ஏற்படுதல்

போதைகளில் டோபமைனின் பங்கு கணிசமானது என்றாலும், இங்குக் கூறப்பட்டுள்ள உத்திகள், போதைக்கு அடிமையானவர்கள் அதிலிருந்து மீள்வதற்கான சிகிச்சைமுறைகள் அல்ல. அதற்கு வல்லுநர்களின் உதவி தேவைப்படும். சில சமயங்களில் மருத்துவ உதவிகூடத் தேவைப்படலாம். மனரீதியான பிரச்சனை இருப்பதற்கான அறிகுறிகள் இருக்கின்ற சூழல்களுக்கும் இது பொருந்தும்.

நம்முடைய டோபமைன் அளவைக் குறைத்து, கவனக்குவிப்பின்மீதான நம்முடைய கட்டுப்பாட்டை அதிகரிக்கவும், நம்முடைய ஊக்குவிப்பைப் பெருக்கிக் கொள்ளவும் உதவுகின்ற உத்திகள் குறித்து அடுத்து நாம் ஆழமாகப் பார்க்கலாம்.

சுருக்கமாக

- டோபமைன் என்பது சிக்கலான, ஆற்றல்மிக்க ஒரு நரம்பியக் கடத்தி. ஆனால், நவீன உலகம், அதன் ஆரோக்கியமான சமநிலையைப் பாதிக்கின்ற விதத்தில் அதனோடு விளையாடிக் கொண்டிருக்கிறது. நாம் இன்ப உணர்வையும் வெகுமதி உணர்வையும் பெறுவதாக டோபமைன் நம்மை உணர வைக்கிறது. அதற்காகப் புதுமைகளை நாட அது நம்மைத் தூண்டுகிறது. டோபமைன் அமைப்புமுறை சீர்குலைந்துவிட்டால், நம்முடைய சுய ஒழுங்கு, ஊக்குவிப்பு, கவனக்குவிப்பு, மனக்கட்டுப்பாடு போன்றவை பாதிக்கப்படும்.

- நாம் நம்முடைய நரம்பிய வேதியியலின் தயவில் வாழ்க்கையை ஓட்டிக் கொண்டிருக்கவில்லை. நம்முடைய மூளை நெகிழ்வுத்தன்மைமிக்கது. அது இயங்கும் விதம் குறித்த விழிப்புணர்வு நமக்கு இருந்தால், அதை நம்மால் மாற்ற முடியும்.
- நடத்தைசார் மாற்றங்கள் கடினமாக இருப்பதற்கு ஒரு காரணம் டோபமைனுக்கு அடிமையாதல் என்பதால், அதைக் குறைப்பது, தகவல்களை நாம் பயன்படுத்துகின்ற முறையைக் கட்டுக்குள் வைத்துக் கொள்ளவும், ஒவ்வொரு கணமும் நாம் செயல்படுகின்ற விதத்தை நம் கட்டுப்பாட்டிற்குள் கொண்டுவரவும் உதவும்.
- டோபமைன் நம்முடைய மன உறுதிக்கான ஒரு மாற்றாக இருக்கும் பட்சத்தில், டோபமைனைக் கட்டுப்படுத்துவதன் மூலம், கூடுதல் சுய கட்டுப்பாடு, சுய பிரக்ஞை மற்றும் சுய ஒழுங்கை நம்மால் உருவாக்கிக் கொள்ள முடியும். டோபமைன் அமைப்புமுறையின் வழியாக, நம்முடைய நடத்தையை மேம்படுத்திக் கொள்வதற்குத் தேவையான பல்வேறு விதமான உத்திகளை நம்மால் நடைமுறைப்படுத்த முடியும்.
- கவனக்குவிப்புக்கு ஏதுவான ஒரு சுற்றுச்சூழலை நம்மால் உருவாக்கிக் கொள்ள முடியும். எடுத்துக்காட்டாக, அலைபேசியைக் கைக்கெட்டும் தூரத்தில் வைத்துக் கொள்ளாமல் இருப்பது. உங்களுடைய நடத்தையைக் கட்டுப்படுத்துவதற்கு உதவுகின்ற செயலிகளை நீங்கள் பயன்படுத்தலாம். டோபமைன் கட்டுப்பாடு தொடர்பான உங்களுடைய இலக்கை அடைவதை நோக்கி நீங்கள் உறுதியாக நகர்ந்து கொண்டிருக்கிறீர்களா என்பதைக் கண்காணிக்கின்ற பொறுப்பை நீங்கள் பிறருக்கு வழங்கலாம்.
- தடம் புரள்தல் தவிர்க்கப்பட முடியாதது. அப்படி நேர்கின்றபோது, அதற்காக உங்களைக் கடுமையாக விமர்சித்துக் கொள்வதற்குப் பதிலாக உங்கள்மீது பரிவு காட்டப் பழகிக் கொள்ளுங்கள். தவறுகளை

நினைத்து மருகிக் கொண்டிருக்காமல், உங்களுடைய தவறுகளிலிருந்து படிப்பினைகளைக் கற்றுக் கொண்டு மேலே செல்லுங்கள். உங்களுடைய சக்திக்கு மீறிச் செயல்படாதீர்கள். சிறு அடிகளை எடுத்து வையுங்கள். சில உத்திகள் உங்களுக்கு வேலை செய்யலாம், சில ஒத்துவராமல் போகலாம். பரிசோதித்துப் பார்த்து உங்களுக்கு ஏற்றவற்றைத் தேர்ந்தெடுங்கள்.

அத்தியாயம் 2

அதிநுகர்வுப் போதையிலிருந்து மீள்வதற்கான மிகச் சிறந்த வழி

உங்களுடைய மூளைக்குப் பழக்கமாகியுள்ள டோபமைன் அளவுகளைவிட மிக அதிகமான அளவு அது சுரக்கின்றபோது அதைக் கட்டுப்படுத்துவதற்கான ஒரு புதிய உத்தியை நாம் இப்போது பார்க்கப் போகிறோம். இந்த உத்தி, ஏற்கனவே இருக்கின்ற கோட்பாடுகள் மற்றும் ஆய்வுகளிலிருந்து நிறையவே கடன் வாங்கியுள்ளது. உங்களை வலுக்கட்டாயமாக இழுத்துப் பிடித்துத் தன் பிடியில் வைத்துக் கொள்கின்ற அனைத்து நடவடிக்கைகளிலிருந்தும் உங்களைத் துண்டித்துக் கொள்ள உங்களுக்கு உதவுவதுதான் இதன் நோக்கம். நீங்கள் இதில் ஈடுபடுகின்றபோது, இதில் பயன்படுத்தப்படுகின்ற பல வார்த்தைப் பிரயோகங்கள், போதை உலகிலிருந்து வருவது உங்கள் கண்களில் படும். மதுவுக்கும் போதைப் பொருள்களுக்கும் அடிமையாதலுக்குப் பின்னாலுள்ள செயல்முறைகளும், இணையத்தில் சகட்டுமேனிக்குப் பொருள்களைக் வாங்கிக் குவிப்பது, தூக்கத்தைக் காவு கொடுத்துவிட்டு இன்ஸ்டாகிராம் போன்றவற்றில் மூழ்கிக் கிடப்பது

போன்றவற்றுக்குப் பின்னாலுள்ள செயல்முறைகளும் ஒன்றுதான்.

டோபமைன் அளவைக் குறைப்பதற்கான முயற்சியில் நீங்கள் இறங்குவது என்பது, அதிமனித நினைவாற்றலை வளர்த்துக் கொள்ளுதலோ அல்லது குண்டு துளைக்காத நோயெதிர்ப்புத்தன்மையை உருவாக்கிக் கொள்ளுதலோ அல்ல, மாறாக, டோபமைன் சகிப்புத்தன்மை தொடர்பான உளவியல்ரீதியான தளைகளை உடைத்தெறிவதாகும். எளிதான நடவடிக்கைகளிலிருந்து டோபமைனைப் பெறுவதற்கு உங்களுடைய மூளை பழகிப் போயுள்ளது. டோபமைன் குதூகலத்தைப் பெறுவதற்கு நாம் அதிகமாக மெனக்கெட வேண்டியதில்லை. ஆனால், வேறு பயனுள்ள நடவடிக்கைகள், இவற்றுடன் ஒப்பிடப்படும்போது சுவாரசியமற்றவையாக இருக்கின்றன, அவை உடனடித் திருப்தியைக் கொடுப்பதில்லை. அது இருத்தல் தொடர்பான பிரச்சனை அன்று, மாறாக, உங்களுடைய டோபமைன் அமைப்புமுறை உடைந்து போயுள்ளதை மட்டுமே அது காட்டுகிறது, அவ்வளவுதான்!

உங்கள் மூளையை மீண்டும் பழைய நிலைக்குத் திரும்பச் செய்து விஷயங்களைப் புதிதாக உணர வைப்பதுதான், டோபமைன் அளவைக் குறைக்கின்ற உத்திகளின் நோக்கம். அதற்காக நீங்கள் டோபமைன் சுரப்பை முழுமையாக நிறுத்த முயற்சிக்கப் போவதில்லை. அது எப்போதும் அங்கு இருந்து கொண்டுதான் இருக்கும். உங்களுக்குப் பிடித்தமான வேறு நடவடிக்கைகளில் நீங்கள் ஈடுபட முடியாத நிலையில் உங்களை வைத்திருக்கின்ற, கட்டுப்படுத்தப்பட முடியாத நிலையில் இருக்கின்ற டோபமைன் அளவைக் கட்டுப்படுத்துவதன் மூலம் நீங்கள் ஆசுவாசம் அடைவீர்கள் (Andrew Kirby, 2020, *Dopamine Detox*). டோபமைன் அளவு என்பது இன்சுலின் அளவைப் போன்றது. அதன் அளவு கவனத்துடன் கட்டுக்குள் வைத்துக் கொள்ளப்பட வேண்டும். அற்புதமான நரம்பிய அமைப்புமுறையை உங்களுக்காக வேலை செய்ய வைப்பதுதான் இதன் நோக்கம். அதாவது, கடின உழைப்பு, போதுமான அளவு சவால், மிதமான

போக்கு, சுய ஒழுங்கு, முறையாகச் சம்பாதிக்கப்பட்ட இன்ப நுகர்ச்சியின் வழியாகக் கிடைக்கின்ற திருப்தி ஆகியவற்றுக்கு ஏற்ற விதத்தில் உங்களுடைய உடலையும் வாழ்க்கையையும் தயார்படுத்திக் கொள்ளுதல் என்பது இதற்கு அர்த்தம்.

கீழே குறிப்பிடப்பட்டுள்ள சில நடவடிக்கைகள் மற்றும் பழக்கங்கள் உங்களிடம் நிறைய டோபமைனைச் சுரக்க வைக்கக்கூடியவை. ஆனால் அவை உங்களுக்கு உகந்தவையல்ல.

- சமூக ஊடகங்கள், குறுஞ்செய்திச் செயலிகள் மற்றும் உங்களுடைய அலைபேசி
- வீடியோ விளையாட்டுகள் மற்றும் அலைபேசி விளையாட்டுகள்
- திரைப்படங்கள், தொலைக்காட்சி நிகழ்ச்சிகள் போன்றவற்றைப் பார்த்தல், அவற்றில் மூழ்கிக் கிடத்தல்
- ஆபாசப் படங்களைப் பார்த்தல், ஆபாசப் புத்தகங்களைப் படித்தல்
- மிக அதிக அளவு சர்க்கரையுள்ள உணவுப் பதார்த்தங்கள், நொறுக்குத் தீனிகள் மற்றும் குப்பை உணவுகளை உண்ணுதல்
- காபி, தேநீர், சாக்லெட் பானம், சோடா குளிர்பானங்கள், சர்க்கரைப் பானங்கள் மற்றும் போதைப் பொருள்களைப் பயன்படுத்துதல்
- இணையத்தில் பொருள்களை வாங்காமல் வெறுமனே மேய்ந்து கொண்டிருத்தல்
- உங்களைத் திருட்டுத்தனமாகக் கவர்ந்திழுப்பதற்காகவே உருவாக்கப்படுகின்ற, இணையத்தில் உலா வருகின்ற விஷயங்களை நுகர்தல்

இந்த நடவடிக்கைகள் நம்முடைய ஏராளமான நேரத்தைக் கொள்ளையடிப்பதோடு, நம்முடைய டோபமைன் அளவையும் தாறுமாறாக அதிகரிக்கச் செய்துவிடுகின்றன. அவை வாழ்க்கைக்கான குப்பை

உணவுகள். அவற்றை எடுத்துக் கொள்கின்ற அக்கணத்தில் அவை சிறப்பாக இருப்பதாகத் தோன்றும். ஆனால், அவற்றில் ஆன்மிகரீதியான மற்றும் உணர்ச்சிரீதியான ஊட்டச்சத்து எதுவும் கிடையாது. அவற்றை நீங்கள் எடுத்துக் கொண்ட பிறகு, அதற்கு முன்பு இருந்ததைவிட நீங்கள் மோசமாக உணர்வீர்கள். வெகுமதி பெறுகின்ற உணர்வை அளிக்கின்ற அனைத்து நடவடிக்கைகளும் டோபமைன் சுரப்பைத் தூண்டும் என்றாலும், உடனடித் திருப்தி உணர்வை ஏற்படுத்துகின்றவற்றிலிருந்து விடுபடுவது மிகவும் கடினம் என்பதை நீங்கள் நினைவில் வைத்துக் கொள்ள வேண்டும்.

டோபமைன் குறைப்பு நடவடிக்கைகள் உங்களுடைய மூளையை நிலைப்படுத்தி, நீங்கள் உங்களுடன் ஏகாந்தமாக இருப்பதற்கு உங்களை அனுமதிக்கும். இந்த டோபமைன் பாய்ச்சலை நீங்கள் தியாகம் செய்துவிட்டு, உங்களுடன் தனியாக இருந்து கொண்டு, தங்குதடையின்றி அனைத்து விதமான எண்ணங்களும் வந்து போவதை வேடிக்கை பார்த்துக் கொண்டிருக்கின்றபோது என்ன நடக்கும் என்பதை ஆராய்வதற்கு அது உங்களுக்கு உதவும். ஏக்கம், அதிருப்தி, காத்திருக்க வேண்டியிருத்தல் போன்றவற்றை சகித்துக் கொள்வதற்குத் தேவையானவற்றைக் கட்டியெழுப்புங்கள். அக்கணத்தில் ஏதோ ஒன்று கிடைக்காமல் போனது போன்ற உணர்வு உங்களுக்கு ஏற்படக்கூடும் என்றாலும், இன்னும் அதிகமான இன்ப நுகர்ச்சியை அனுபவிப்பதற்கான திறனை நீங்கள் வளர்த்துக் கொண்டிருக்கிறீர்கள் என்பதே உண்மை. பல ஆண்டுகளாகக் குப்பை உணவை ஒதுக்கித் தள்ளி வைத்துவிட்டிருந்த ஒருவன், திடீரென்று, அதீதமாகப் பதப்படுத்தப்பட்ட, எண்ணெயில் வறுக்கப்பட்ட உணவை உண்கின்றபோது, அவற்றை அவன் இரசிக்க மாட்டான். இயற்கையில் கிடைக்கின்ற, முழுமையான, அதிகமாகத் தூண்டாத உணவுகளிலிருந்து அவனுக்கு அதிக இன்பம் கிடைப்பதை அவன் கண்டறிந்திருப்பான் என்பதே அதற்குக் காரணம்.

சரி, நம்முடைய வாழ்க்கையில் திட்டவட்டமான

மாற்றங்களை உருவாக்கிக் கொள்வதற்கு நாம் இந்தக் கோட்பாடுகளைத் துல்லியமாக எப்படிப் பயன்படுத்தப் போகிறோம்? டோபமைன் குறைப்பு உத்திகள் உடனடித் தீர்வு அல்ல என்பதை நீங்கள் முதலில் நினைவில் வைத்துக் கொள்ள வேண்டும். அத்துடன், அது எளிதாகவோ, இன்பமானதாகவோ, அல்லது துடிப்பானதாகவோ இருக்கப் போவதில்லை. அது அதற்கானதும் அன்று. நீங்கள் இதை ஒரே ஒரு நாள் கடைபிடிக்கின்றபோது, உங்களிடம் தோன்றுகின்ற உணர்ச்சிகளை அவதானியுங்கள்.

இதைத் தொடங்குவதற்கான நல்ல வழி, டோபமைனைக் குறைக்கின்ற செயல்களில் ஒரே ஒரு நாள் மட்டும் ஈடுபடுதலாகும். அந்த 24 மணிநேரத்தில் நீங்கள் எதைச் செய்வீர்கள்? உங்களுடைய டோபமைனின் அளவை அதிகரிக்கின்ற, நாம் முன்பு குறிப்பிட்டிருந்த எந்தவிதமான நடவடிக்கைகளிலும் நீங்கள் ஈடுபட மாட்டீர்கள். நீங்கள் உங்களுடைய கணினியையும் அலைபேசியையும் தொட மாட்டீர்கள். நீங்கள் போதைப் பொருள்கள் எதையும் பயன்படுத்த மாட்டீர்கள். வீடியோ விளையாட்டுகளில் இறங்க மாட்டீர்கள். உடனடித் திருப்தி அளிக்கின்ற எந்தவிதமான நடவடிக்கைகளிலும் கலந்து கொள்ள மாட்டீர்கள். அதற்காக நீங்கள் உங்களைத் தண்டித்துக் கொள்வதாக எடுத்துக் கொள்ளத் தேவையில்லை. உங்கள் வாழ்க்கையிலிருந்து இருத்தல்ரீதியான குப்பை உணவுகளை நீங்கள் நீக்குகிறீர்கள், அவ்வளவுதான்.

நீங்கள் உங்களுடைய டோபமைன் அளவைக் குறைக்கின்ற நடவடிக்கைகளில் ஈடுபட விரும்பினால், உங்களால் இந்த நடவடிக்கைகளைக் கண்டிப்பாகக் குறைத்துக் கொள்ள முடியும். இதில் நீங்கள் ஈடுபடுகின்றபோது, உங்களுடைய அலைபேசி, தொலைக்காட்சி மற்றும் இனிப்புப் பண்டங்கள் குறித்து உங்களிடம் தோன்றுகின்ற சபலத்தை அடக்கிக் கொள்ள நீங்கள் சிரமப்படுவதை உங்களால் எளிதில் பார்க்க முடியும். அதனால் பரவாயில்லை. இந்த முயற்சி ஏன் ஒரு மடத்தனமான யோசனை என்பதற்கு உங்களிடம்

ஆயிரக்கணக்கான யோசனைகள் உதிக்கும். அதை நீங்கள் ஏன் தொடர வேண்டியதில்லை என்பதற்கு எண்ணற்ற நியாயமான காரணங்கள் உங்கள் மனத்தில் உதிக்கும். அதுவும் பரவாயில்லை. நீங்கள் கோபமடையக்கூடும், மனச்சோர்வுக்கு ஆளாகக்கூடும் அல்லது எதிலும் சுவாரசியம் இல்லாமல் போகக்கூடும். இவை அனைத்தும் இயல்பானவைதாம். இவை குறித்த விழிப்புணர்வுடன் அக்கணத்தில் தொடர்ந்து இருங்கள். இங்கு நீங்கள் உங்களுடைய கண்ணோட்டங்களையும் தூண்டுதல் உணர்வுகளையும் மாற்றி எழுதிக் கொண்டிருக்கிறீர்கள். அதனால் பொறுமையாக இருங்கள். எதுவுமே உங்கள் கட்டுப்பாட்டில் இல்லாதது போன்ற ஓர் உணர்வு உங்களுக்கு ஏற்படுகிறதா? நீங்கள் விரும்புவது உங்களுக்கு உடனடியாகக் கிடைக்காமல் போகின்றபோது, உலகமே ஒரு முடிவுக்கு வந்துவிடுகிறதா? எல்லாவற்றுக்கும் மேலாக, நீங்கள் விரும்பியிருந்த விஷயங்கள் உண்மையிலேயே அந்த அளவுக்குச் சிறந்தவையா?

இப்போது நீங்கள் ஒரு விதமான தவிப்புடன் இருக்கக்கூடும். அதைக் கண்டுகொள்ளாமல் விட்டுவிட்டு, உங்களுடைய நேரத்தைக் கீழ்க்கண்ட வழிகளில் செலவழிக்க நீங்கள் முயலலாம்:

- தியானம்
- குறிப்பெழுதுதல்
- நடத்தல்
- படித்தல்
- பிறருடன் நேரில் உரையாடுதல்

இதை நீங்கள் இன்னும் அதிக சவால்மிக்கதாக ஆக்கிக் கொள்ள விரும்பினால், தியானத்தைத் தவிர அனைத்து நடவடிக்கைகளையும் நீக்கிவிடுங்கள். ஒரு நாள் முழுக்க உண்ணாவிரதம் இருக்கக்கூட நீங்கள் முயலலாம். நீங்கள் எவ்வளவு அதிகமான நடவடிக்கைகளைத் தவிர்க்கிறீர்களோ, அந்த அளவுக்கு நீங்கள் சிரமப்படுவீர்கள். ஆனால், அதே நேரத்தில், அதற்கான வெகுமதிகளும் அதிகமாக இருக்கும். உங்களுடைய

எண்ணங்களையும், உணர்வுகளையும், ஆசைகளையும், யோசனைகளையும் நீங்கள் கண்டுபிடிப்பீர்கள். நீங்கள் இதுவரை அனுபவித்து வந்திருந்த கவனச்சிதறல்கள் இல்லாதிருந்தால் வாழ்க்கை எப்படி இருக்கும் என்பதை நீங்கள் அனுபவபூர்வமாக உணர்வீர்கள்.

ஒரே ஒரு நாள் மட்டும் இதைச் செய்வதன் மூலம் உங்களுடைய அனைத்து விதமான பிரச்சனைகளுக்கும் ஒரு தீர்வு உங்களுக்குக் கிடைத்துவிடாது. ஆனால், வரவிருக்கின்ற விஷயங்கள் குறித்து ஒரு முன்னோட்டம் உங்களுக்குக் கிடைக்கும். இன்னும் பெரிய, நீடித்து நிலைத்திருக்கின்ற மாற்றங்களைப் பெறுவதற்கு உங்களைத் தயார்படுத்திக் கொள்வதற்கான அனுபவத்தை இது உங்களுக்கு அளிக்கும்.

இதில் நீங்கள் ஈடுபட்டிருக்கின்றபோது, உங்களுக்கு விரக்தி ஏற்படக்கூடும் அல்லது சலிப்புத் தட்டக்கூடும். வழக்கமாக உங்களுக்குக் கவனச்சிதறலை ஏற்படுத்துகின்ற பொருள்களைக் கையில் எடுத்துக் கொள்ள நீங்கள் துடிக்கக்கூடும். அந்த இயலாமை உங்களுக்கு மன அழுத்தத்தை அளிக்கக்கூடும். ஏனெனில், நீங்கள் பழகிப் போயிருந்த ஒன்றை வலுக்கட்டாயமாக உங்களிடமிருந்து பறிக்க நீங்கள் முயல்கிறீர்கள். அது உங்களுக்கு சௌகரிய உணர்வை ஊட்டாது.

ஆனால், உங்களால் சகித்துக் கொள்ளத்தக்கதோர் அசௌகரிய உணர்வாகத்தான் அது இருக்கும். உங்களைப் பற்றிய புதிய மற்றும் எதிர்பாராத ஒன்றை நீங்கள் கண்டுபிடிப்பீர்கள், வழக்கமாக நீங்கள் உணராத ஒன்றை நீங்கள் உணர்வீர்கள். இந்த அசௌகரிய உணர்வு விரைவில் உங்களிடமிருந்து விடைபெற்றுக் கொள்ளும். இந்த வெற்றியின் காரணமாக நீங்கள் அதிகாரம் பெற்றுள்ளதாக உணர்வீர்கள்.

திருப்தியடைந்துள்ள உணர்வை எட்டுவதற்கு நீங்கள் மலிவான டோபமைன் மூலங்களை நம்பியிருக்கத் தேவையில்லை. வெறும் நுகர்வில் ஈடுபட்டிருப்பதற்குப் பதிலாக, அசைபோட்டுப் பார்த்தல், படைப்பாற்றல் போன்ற உருப்படியான விஷயங்களை நோக்கி உங்களால் திரும்ப முடியும், உங்களை ஆழமான முறையிலும்

அர்த்தமுள்ள விதத்திலும் ஊக்குவிப்பதற்கு உதவுகின்ற இலக்குகளை நிர்ணயித்துக் கொள்ள முடியும்.

எடுத்துக்காட்டாக, ஒரு புத்தகத்தை எழுதுவது மிகவும் திருப்தியளிக்கின்ற விஷயமாக இருக்கும். அது எளிதன்று, அதற்கு நேரம் பிடிக்கும். ஆனால், அது உங்களுக்கு, ஒரு யூடியூப் அல்லது டிக்டாக் வீடியோவைப் பார்ப்பதைக் காட்டிலும், அதிகமான காலம் நிலைத்திருக்கும் பெருமை, அர்த்தம் மற்றும் ஆனந்தத்தைக் கொடுக்கும்.

வழமையாக உடற்பயிற்சி செய்வது உங்களுடைய உடல் ஆரோக்கியத்தின்மீது பெருமளவுக்கு நேர்மறையான தாக்கம் ஏற்படுத்தக்கூடியது என்றாலும், அது உங்களுக்கு உடனடித் திருப்தியை அளிக்காது. அத்துடன், அதற்கு அதிக முயற்சி தேவைப்படும், அது கடினமானதாகவும் வலிமிக்கதாகவும் இருக்கும். அதன் பலன்களை அனுபவிப்பதற்கு நீங்கள் நீண்டகாலம் காத்துக் கொண்டிருக்க வேண்டும். ஆனால், உங்களால் தாக்குப்பிடிக்க முடிந்தால், நீண்டகாலம் நிலைத்திருக்கக்கூடிய திருப்தியை உங்களால் பெற முடியும்.

நீங்கள் உங்களுடைய கவனத்தை உடனடித் திருப்தியில் குவித்திருக்கின்ற காரணத்தால், உங்களுடைய பழக்கங்களில் எவை சரியாக வேலை செய்து கொண்டிருக்கவில்லை என்று யோசித்துப் பாருங்கள். உங்களுக்குப் போதுமான அளவு நேரம் இருந்து, உங்களால் ஆற்றலுடன் செயல்பட முடிந்து, அனைத்திலும் முழுமையாகக் கவனம் செலுத்த முடிந்தால், உங்களால் என்னவெல்லாம் சாதிக்க முடியும்?

புதிய, மேம்பட்டப் பழக்கங்களுக்கான முதலடி எடுத்து வைப்புதான் ஒரு-தின டோபமைன் குறைப்பு நடவடிக்கை முயற்சி. ஆனால், அது முடிவடைந்தவுடன் அதை அலசி ஆராய்ந்து மறுபடியும் அதை நீங்கள் தொடரவில்லை என்றால் அதனால் பெரிய பலன் ஏதும் ஏற்படாது.

மூன்று-நாள் டோபமைன் குறைப்பு முயற்சி

கூடுதல் சவாலானதாக இருக்கும். அதே நேரத்தில், நீங்கள் எந்தப் பழக்கங்களையெல்லாம் தக்கவைத்துக் கொள்ள விரும்புகிறீர்கள் என்பதை அடையாளம் கண்டுகொள்வதற்கு அது உதவும். ஒரு-நாள் டோபமைன் குறைப்பு முயற்சியின்போது நீங்கள் மேற்கொண்ட அணுகுமுறையையே இங்கும் நீங்கள் கடைபிடிக்க வேண்டியிருக்கும். ஆனால், இதில் உண்ணாவிரதம் இருத்தல் போன்றவற்றை நீங்கள் மேற்கொள்ள மாட்டீர்கள். இரண்டாம் நாளின்போது, நீங்கள் உங்களுடைய பழக்கங்கள் குறித்துத் தீவிர ஆலோசனைகளை மேற்கொள்வீர்கள், எந்தெந்தப் பழக்கங்களை நீங்கள் உங்கள் வாழ்க்கைக்குள் கொண்டுவர விரும்புகிறீர்கள் என்று அசைபோடுவீர்கள்.

மூன்று நாள்களுக்குச் சமூக ஊடகங்கள் இல்லாமலோ அல்லது காபி குடிக்காமலோ இருக்கின்றபோது நீங்கள் எப்படி உணர்கிறீர்கள் என்பதை உணர்ந்து கொள்ளவும், அவற்றை மீண்டும் உங்களுடைய வாழ்க்கையில் சேர்த்துக் கொள்வது மதிப்புமிக்கதாக இருக்குமா என்பது குறித்து யோசிக்கவும் இந்த முயற்சி உங்களுக்கு உதவும்.

நீங்கள் நீக்கியிருக்கின்ற விஷயங்கள் உங்கள் வாழ்க்கைக்கு மதிப்பு கூட்டுகின்றனவா என்று சிந்தித்துப் பாருங்கள். அவற்றை நீங்கள் நீக்கியிருக்கின்றபோது, அவற்றை உண்மையிலேயே தவறவிட்டுவிட்டோம் என்ற ஏக்க உணர்வு உங்களிடம் ஏற்படுகிறதா அல்லது அவை அளிக்கின்ற உடனடித் திருப்தியை இழந்துவிட்ட உணர்வு மட்டுமே உங்களிடம் ஏற்படுகிறதா என்று நீங்கள் அலச வேண்டும். அப்போது நீங்கள் எந்த அளவுக்குக் கவனக்குவிப்புடன் இருக்கிறீர்கள்? உங்களுடைய கவனம் சிதறடிக்கப்படுகின்றபோது, அதை நீங்கள் எப்படி மீட்டெடுக்கிறீர்கள்?

ஏழு-நாள் போதை நீக்கத் திட்டம்

ஏழு-நாள் டோபமைன் போதை நீக்கத் திட்டத்தில், நீங்கள் அதற்கு வாரத்தில் ஒரு நாளை ஒதுக்க

வேண்டும். அது வார இறுதி நாள்களில் ஒன்றாக இருப்பதை உறுதி செய்து கொள்வது நல்லது. ஏனெனில், வார நாள்கள் எனில், நீங்கள் அலுவலக வேலை தொடர்பான மின்னஞ்சல்களுக்குப் பதிலளிக்க வேண்டியிருக்கலாம், அல்லது உங்களுடைய அலைபேசி மற்றும் கணினியைப் பயன்படுத்த வேண்டியிருக்கலாம். நீங்கள் தேர்ந்தெடுத்துள்ள அந்த நாளில், உங்களுடைய கவனத்தைப் பறிக்கின்ற விஷயங்களிலிருந்து வலுக்கட்டாயமாக உங்களை அப்புறப்படுத்திக் கொள்கின்ற நடவடிக்கைகளில் ஈடுபடுங்கள். அவற்றை நீங்கள் தொடர்கின்றபோது, உங்களுடைய தேவைக்கும் சூழலுக்கும் எத்தகைய நடவடிக்கைகள் பொருத்தமாக இருக்கும் என்பதைக் கண்டறிவதற்கான வாய்ப்புகள் அதிகரிக்கும்.

சிலர் டோபமைன் போதை நீக்க முயற்சியை அதன் எல்லைவரை எடுத்துச் செல்கின்றனர். அக்காலகட்டத்தில், அவர்கள் உண்ணாவிரதத்தில் ஈடுபடுகின்றனர், பிறருடனான தொடர்புகளை முற்றிலும் துண்டித்துக் கொள்கின்றனர். அது நிஜமாகவே உங்களுக்கு நன்மை பயக்கும் என்று நீங்கள் ஆழமாக நம்பினால் ஒழிய அவற்றை நீங்கள் மேற்கொள்ள வேண்டியதில்லை. டோபமைன் போதை நிறுத்தத்தின் விளைவுகளை உணர்ந்து கொள்வதற்கு, உங்களுக்குச் சிலிர்ப்பையும் துடிப்பையும் கொடுக்கின்ற சில நடவடிக்கைகளை வெறுமனே நிறுத்தினாலே போதும்.

அதன் உச்சகட்டமாக, ஒரு துறவியைப்போல வாழ நீங்கள் முயற்சிக்கலாம். அத்தகைய சவாலுக்கு நீங்கள் தயாராக இருந்தால், அதை நீங்கள் தாராளமாக முயற்சித்துப் பார்க்கலாம். அந்த முயற்சி, உங்களுடைய யோசனைகள் மற்றும் நம்பிக்கைகளைக் கடும் கேள்விக்கு உட்படுத்தவும், உங்களுக்குக் கடுமையான அசௌகரியத்தை ஏற்படுத்தவும் கூடும்.

உங்களுடைய சக்திக்கு மீறி உங்களை உந்தித் தள்ளுவது நல்லதன்று என்பதை நினைவில் வைத்துக் கொள்ளுங்கள். அதனால், இது போன்ற குறுகியகால சோதனை முயற்சிகளில் இறங்குவது நல்லது. முதலில்

அதன் இலகுவான வடிவத்தை முயற்சி செய்து பார்த்து, அது குறித்து நீங்கள் எப்படி உணர்கிறீர்கள் என்று பாருங்கள். ஒரு நாளில், உங்களுடைய டோபமைன் அளவை அதிகரிக்கின்ற நடவடிக்கைகளை மேலும் மேலும் குறைத்துக் கொண்டே வாருங்கள். அப்படித் தொடர்ந்து செய்து வந்தால், ஒரு கட்டத்தில், ஒரு நாளை வெறும் தியானம், ஆழ்சிந்தனை மற்றும் உங்களுடன் தனித்திருத்தல் போன்றவற்றில் மட்டுமே செலவிடுகின்ற நிலையை உங்களால் அடைந்துவிட முடியும்.

டோபமைன் விரதம்

டோபமைன் விரதம் என்பது டோபமைனை அதிகரிக்கின்ற பழக்கங்களில் தாக்கம் ஏற்படுத்துகின்ற மாற்றங்கள் தொடர்பானது. உங்கள் மூளையிலுள்ள டோபமைன் அளவைக் குறைக்கவும், உங்களுடைய கவனக்குவிப்பை அதிகரிக்கவும் இந்த டோபமைன் பத்திய வழிமுறை உங்களுக்கு உதவும்.

டோபமைன் விரதம் இப்போது பெருமளவுக்குப் பிரபலமாகிக் கொண்டிருக்கிறது. அளவுக்கதிகமாக டோபமைன் சுரப்பை ஊக்குவிக்கின்ற நடவடிக்கைகளைக் குறைத்து, உங்களுடைய கவனக்குவிப்பை அதிகரிக்க இது உதவும். அளவுக்கதிகமாக டோபமைன் சுரப்பை ஊக்குவிக்கின்ற நடவடிக்கைகளை நிறுத்துவதற்குப் பதிலாக அவற்றைக் குறைக்கின்ற வழிமுறையாக இது இருப்பதால், பொதுவாகவே இது பெரிய அளவுக்குத் தீவிரத்தன்மையுடையது அன்று. பொதுவாகப் பிரச்சனைக்குரிய குறிப்பிட்டச் சில நடத்தைகளைக் குறைப்பதில் இது கவனம் செலுத்துகிறது. இதை கேமரான் செபா தன்னுடைய புத்தகத்தில் சுட்டிக்காட்டுகிறார் (2019, *The Definitive Guide to Dopamine Fasting 2.0 — The Hot Silicon Valley Trend*).

பிரச்சனைக்குரிய நடவடிக்கைகளைக் குறைத்துக் கொண்டு, நல்ல, ஆரோக்கியமான, உங்களுடைய விழுமியங்களோடு ஒத்திசைவாக இருக்கின்ற

நடவடிக்கைகளை அதிகரித்துக் கொள்ள டோபமைன் விரதம் உங்களுக்கு உதவும். உடற்பயிற்சி செய்தல், சமூக நிகழ்வுகளுக்கு நேரில் செல்லுதல் போன்றவை இதற்கான சில எடுத்துக்காட்டுகள்.

டோபமைன் விரதத்தை நீங்கள் பல வழிகளில் செய்யலாம். தினந்தோறும் குறைந்தபட்சம் ஒரு மணி நேரம் என்ற கணக்கில் அதைச் செய்யலாம். அல்லது, வார இறுதி நாள்களில் ஒன்றில் மேற்கொள்ளலாம்; அல்லது காலாண்டுக்கு ஒரு முறை ஒரு வார இறுதியிலுள்ள இரண்டு நாள்களிலும் அதை மேற்கொள்ளலாம்; அல்லது ஆண்டுக்கு ஒரு வாரம் மேற்கொள்ளலாம். நீண்டகால விரதம் மேற்கொள்ளத் தீர்மானித்தால், நீங்கள் உங்களுடைய சுற்றுச்சூழலை மாற்றிக் கொள்வது இன்றியமையாதது. வேறு ஓரிடத்திற்குப் பயணம் மேற்கொள்ளலாம், அல்லது வீட்டுக்கு வெளியே அதை முயற்சி செய்யலாம். நவீன வீடுகளில் இருக்கின்ற சபலங்களைத் தவிர்ப்பதற்கு இது உதவும். நீங்கள் உங்களுடைய பிற குடும்ப உறுப்பினர்களோடு சேர்ந்து வாழ்ந்து வருகின்ற பட்சத்தில், வீட்டுக்கு வெளியே சென்று அவற்றில் ஈடுபட முயல்வது அதை இடைஞ்சலின்றி மேற்கொள்வதற்கு வெகுவாக உதவும். வெளியில் இருக்கின்றபோது, சபலங்களைச் சமாளிப்பது உங்களுக்கு எளிதாகிவிடும்.

சில நேரங்களில் ஒரு குறிப்பிட்ட நடத்தையை விட்டொழிப்பது உங்களுக்குச் சிரமமாக இருக்கும். எடுத்துக்காட்டாக, நீங்கள் உங்களுடைய அலைபேசித் தொடர்பைத் துண்டித்துக் கொள்ள முடியாத நிலை நிலவலாம். அல்லது நீங்கள் ஒரு குறிப்பிட்டத் தொலைக்காட்சி நிகழ்ச்சியை உங்கள் குடும்பத்துடன் பார்க்கும் பழக்கம் உங்களுக்கு இருக்கலாம். இந்த நடவடிக்கைக்கு நீங்கள் ஒதுக்குகின்ற நேரத்தையும் இடத்தையும் குறைத்துக் கொள்வதுதான் இங்கு உங்களுடைய நோக்கமாக இருக்க வேண்டும். அதைக் குறைத்துக் கொள்வதற்கு நீங்கள் கீழ்க்கண்ட எல்லைகளை வகுத்துக் கொள்ளலாம்:

- சமூக ஊடகங்களில், ஒரு நாளைக்கு அதிகபட்சமாகப் பதினைந்து நிமிடங்களை மட்டுமே செலவிடுதல்
- இரவு உணவுக்குச் சற்று முன்னர்வரை ஒரு நாள் முழுவதும் அலைபேசியைப் பயன்படுத்தாதிருத்தல்
- ஒரு தொலைக்காட்சி நிகழ்ச்சித் தொடரின் ஒரு எபிசோடை மட்டும் உங்கள் குடும்பத்தாருடன் சேர்ந்து பார்த்தல்

நேரம் குறித்தத் தெளிவான வரையறைகளை நிர்ணயித்துக் கொண்டு அவற்றைத் துல்லியமாகக் கடைபிடியுங்கள். இதைப் பிறரிடம் வெளிப்படையாகத் தெரிவிக்கத் தயங்காதீர்கள். குறிப்பிட்டச் சில நடவடிக்கைகளுக்கு உங்களுக்கு நீங்களே ஒதுக்கியுள்ள நேரத்தைக் கண்காணிப்பதற்கு அலாரத்தைப் பயன்படுத்திக் கொள்ளலாம். உங்கள் நடத்தையைக் கண்காணிப்பதற்குச் செயலிகளையும் பயன்படுத்திக் கொள்ளலாம். ஒவ்வொரு குறிப்பிட்ட நடத்தையின் தொடக்கம் மற்றும் முடிவை அறிவிக்கின்ற துல்லியமான தூண்டல்களை வகுத்துக் கொள்வது நல்லது. எடுத்துக்காட்டாக:

- இரவு உணவுக்குப் பின்னர் உங்களுடைய அலைபேசியை எடுத்துத் தூரமாக வைத்துவிடுதல்
- உங்களுடைய சவாரிக்குக் காத்திருக்கும்போது குறுஞ்செய்திகளை அனுப்புவதற்கு ஏற்பாடு செய்து கொள்ளுதல்
- தினமும் இரவு 7.00 மணியிலிருந்து 7.30 மணிவரை மட்டுமே தொலைக்காட்சி நிகழ்ச்சிகளைப் பார்த்தல்

உங்களுக்கு மன உளைச்சல் ஏற்படுத்துகின்ற, உங்களைக் கவர்ந்திழுத்துக் கட்டிப்போட்டு வைக்கின்ற, பிரச்சனைக்குரிய நடத்தைகளை நீங்கள் குறி வைக்கலாம். விரத நடவடிக்கைகளை மேற்கொள்வதன் மூலம் அந்த நடத்தைகளைச் சார்ந்திருத்தலை நீங்கள் குறைத்துக் கொள்ளலாம். நீங்கள் உங்களுடைய

நடவடிக்கைகளுக்குத் துல்லியமான வரையறைகளை வகுத்துக் கொண்டு, உங்களுடைய நிலைப்பாட்டைப் பிறருடன் பகிர்ந்து கொள்கின்றபோது, அவர்கள் உங்களைத் தீவிரமாக எடுத்துக் கொண்டு உங்களுக்கு அதிக ஆதரவளிப்பர்.

நீங்கள் டோபமைன் விரதத்தை மேற்கொள்கின்றபோது அனைத்து நடவடிக்கைகளையும் கைவிட வேண்டும் என்று செபா பரிந்துரைப்பதில்லை. ஆனால், உங்களுக்கு நல்ல உணர்வை அளிக்கின்ற நடவடிக்கைகளில் நீங்கள் கவனத்தைக் குவிப்பதற்கு அவர் உங்களை ஊக்குவிக்கிறார். உடற்பயிற்சிகளை மேற்கொள்ளுதல், படைப்புரீதியான செயல்பாடுகளில் இறங்குதல், சுத்தம் செய்தல், எதையாவது உருவாக்குதல் போன்ற செயல்களில் ஈடுபடுதல் போன்றவை இதற்கான எடுத்துக்காட்டுகளில் சில. உங்கள் இலக்கோடு ஒத்திசைவாக இருக்கின்ற நடவடிக்கைகளுக்கு இடத்தை ஒதுக்கி அதைத் தீவிரமாகக் கடைபிடியுங்கள். உங்களுக்குப் பிடித்தமான ஒரு திறனை வளர்த்துக் கொள்ளுதல் அல்லது ஒரு கலைத்திறனைக் கற்றுக் கொள்ளுதல் போன்றவை இதற்கான எடுத்துக்காட்டுகள்.

டோபமைன் விரதம் நீடித்து நிலைத்திருக்க வேண்டிய ஒன்று என்பதால், உங்களுக்குப் பலனளிக்கின்ற ஓர் உத்தியைத் தேர்ந்தெடுத்துக் கொள்வது நல்லது. அதற்கு நீங்கள் ஒதுக்குகின்ற நேரம் நடைமுறைக்கு உகந்ததாக இருப்பது இன்றியமையாதது. உங்கள் மூளையில் டோபமைனைச் சுரக்க வைக்கின்ற அனைத்து மூலங்களையும் நீக்குவதற்கு முயற்சி செய்யாதீர்கள். மாறாக, ஏதோ ஒரு விதத்தில் உங்களிடம் மோசமான தாக்கத்தை ஏற்படுத்துகின்ற பிரச்சனைக்குரிய நடத்தைகளின்மீது கவனத்தைக் குவியுங்கள். ஆரோக்கியமான நடவடிக்கைகள் மூலம் உங்களுக்குக் கிடைத்துக் கொண்டிருக்கின்ற மகிழ்ச்சியை இழக்காமலேயே, உங்களுடைய டோபமைன் அளவைக் குறைப்பதற்கு இது உங்களுக்கு உதவும்.

நிகழ்கணலயிப்பும் விழிப்புணர்வும்

கண்மூடித்தனமாகப் பலதரப்பட்ட நடவடிக்கைகளில் ஈடுபடுவதைக் குறைப்பதற்கும், உடனடித் திருப்தி தருகின்ற விஷயங்களை நாடுவதைக் கட்டுப்படுத்துவதற்கும், நிகழ்கணலயிப்பு உங்களுக்கு உதவும். குறிப்பாக, வீடியோ விளையாட்டுகள், சமூக ஊடகங்களில் மேய்தல் போன்ற, உங்களுடைய கவனத்தைக் கவர்ந்திழுத்து உங்களுடைய நேரத்தை வீணாக்குகின்ற நடவடிக்கைகளில் இது வெகுவாகப் பலனளிக்கும். திடீர்த் தூண்டுதல்களின் தாக்கத்திற்கு அடிபணிகின்ற நடத்தைகளைக் குறைத்துக் கொள்வதற்கும், டோபமைன் அளவை அதிகப்படுத்துகின்ற நடவடிக்கைகளுக்குப் பலியாகாமல் இருப்பதற்கு உங்களுடைய மூளையைப் பயிற்றுவிப்பதற்கும் நிகழ்கணலயிப்பு உங்களுக்கு உதவும். ஒட்டுமொத்தத்தில், உங்களை ஆசுவாசப்படுத்திக் கொள்வதற்கு இது இட்டுச் செல்லும்.

வடிவமைப்பாளர்களும் சந்தையியலாளர்களும், எளிதாக உங்களை அடிமைப்படுத்துகின்ற அனைத்து விதமான பொருள்களையும் சேவைகளையும் உருவாக்கிக் கொண்டிருக்கின்றனர். தொடர்ந்து உங்களை அவற்றிலேயே அமிழ்த்தி வைத்திருக்கின்ற சமூக ஊடகங்கள், உங்களுக்கு வந்திருக்கிறதா என்று அடிக்கடி உங்களைத் தேட வைக்கின்ற குறுஅறிவிப்புகள் போன்றவை இதற்கான சில எடுத்துக்காட்டுகள். திரைப்படங்கள் மற்றும் வலைத்தொடர்களை இணையத்தில் ஒளிபரப்புகின்ற நெட்ஃபிளிக்ஸ் போன்ற தளங்கள்கூட, உங்களைக் கவர்ந்திழுக்கின்ற வேலைகளில் தந்திரமாக ஈடுபடுகின்றன. எடுத்துக்காட்டாக, நீங்கள் பொழுதுபோக்கிற்காக ஒரு வலைத்தொடரைப் பார்த்துக் கொண்டிருக்கும்போது, ஒன்று முழுவதும் முடிவதற்கு உள்ளாகவே, அடுத்தத் தொடரை உங்கள் கண்முன் கொண்டுவந்து காட்டுவதை நீங்கள் கவனித்திருப்பீர்கள்.

இதுபோன்ற, உங்களை அறியாமலேயே கண்மூடித்தனமாக நீங்கள் விழுந்து கிடக்கின்ற

படுகுழியிலிருந்து நிகழ்கணலயிப்பால் உங்களை மீட்டெடுக்க முடியும். விழிப்புணர்வுடன்கூடிய தேர்ந்தெடுத்தல், உங்களுக்கு அர்த்தமுள்ளதாகப் படுகின்ற விஷயங்களில் மட்டும் நீங்கள் உங்கள் நேரத்தைச் செலவழிக்கவும், உங்களுடைய தேவைகளை ஒரு நேர்மறையான விதத்தில் பூர்த்தி செய்து கொள்ளவும் உங்களுக்கு உதவும். கண்மூடித்தனமான நுகர்வு, ஒரு குறிப்பிட்டத் தேவையைத் திருப்திப்படுத்துவதற்கான ஆசையால் முடுக்கிவிடப்படுகிறது. ஒரு விஷயத்தை மேற்கொண்டால் உங்களுக்கு வெகுமதியும் உடனடித் திருப்தியும் கிடைக்கும் என்பதற்கான உத்தரவாதம் இதற்கான ஓர் எடுத்துக்காட்டு. இதற்கான ஒரு முறிமருந்தாக நிகழ்கணலயிப்பு செயல்பட்டு, நீங்கள் ஒரு நேர்மறையான விதத்தில் உங்களுடைய கவனக்குவிப்பை மேற்கொள்ள உங்களுக்கு உதவுகிறது (Armour, 2019, *From Mindless to Consumer to Mindful Citizen: Reimagining Consumer, Societal and Environmental Sustainability*).

நிகழ்கணலயிப்பு என்பது, எந்தவிதமான எடைபோடுதல்களுமின்றி நிகழ்கணத்தில் கவனத்தைக் குவித்திருத்தலாகும். அப்போது நீங்கள் அக மற்றும் புறத் தூண்டுதல் காரணிகளை விருப்பு-வெறுப்பின்றி அவதானிப்பீர்கள். அதாவது, அக்கணத்தில் என்ன நிகழ்ந்து கொண்டிருக்கிறது என்பது குறித்தும், அப்போது நீங்கள் எப்படி உணர்ந்து கொண்டிருக்கிறீர்கள் என்பது குறித்தும், நீங்கள் எவற்றை அனுபவித்துக் கொண்டிருக்கிறீர்கள் என்பது குறித்தும் நீங்கள் முழுக்கவனம் செலுத்துவீர்கள். உங்களுடைய பழக்கங்களைக் கண்மூடித்தனமாக அப்படியே பின்பற்றிக் கொண்டிருக்கின்ற வழமையை உடைத்து நொறுக்குவதற்கு நிகழ்கணலயிப்பு உங்களுக்கு உதவும். குறிப்பாக, சமூக ஊடகங்களில் மேய்வது, தொலைக்காட்சி நிகழ்ச்சிகளில் மூழ்கிக் கிடப்பது போன்றவற்றிலிருந்து மீள்வதற்கு அது வழிகாட்டும். *நீங்கள் அவற்றை இரசித்துக் கொண்டிருக்கிறீர்களா? நீங்கள் எப்படி உணர்கிறீர்கள்? உங்களுடைய உணர்வுகள் எப்படி இருக்கின்றன?* (Milne, Villarroel Ordenes, & Kaplan, 2020, *Mindful Consumption: Three Consumer Segment Views*).

சமூக ஊடகப் பயன்பாடு முழுவதையும் நிறுத்தி வைப்பதோ அல்லது எல்லாவற்றையும் விட்டுவிட்டு எந்நேரமும் தியானத்தில் மூழ்கிக் கிடப்பதோ நிகழ்கணலயிப்பின் இலக்கு அன்று. மாறாக, உங்களுக்கு உண்மையான இரசிப்பு உணர்வை அல்லது எதையாவது கற்றுக் கொண்டுள்ள உணர்வைக் கொண்டுவரக்கூடிய விஷயங்களை நுகர்வதற்கு உதவுவதுதான் அதன் நோக்கம் (Milne, Villarroel Ordenes, & Kaplan, 2020, *Mindful Consumption: Three Consumer Segment Views*).

அந்தக் கணத்தில் நீங்கள் எதை அனுபவித்துக் கொண்டிருக்கிறீர்களோ அதில் கவனத்தைக் குவிப்பதைப் பயிற்சி செய்வதன் மூலம் உங்களால் நிகழ்கணலயிப்பை வளர்த்துக் கொள்ள முடியும். அப்படிச் செய்வதை நீங்கள் கவனமாகத் தேர்ந்தெடுக்க வேண்டும், அதை நினைவில் வைத்துக் கொள்ள வேண்டும்.

நிகழ்கணலயிப்பை மேற்கொள்வதற்கான மற்றொரு வழி தியானத்தில் ஈடுபடுவதாகும். இத்திறமையை வளர்த்துக் கொள்வது குறிப்பிடத்தக்க மேம்பாடுகளுக்கு இட்டுச் செல்லும், அர்த்தமற்ற விஷயங்களுக்கான ஏக்கங்களையும் உடனடித் திருப்திக்கான விருப்பத்தையும் வெகுவாகக் குறைக்கும். விழிப்புணர்வுடன்கூடிய நுகர்தலில் நீங்கள் ஈடுபடுகின்றபோது, நீங்கள் அப்போது செய்து கொண்டிருக்கின்ற காரியத்தைத் தற்காலிகமாக நிறுத்தி, அதைத் தொடர நீங்கள் விரும்புகிறீர்களா என்ற தீர்மானத்தை எடுக்க அது உங்களுக்கு உதவும். பல்வேறுபட்ட வாழ்க்கை அனுபவங்களின் மூலம் உங்களுக்குக் கிடைக்கின்ற திருப்தியையும் இரசிப்பையும் அதிகரித்துக் கொள்வதற்கான நிரூபணமான ஒரு வழி நிகழ்கணலயிப்பாகும். அர்த்தமுள்ள, நீண்டகால நோக்கில் அடையக்கூடிய திருப்திக்கு இட்டுச் செல்கின்ற பழக்கங்களை நோக்கி நீங்கள் நகர்வதற்கு அது உங்களுக்கு உதவும். அத்துடன், டோபமைன் அளவைக் குறைப்பதற்கும், சலிப்பை ஓர் உத்தியாகப் பயன்படுத்துவது போன்ற உத்திகளை முயற்சி செய்வதற்குத் தேவையான அடித்தளத்தை உருவாக்கிக் கொள்வதற்கும் இது வழிவகுக்கும்.

சலிப்பை ஓர் உத்தியாகப் பயன்படுத்திக் கொள்ளுதல்

பொதுவாக சலிப்பு என்பது விரும்பத்தகாத ஒன்றாகக் கருதப்படுகிறது. நமக்குச் சலிப்பு ஏற்படுவதை நாம் விரும்புவதில்லை என்பதால், அதை அண்டவிடாமல் இருப்பதற்கு நாம் ஏகப்பட்ட விஷயங்களை முயன்று பார்க்கிறோம். வலையொலிப்பதிவுகள், இசை, அலைபேசி, சாப்பிடுதல் போன்றவற்றின் மூலம் நாம் நம்முடைய டோபமைன் அளவை அதிகரித்து, சலிப்பைத் துரத்தியடிக்க முயல்கிறோம். ஆனால், சலிப்பை உங்களால் உங்களுக்குச் சாதகமாகப் பயன்படுத்திக் கொள்ளவும் முடியும். உங்களுக்குச் சலிப்பு ஏற்படுகின்றபோது, உங்களுடைய டோபமைன் அளவு குறைகிறது. ஏனெனில், அந்த நிலை எந்தவிதமான தூண்டல்களையும் உங்களிடம் ஏற்படுத்துவதில்லை. அதே நேரத்தில், நம்முடைய மூளையைச் சுறுசுறுப்பாக வைத்திருப்பதற்காக நாம் புதிய விஷயங்களை முயன்று பார்ப்பதற்கு அது நம்மைத் தூண்டுகிறது.

சலிப்பு, உற்பத்தித்திறனையும் படைப்பாற்றலையும் தூண்டக்கூடியது. அத்துடன், குறைவான தூண்டுதல்களை உள்ளடக்கியுள்ள நடவடிக்கைகளை இரசித்து அனுபவிக்கவும் அது உங்களுக்கு உதவும். சலிப்பை அனுபவித்தப் பிறகு, நாம் படைப்பாற்றலுடன் செயல்படுவதற்கான சாத்தியக்கூறுகள் அதிகரிக்கும், நாம் விஷயங்களை இன்னும் ஆழமாக இரசித்து அனுபவிப்பதையும் அது சாத்தியமாக்கும்.

சலிப்பு ஏற்படுகின்றபோது, நம்முடைய மூளையைப் பயன்படுத்திச் செய்யக்கூடிய விஷயங்களில் ஈடுபட நாம் விரும்புவோம். அது நடைமுறையில் நிகழாமல் இருக்கும்போது, கற்பனை, படைப்பாற்றல்மிக்க நடவடிக்கைகள், பிரச்சனைகளைத் தீர்க்கின்ற திறன் போன்றவற்றின் மூலம், நம் மூளை, தூண்டுதல்களை உருவாக்கும்.

நாம் பொதுவாக, ஒரு நிமிடம்கூடச்

சலிப்படையாமல் இருக்க முயல்கிறோம். அது நமக்கு மன அழுத்தத்தை உண்டாக்கி, நம்முடைய மனநலத்தின்மீது ஓர் எதிர்மறையான தாக்கம் ஏற்படுத்துகிறது. நமக்குப் புத்துணர்வு அளித்துக் கொள்வதற்கும், நாம் மேற்கொள்கின்ற நடவடிக்கைகளில் இலயிப்புடன் ஈடுபடுவதற்கும் தேவையான வாய்ப்பை சலிப்பு நமக்கு வழங்கும் (Ducharme, 2019, *Being Bored Can Be Good for You—If You Do It Right. Here's How*).

சலிப்பை உங்களுக்குச் சாதகமாகப் பயன்படுத்திக் கொள்வது எப்படி? எந்தவிதமான தூண்டுதல்களும் இல்லாத ஒரு சூழலில் உங்களை இருத்திக் கொள்ளுங்கள். உங்களுடைய மனம் தறிகெட்டு அலையட்டும். நீங்கள் குறிப்பாக எதிலும் உங்களை ஈடுபடுத்திக் கொள்ள முயலாதிருக்கும்போது, உங்கள் மனத்திற்குள் எத்தகைய எண்ணங்களும் யோசனைகளும் உதிக்கின்றன என்று பாருங்கள் (Ducharme, 2019, *Being Bored Can Be Good for You—If You Do It Right. Here's How*).

நடத்தல், உட்கார்ந்திருத்தல் போன்ற, எளிய, உங்களுக்குப் பரிச்சயமான, அதிகத் தூண்டுதல்களைத் தோற்றுவிக்காத நடவடிக்கைகளில் நீங்கள் ஈடுபடுகின்றபோது, உங்களுடைய மனத்தை அலைபாய விடுவது எளிது. அப்போது, இசை, சமூக ஊடகங்கள் போன்ற எந்தத் தூண்டுதலும் இல்லாதபடி பார்த்துக் கொள்ளுங்கள் (Ducharme, 2019, *Being Bored Can Be Good for You—If You Do It Right. Here's How*).

தொடக்கத்தில், குறிப்பாக, சலிப்பிற்கு நாம் பழக்கப்பட்டிராதபோது, அது கடினமானதாகவும், மன அழுத்தத்தைத் தோற்றுவிக்கின்ற ஒன்றாகவும் இருக்கக்கூடும். இன்னும் சொல்லப் போனால், அலைபேசிகள் மற்றும் பிற உபகரணங்கள், சலிப்பு குறித்த நம்முடைய சகிப்புத்தன்மையைக் குறைக்கின்றன, நகைமுரணாக, அவை நம்முடைய சொந்தப் படைப்புத்திறனையும், நாம் நம்முடன் தனியாக இருப்பதற்குத் தேவையான திறனையும் குறைக்கின்றன.

சலிப்பை நீங்கள் பல்வேறு சூழல்களில் நடைமுறைப்படுத்திப் பார்க்கலாம். அடுத்த

முறை நீங்கள் அலுவலகத்திற்குப் பயணித்துக் கொண்டிருக்கின்றபோதோ அல்லது எங்காவது காத்துக் கொண்டிருக்கின்றபோதோ, இணையத்தில் மேயவோ, ஏதாவது குறுஞ்செய்தியை அனுப்பவோ முயலாதீர்கள். பத்துப் பதினைந்து நிமிடங்கள் உங்களுக்குச் சலிப்பு ஏற்படுமாறு பார்த்துக் கொண்டு, அதற்குப் பிறகு நீங்கள் மேற்கொள்கின்ற உங்களுடைய செயல்நடவடிக்கைகள் உங்களை எப்படி உணர வைக்கின்றன என்பதை அவதானியுங்கள்.

படைப்பாற்றல் தேவைப்படுகின்ற வேலைகளில் ஈடுபடுவதற்கு முன்பாகவோ, அதிகமான தூண்டுதலை உள்ளடக்கிய, ஆனால் அதிகக் கவனக்குவிப்பு தேவைப்படுகின்ற வேலைகளில் ஈடுபடுவதற்கு முன்பாகவோ, சற்றுச் சலிப்படைவதற்கு உங்களை அனுமதியுங்கள். அதற்குப் பிறகு நீங்கள் அந்த நடவடிக்கைகளில் ஈடுபடுகின்றபோது, அவை குறித்த உங்களுடைய கண்ணோட்டம் எப்படி மாறுகிறது என்பதை உன்னிப்பாக அவதானியுங்கள்.

சலிப்பைக் கண்டு பயப்படாதீர்கள். உங்கள் மூளையைத் தூண்டி, நீங்கள் உங்களுடைய கற்பனைக் குதிரையைத் தட்டிவிட உங்களுக்கு உதவுகின்ற ஒன்று அது. உடனடித் திருப்தியை உங்களுக்கு அளிக்காத நடவடிக்கைகளுக்கு உங்களுடைய மூளை எதிர்வினையாற்றுகின்ற விதத்தை அதனால் மாற்ற முடியும். அதன் மூலம் உங்களுடைய டோபமைன் அளவையும் அதனால் குறைக்க முடியும்.

செயல்முறையில் கவனக்குவிப்பு

நாம் கவனத்தில் எடுத்துக் கொள்ள வேண்டிய மற்றொரு விஷயம் விளைவுகள் மற்றும் வெகுமதிகள் தொடர்பானது. வெகுமதிகளால் அதிகமான டோபமைனை அளிக்க முடியும். நாம் அந்த வேடிக்கையான உருவப் பிம்பத்தை, பளபளப்பான அந்தக் காரை, ஏ பிளஸ் மதிப்பெண்களைப் பெற

ஆசைப்படுகிறோம். ஒரு சுவாரசியமான வீடியோவைப் பார்ப்பது நம் டோபமைன் அளவை அதிகரிக்கும் என்பது எதிர்பார்க்கப்படக்கூடிய ஒன்றுதான். அது நிகழவும் செய்யும். நமக்கு உடனடித் திருப்தியைக் கொடுக்கின்ற அந்த மொத்தச் செயல்முறைக்கும் ஒரு நிமிடத்திற்கும் குறைவாகவே பிடிக்கும்: நான் அதைப் பார்க்கிறேன்—அது எனக்கு வேண்டும் என்று ஆசைப்படுகிறேன்—அதைப் பெறுகிறேன்—பின் அடுத்ததற்கு நகர்ந்துவிடுகிறேன்.

இந்தச் செயல்முறை பல விஷயங்களுக்குப் பொருத்தமானதுதான். ஆனால், வேறு சில விஷயங்களைப் பொறுத்தவரை, அது நம்மை இழுத்துப் பிடிக்கும். எடுத்துக்காட்டாக, உடற்பயிற்சிப் பழக்கத்தை உருவாக்குவதற்கு நேரம் பிடிக்கும், தொடக்கத்தில் அது இனிமையற்றதாக இருக்கும். நீங்கள் புதிதாக ஓட்டப் பயிற்சியில் ஈடுபடுகின்றபோது, முதல் சில முறைகளில், இனிமையான உணர்வைப் பெறுவதற்குப் பதிலாக, வலியையும் களைப்பையுமே நீங்கள் அதிகமாக உணர்வீர்கள். உடனடியாக எந்த மாற்றத்தையும் உங்களால் பார்க்க முடியாது. அது உங்கள் உடலில் ஏற்படுத்துகின்ற நேர்மறையான தாக்கத்தைப் பார்ப்பதற்குச் சில வாரங்களாவது பிடிக்கும். அப்போது உங்கள் மனநிலையில் மேம்பாடு ஏற்பட்டிருப்பதையும், உங்கள் ஆற்றல் அதிகரித்திருப்பதையும் உங்களால் காண முடியும். ஆனால், நீங்கள் எடைக் குறைப்பில் ஈடுபட்டிருந்தால், அதன் விளைவைக் காண்பதற்கு இன்னும் அதிகமான காலம் பிடிக்கும்.

உடற்பயிற்சிப் பழக்கத்திலிருந்து கிடைக்கும் வெகுமதியை அனுபவிப்பதற்குச் சில காலம் ஆகும். கலைகள், தனிப்பட்ட மற்றும் தொழில்முறை மேம்பாடுகள், கற்றல்கள், திறன்களை வளர்த்துக் கொள்ளுதல் ஆகியவற்றை உள்ளடக்கிய திட்டங்களில் விளைவுகளைப் பார்ப்பதற்கு நாம் நீண்டகாலம் காத்திருக்க வேண்டும் என்பதால், அவற்றிலிருந்து டோபமைனைப் பெறுவதற்கும் நீண்டகாலம் ஆகும்.

அதனால், நாம் செய்கின்ற அனைத்திலிருந்தும்

உடனடி விளைவுகளைப் பெறுவதற்கு நாம் முனைந்து கொண்டிருந்தால், அது நம்மை நம்பிக்கை இழக்க வைக்கும். எடுத்துக்காட்டாக, நீங்கள் ஒரு புத்தகத்தை எழுத முயற்சி செய்கிறீர்கள் என்று வைத்துக் கொள்வோம். அதற்கு, அதை எழுதுவதற்கும் அதில் திருத்தங்களை மேற்கொள்வதற்கும் நீங்கள் கற்றுக் கொள்ள வேண்டும். ஒரு புத்தகம் உங்களுக்கு அளிக்கக்கூடிய டோபமைனில் நீங்கள் உங்களுடைய கவனத்தைக் குவித்திருந்தால், அதற்கு நீங்கள் நீண்டகாலம் காத்துக் கொண்டிருக்க வேண்டும். இது மற்ற நல்ல இலக்குகளுக்கும் பொருந்தும். அதற்கு, பொறுமை, சுயஒழுங்கு, கடின முயற்சி ஆகியவை தேவைப்படும்.

நாம் விளைவுகளின்மீது கவனத்தைக் குவித்தால், நம்மை நாம் ஓர் அனுகூலமற்ற நிலையில் வைத்துவிடக்கூடும்; ஏனெனில், அச்சூழ்நிலை நிறைவுக்கு வருவதற்கும், அதன் விளைவுகள் நம் கண் முன்னால் தெரிவதற்கும் நாம் காத்திருக்க வேண்டியிருக்கிறது. அதனால், பல பழக்கங்களிலிருந்து நமக்குக் கிடைக்கின்ற டோபமைனின் அளவு குறையும். அதன் காரணமாக, அச்செயல்முறையைத் தொடர்வதற்கான ஊக்கத்தை நாம் இழப்போம்.

அதனால், விளைவுகளின்மீது கவனத்தைக் குவிப்பதற்குப் பதிலாக, ஊக்குவிப்பு, உற்பத்தித்திறன் ஆகியவற்றை அதிகரிக்கின்ற செயல்முறையின்மீது நாம் கவனத்தைக் குவிக்க வேண்டும். வெகுமதி குறித்த எதிர்பார்ப்பின் காரணமாக டோபமைனின் அளவு அதீதமாக அதிகரித்து நமக்குக் கவனச்சிதறலை ஏற்படுத்துகின்றபோது, அதைக் குறைக்கின்ற நடவடிக்கைகளில் நாம் ஈடுபட வேண்டும்.

டோபமைனைக் குறைக்கின்ற நம்முடைய இறுதி இலக்கை அடைவதற்கு, செயல்முறையில் கவனம் செலுத்துவது எப்படி உதவும்? இங்கு நாம், வெகுமதி குறித்த எதிர்பார்ப்பின்மீது கவனத்தைக் குவிக்காமல், நாம் இரசித்து மேற்கொள்கின்ற நடவடிக்கைகளின்மீது கவனத்தைக் குவிப்பதுதான் அதற்குக் காரணம். அது டோபமைனின் அளவைக் குறைப்பதால், அந்த நிலைக்கு

நாம் பழகிக் கொள்வோம்.

நீங்கள் செயல்முறையில் கவனத்தைக் குவிக்கின்றபோது, உங்களுடைய திருப்தியை அதிகரிப்பதற்கு உதவுகின்ற பல நன்மைகளை உங்களால் அறுவடை செய்ய முடியும்.

விளைவுகளில் கவனத்தைக் குவிப்பது, சில சமயங்களில் தோல்விக்கு வழிவகுக்கக்கூடும். நீங்கள் விரும்புகின்ற அளவுக்கு உங்களால் செய்ய முடியாமல் போனால், அது உங்களுக்கு ஏமாற்றத்தை ஏற்படுத்தும். கிடைக்கவிருக்கின்ற வெகுமதியை உங்களால் முன்கூட்டியே சரியாகக் கணிக்க முடியாத நிலையும் உங்களிடம் ஏமாற்றத்தைத் தோற்றுவிக்கும். இதற்கு நேர்மாறாக, ஓர் இனிமையான ஆச்சரியம் உங்களுக்குக் காத்துக் கொண்டிருக்கின்றபோது, உங்கள் மூளை அதிகமான டோபமைனைச் சுரக்கும். சிலர் சிறிய அளவு ஏமாற்றத்தை எதிர்கொண்டாலே, விளைவுகள் குறித்துத் துடிப்புடன் முன்னேறுவதற்குத் தயங்கத் தொடங்கிவிடுவர் (*Tzieropolous et al., 2011, The impact of disappointment in decision making: inter-individual differences and electrical neuroimaging*). டோபமைனின் அளவைக் குறைப்பதற்கு இது உதவுகின்ற காரணத்தால், அது ஒரு நல்ல விஷயமாகத் தோற்றமளிக்கும். ஆனால், நடைமுறையில், சுய முன்னேற்றம் மற்றும் வளர்ச்சி குறித்த நம்முடைய திட்டங்களில் இது எதிர்மறையான தாக்கத்தை ஏற்படுத்திவிடும்.

நீங்கள் செயல்முறையில் கவனத்தைக் குவிக்கின்றபோது, ஏமாற்றம் ஏற்படுவதிலிருந்து உங்களைக் காப்பாற்றிக் கொள்கிறீர்கள். எப்படியிருந்தாலும், நீங்கள் உங்களுடைய இலக்கை அடைந்துவிடுவீர்கள், விளைவுகளால் ஊக்கமிழப்பதற்கான சாத்தியக்கூற்றைக் குறைத்துக் கொள்வீர்கள்.

செயல்முறையின் மற்றொரு நன்மை, உங்களை 'ஃப்ளோ' நிலையில் மூழ்கடித்துக் கொள்வதற்கு இதில் இருக்கின்ற பிரகாசமான வாய்ப்பாகும். அந்த ஃப்ளோ நிலை, டோபமைன் சமநிலையில் இருப்பது, கூடுதல் படைப்பாற்றல் மற்றும் திருப்தி, உயர்தர வாழ்க்கைமுறை

ஆகியவற்றோடு தொடர்புடையது. அத்துடன், ஃப்ளோ நிலை, நம்முடைய மனம் மற்றும் உடலில் ஒரு நேர்மறைத் தாக்கத்தை ஏற்படுத்துவதாகவும் அறியப்படுகிறது *(Gold & Ciorciari, 2020, A Review on the Role of the Neuroscience of Flow States in the Modern World).*

விளைவுகளைப் பற்றிக் கவலைப்படாமல், நீங்கள் அப்போது என்ன செய்து கொண்டிருக்கிறீர்களோ அதில் முழுக் கவனத்தையும் குவிக்கின்றபோது அங்கு ஃப்ளோ நிலை உருவாகிறது. ஃப்ளோ நிலை கீழ்க்கண்ட அம்சங்களைக் கொண்டிருக்கும் (Gold & Ciorciari, 2020, *A Review on the Role of the Neuroscience of Flow States in the Modern World):*

- உகந்த மற்றும் தடையற்றச் செயல்முறை
- நடவடிக்கையில் ஒருமித்தக் கவனம்
- எதிர்மறை எண்ணங்கள் மற்றும் சந்தேகங்கள் உட்பட மற்ற எண்ணங்கள் குறித்தப் பிரக்ஞையின்மை
- நேரம் பறந்து செல்வதைப் போன்ற உணர்வு ஏற்படுதல்

நீங்கள் ஃப்ளோ நிலைக்குள் நுழைகின்றபோது, நீங்கள் உங்களுடைய ஆகச் சிறந்த செயல்திறனுடன் இயங்கிக் கொண்டிருப்பீர்கள். நீங்கள் ஈடுபட்டுள்ள காரியத்தை நீங்கள் நன்றாகச் செய்து கொண்டிருக்கிறீர்களா அல்லது அதை மோசமாகச் செய்து கொண்டிருக்கிறீர்களா என்பதைப் பற்றிக் கவலைப்படாமல், நீங்கள் படைப்பாற்றல்ரீதியாகவும் உற்பத்தித்திறன்ரீதியாகவும் செயல்படுவதற்கு அது உங்களை அனுமதிக்கிறது.

ஃப்ளோ நிலையை அடைவது எப்படி? செயல்முறையின்மீது கவனத்தைக் குவிப்பதன் மூலம் அதை உங்களால் அடைய முடியும். அதற்கு இவற்றை நீங்கள் செய்ய வேண்டும்:

முதலில் நீங்கள் அதற்குப் பொறுமையாகக் காத்துக் கொண்டிருக்க வேண்டும். அதை உண்மையிலேயே அனுபவிப்பதற்கு முற்றிலும் கவனச்சிதறல் இல்லாமல் சிறிது நேரத்தைச் செலவிட வேண்டும். இதைச்

சாதிப்பதற்கு உங்களுக்கு இரண்டு உத்திகள் உதவும்.

போமோடோரோ உத்தி

உங்களுடைய வேலை நேரத்தைச் சிறு சிறு தொகுதிகளாகப் பிரித்துக் கொண்டு அவற்றில் கவனத்தைக் குவிக்கின்ற உத்திதான் போமோடோரோ உத்தியாகும். பொதுவாக, இதில் நேரம் 25 நிமிடத் தொகுதிகளாகப் பிரித்துக் கொள்ளப்படும். அதைத் தொடர்ந்து ஓர் 5-நிமிட இடைவேளை எடுத்துக் கொள்ளப்படும். இதில், நீங்கள் அலாரம் வைத்துக் கொண்டு உங்களுடைய வேலையில் மூழ்க வேண்டும். அந்த நேரத்திற்குள் உங்களால் எதையும் செய்ய முடியவில்லை என்றால் பரவாயில்லை. ஓர் ஐந்து-நிமிட இடைவேளை எடுத்துக் கொண்டு மீண்டும் முயற்சி செய்ய வேண்டும். அந்த 25 நிமிடங்களில், நீங்கள் என்ன செய்து கொண்டிருக்கிறீர்களோ அதில் உங்களுடைய முழுக் கவனத்தையும் குவிப்பதே இங்கு இலக்கு. நீங்கள் செய்ய விரும்புவது எதுவாக இருந்தாலும், அந்த நேரத்தை நீங்கள் அதற்கு அர்ப்பணிக்க வேண்டும் (Cirillo, 2006, *The Pomodoro Technique*).

போமோடோரோ உத்தி எல்லாச் சூழல்களுக்கும், அனைத்து விதமான வேலைகளுக்கும் பொருந்தாது. இந்த உத்தி, தாங்கள் விரும்பும் அளவுக்குக் கவனத்தைக் குவிப்பதற்குத் தங்களுக்கு உதவுவதில்லை என்று சிலர் கருதுகின்றனர். இதை நீங்கள் உங்களுடைய வாழ்வில் சோதித்துப் பார்க்கலாம். எடுத்துக்காட்டாக, நீங்கள் இதற்காக, குறுகிய காலத்தையும் அதிகமான காலத்தையும் ஒதுக்கிப் பரிசோதனைகளை மேற்கொள்ளலாம். அந்த நேரத்தில் எந்தவிதமான தொந்தரவுகளும் இன்றி அந்த வேலையில் நீங்கள் ஈடுபடலாம். உங்களுக்கு ஆசுவாசத்தை ஏற்படுத்துகின்ற ஒரு பின்னணி இசையைக் கேட்பது போன்ற வேறு சில சோதனை முயற்சிகளையும் நீங்கள் மேற்கொள்ளலாம்.

வேறு சிலர், போமோடோரோவுக்குப் பதிலாக,

நேரத்தைக் கட்டம் கட்டுகின்ற உத்தியைப் பயன்படுத்துகின்றனர். அவர்கள் ஒரு முழு நாளை அல்லது முழு வாரத்தை இப்படி நேரக் கட்டங்களாகப் பிரித்துக் கொள்கின்றனர்.

நேரத்தைக் கட்டம் கட்டுதல்

இது போமோடோரோ உத்தியைப் போன்ற ஒன்றுதான் என்றாலும், அதைத் தாண்டி, ஃபுளோ நிலையை அடைவதற்கு முக்கியத்துவம் கொடுக்கிறது. இங்கு நீங்கள் ஒரு நாளை நேரத்தின் அடிப்படையில் பல்வேறு கட்டங்களாகப் பிரித்துக் கொள்வீர்கள். அவற்றுக்கு நேரக் கட்டங்கள் என்று பெயர். அந்தக் கட்டங்களை நீங்கள் ஒரே ஒருவிதமான நடவடிக்கைகளுக்கு மட்டுமே ஒதுக்கிக் கொள்வீர்கள் (Scroggs, 2021, *Time Blocking*).

எடுத்துக்காட்டாக:

காலை 10.00 மணி — நண்பகல் 12.00 மணி	புதிய வாடிக்கையாளர் திட்டம் ஒன்றை உருவாக்குதல்
பிற்பகல் 12.00 மணி — 1.00 மணி	மதிய உணவு இடைவேளை
பிற்பகல் 1.00 மணி — 2.00 மணி	மின்னஞ்சல்களைப் படித்துப் பதிலளித்தல்
பிற்பகல் 2.00 மணி — 5.00 மணி	புதிய திட்டம் குறித்த வேலையில் மூழ்குதல்

நேரத்தைக் கட்டம் கட்டுவதன் மூலம் உங்களால் ஃபுளோ பகுதிக்குள் உண்மையிலேயே நுழைய முடியும், உங்களால் உங்களுடைய ஆகச் சிறந்த முயற்சியை மேற்கொள்ள முடியும், அந்த வேலையில் உங்களை மூழ்கடித்துக் கொள்ள முடியும். அது சவால்மிக்கதாகவும், இரசித்துச் செய்யப்படக்கூடிய ஒன்றாகவும் ஆகும். அத்துடன்,

ஒரு நடவடிக்கையிலிருந்து மற்றொரு நடவடிக்கைக்கு மாறுகின்றபோது ஏற்படுகின்ற மன அழுத்தத்தின் அளவும் கணிசமாகக் குறையும் (Scroggs, 2021, *Time Blocking*).

நேரத்தைக் கட்டம் கட்டுதல் உத்தி சமீபத்தியது. அது, வேலையிலும் பிற சூழல்களிலும் மேம்பட்ட விளைவுகளை உருவாக்குகிறது என்பது கண்டறியப்பட்டுள்ளது. அது, தரம் குறித்து அலட்டிக் கொள்ளாமல் செயல்முறையின்மீது கவனத்தைக் குவிப்பதற்கும், விளைவுகள் தாமாகவே மேம்படுவதற்கு அனுமதிப்பதற்குமான ஓர் உத்தியும்கூட (Scroggs, 2021, *Time Blocking*).

ஃபுளோ நிலை, ஒட்டுமொத்தத்தில் டோபமைன் அளவுகளைக் குறைப்பதற்காக நாம் வெகுமதிகளையும் கவனச்சிதறல்களையும் மறப்பதற்கு நமக்கு உதவும்.

ஒரு சவாலை உருவாக்கிக் கொள்ளுங்கள்

சில வேலைகள் இயல்பாகவே சலிப்பு ஏற்படுத்துபவையாக இருக்கும். அந்த வேலையை முடிப்பதற்கு நீண்ட நேரம் ஆனால், உங்கள் மனம் அலைபாயத் தொடங்குவதையும், வேறு விஷயங்களுக்குத் தாவுவதையும் நீங்கள் காண்பீர்கள். உங்களுடைய ஃபுளோ நிலையை மேம்படுத்திக் கொள்வதற்கு, உங்களுக்கு நீங்களே ஒரு சவாலை ஏற்படுத்திக் கொள்ள வேண்டும்.

நீங்கள் செய்து கொண்டிருக்கின்ற வேலையை இன்னும் வேகமாகச் செய்வதற்கோ அல்லது அதை இன்னும் மேம்பட்ட விதத்தில் செய்வதற்கோ அல்லது வேறு ஒரு முறையில் செய்வதற்கோ நீங்கள் உங்களை உந்தித் தள்ள முயற்சிக்க வேண்டும். அப்படிச் செய்கின்றபோது, சலிப்பான வேலைகள்கூட, ஈடுபாட்டுடன் செய்யப்படக்கூடியவையாக மாறக்கூடும்.

நீங்கள் உங்களுடைய அலுவலக மேசையை ஒழுங்குபடுத்த முயல்வதாக வைத்துக் கொள்வோம்.

அதை முப்பது நிமிடங்களுக்குள் செய்து முடிக்க நீங்கள் உங்களை உந்தித் தள்ள முயற்சிக்கலாம். உங்களுடைய நடவடிக்கைக்காகக் காத்துக் கொண்டிருக்கும் கோப்புகளில் பாதியை அந்த நேரத்தில் முடிக்க நீங்கள் ஓர் இலக்கு நிர்ணயித்துக் கொள்ளலாம். மேசையை ஒழுங்குபடுத்துவதை நீங்கள் ஒரு சலிப்பான வேலையாகக் கருதினால்கூட, நீங்கள் அதில், ஒரு குறிப்பிட்ட நேரத்திற்குள் செய்து முடிப்பது என்ற ஒரு கடினமான விதியை நுழைக்கின்றபோது, அது சவாலான ஒன்றாக மாறிவிடும்.

வேலையை ஒரு விளையாட்டாக மாற்றவும் நீங்கள் முயலலாம். சலிப்பான வேலைகளுக்கு மதிப்பெண்கள் கொடுப்பது போன்ற வேடிக்கை அம்சங்களை அதில் நீங்கள் நுழைக்கின்றபோது, அவை சுவாரசியமானவையாக மாறிவிடும். எடுத்துக்காட்டாக, உங்களை நீங்கள், சந்தேகம் எழாதவாறு இயங்க வேண்டியிருக்கின்ற ஓர் இரகசிய உளவாளியாகக் கற்பனை செய்து கொள்ளலாம். அல்லது, பூமிக்கு வந்திறங்கி, மனிதக் கூட்டத்தோடு தன்னைப் பொருத்திக் கொள்ள முயல்கின்ற ஒரு வேற்றுக்கிரகவாசியாக உங்களை நீங்கள் உருவகப்படுத்திக் கொள்ளலாம். கற்பனையையும் படைப்பாற்றலையும் உங்களால் பயன்படுத்திக் கொள்ள முடியுமானால், எந்தவொரு செயல்முறையையும் கூடுதல் வெகுமதி மிக்கதாக உங்களால் மாற்றிக் கொள்ள முடியும், அதை ஒரு ஃபுளோ நிலைக்கு எடுத்துச் செல்ல முடியும்.

ஃபுளோ நிலை என்பது அதிக டோபமைன் சுரக்கின்ற ஒரு நிலையாகும். அது அதற்கே உரிய வெகுமதிகளையும் உள்ளடக்கியிருக்கும். இந்த ஃபுளோ நிலையை அடைவதற்கு மிக முக்கியமானது, கவனச்சிதறல்களைக் குறைத்துக் கொள்வதாகும்.

உங்களுடைய அலைபேசியில் வந்து விழுகின்ற குறுஞ்செய்திகளைப் பார்க்காதிருப்பதற்கு ஏற்பாடு செய்து கொள்ளுதல், குறுஞ்செய்திகளை அனுப்பாதிருத்தல், மின்னஞ்சல்களைப் படிப்பதிலும் அவற்றுக்குப் பதிலளிப்பதிலும் ஈடுபடாதிருத்தல்

போன்றவற்றைக் கடைபிடிப்பதில் உறுதியாக இருங்கள்.

உங்களுடைய கவனக்குவிப்பை விளைவுகளிலிருந்து விலக்கி, அதைச் செயல்முறையில் குவிப்பது, உங்களுக்கு உத்வேகமளித்து உங்கள் செயல்திறனை மேம்படுத்தும். ஒரு குறிப்பிட்ட விளைவை அடைவதால் கிட்டுகின்ற வெகுமதி உணர்வை நீங்கள் இனியும் சார்ந்திருக்க மாட்டீர்கள்.

சாதனைகளைக் கொண்டாடுதல்

உங்களுடைய அன்றாட நடைமுறையில் நீங்கள் செயல்முறையின்மீது கவனத்தைக் குவிக்கவிரும்பினாலும், ஒரு கட்டத்தில், நீங்கள் செயல்முறையோடு சேர்த்து விளைவுகளையும் கருத்தில் கொள்ள விரும்புவீர்கள். உங்களுடைய வேலையில் ஒரு குறிப்பிடத்தக்க முன்னேற்றம் ஏற்பட்டுள்ளதை நீங்கள் அறிகின்றபோது, அதன் விளைவுகளை நீங்கள் கொண்டாடலாம். ஆனால், இதற்குச் சில தடைகள் இருக்கின்றன.

பெரும்பாலான சமயங்களில், நாம் நம்முடைய சாதனைகளை அங்கீகரிக்கத் தவறிவிடுகிறோம். அதன் காரணமாக, அதிலிருந்து கிடைக்கக்கூடிய டோபமைன் சுரப்பையும் நான் இழந்துவிடுகிறோம். டோபமைனின் அளவைக் குறைப்பது நம்முடைய முக்கிய இலக்காக இருந்தாலும்கூட, டோபமைனே இல்லாமல் நம்மால் இயங்க முடியாது. அதனால், நம்மை மேம்பட்ட விதத்தில் செயல்பட வைக்கின்ற மூலங்களிலிருந்து அவற்றைப் பெற நாம் முயற்சி செய்வது நல்லது. அத்துடன், அதிலிருந்தும் நமக்கு வெகுமதி கிடைக்கும்.

நீங்கள் உங்களுடைய சாதனைகளைக் கொண்டாடுகின்றபோது, மேன்மேலும் அதிகமாக வேண்டும் என்று விரும்புகின்ற சுழற்சி வட்டத்திற்கு நீங்கள் தற்காலிகமாக ஒரு தடையைப் போடுகிறீர்கள். அதனால் உங்களால் நிகழ்கணத்தில் இருக்க முடியும். மேன்மேலும் அதிகமாக வேண்டும் என்ற துடிப்பின் காரணமாகச் சுரக்கின்ற அதிகமான டோபமைன்

அளவை இது குறைத்து, நிகழ்கணத்தில் திருப்தியைக் கண்டுபிடிக்கின்ற வித்தையை உங்களுக்குக் கற்றுக் கொடுக்கும். காலப்போக்கில், ஒன்றிலிருந்து மற்றொன்று என்று அடுத்தடுத்துத் தாவிக் கொண்டிருப்பதன் மூலம் உங்களுக்குக் கிடைக்கின்ற கூடுதல் டோபமைனின் அளவைக் குறைத்து, நிகழ்கணத்தில் என்ன நடந்து கொண்டிருக்கிறதோ அதில் கவனத்தைக் குவிக்க அதனால் உங்களுக்கு உதவ முடியும்.

பொதுவாக இதற்குத் தடையாக இருப்பது கனகச்சிதவாதம். விஷயங்களைக் கனகச்சிதமாகச் செய்தாக வேண்டும் என்ற துடிப்பு. ஒரு விஷயத்தை எந்த அளவுக்குச் சிறப்பாகச் செய்திருந்தாலும், கண்டிப்பாக அதை உங்களால் இன்னும் மேம்பட்ட விதத்தில் செய்ய முடியும்தான். கனகச்சிதவாதத்திற்கு நீங்கள் அடிமைப்பட்டுக் கிடந்தால், உங்களுடைய வேலை குறித்து உங்களால் பெருமை கொள்ள முடியாமலும், உங்களுடைய சாதனைகளைக் கொண்டாட முடியாமலும் போய்விடும்,

கனகச்சிதவாதம் நம்முடைய உத்வேகத்தை மட்டுப்படுத்தி, நம்முடைய சாதனைகளின் மதிப்பைக் குறைக்கும். நமக்கு நாமே நிர்ணயித்துக் கொண்டுள்ள வரையறையை நம்மாலேயே எட்ட முடியவில்லை என்பதால் நாம் போதுமானவர்கள் அல்லர் என்ற உணர்வு நம்மிடம் ஏற்படுவதுதான் அதற்குக் காரணம். அதாவது, இங்கு நாம் நம்முடைய வேலைகளைச் சிறப்பாகச் செய்திருந்தாலும், நாம் நம்முடைய சாதனைகளை அங்கீகரிக்காமல், எதிர்மறைகளில் நம்முடைய கவனத்தைக் குவிப்பதால், நாம் ஊக்கமிழப்போம் (Tzieropolous et al., 2011, *The impact of disappointment in decision making: inter-individual differences and electrical neuroimaging*).

அதே நேரத்தில், கனகச்சிதவாதப் போக்கை முறியடிப்பது நாம் நினைப்பதைக் காட்டிலும் எளிதானது. அதற்கு நாம் வலிந்து நம்முடைய சாதனைகளைக் கொண்டாட வேண்டும், அவற்றை அங்கீகரிக்க வேண்டும். நாம் தொடர்ச்சியாகப்

பின்னூட்டக்கருத்துகளைப் பெறுவதற்கு ஏற்பாடு செய்து கொள்வது ஒரு நல்ல யோசனையாகும்.

நாம் மேற்கொண்ட காரியத்தின் விளைவுகளை நாம் அடைகின்றபோது, அது கொண்டுவருகின்ற வெற்றி உணர்வில், அது சிறியதாக இருந்தால்கூட, நாம் கவனத்தைக் குவிக்க வேண்டும். இந்த உணர்வின் காரணமாக, நம்மால் தொடர்ந்து மேம்பட்ட விதத்திலும் அதிக எண்ணிக்கையிலும் இலக்குகளை அடைவதை நோக்கிப் பீடுநடை போட முடியும் *(Lukens, 2015, How to Tap into the Neuroscience of Winning).*

உங்கள் சாதனை மிகச் சிறியதாக இருந்தால்கூட அது குறித்து விழிப்புணர்வு கொள்ளுங்கள். சாதனை கொண்டு வருகின்ற நல்லுணர்வை மனதார அனுபவியுங்கள். நம்முடைய சாதனைகளைக் குறைத்து மதிப்பிடுகின்ற போக்கு நம்மில் பெரும்பாலானோருக்கு இருக்கிறது. எடுத்துக்காட்டாக, "இதெல்லாம் ஒரு பெரிய விஷயம் இல்லை," என்றோ, "இதை யார் வேண்டுமானாலும் செய்திருக்கலாம்," என்றோ, "இதை நான் இன்னும் சிறப்பாகச் செய்திருக்கலாம்," என்றோ நாம் கூறக்கூடும். வெற்றிக் களிப்பில் மிதந்தால், அது நம்மிடம் ஒரு மெத்தனப் போக்கை உருவாக்கிவிடும் என்றுகூட நாம் சில நேரங்களில் நினைக்கக்கூடும். ஆனால், அது உண்மையன்று. மாறாக, வருங்காலத்தில் இன்னும் அதிகமானவற்றைச் சாதிக்க வேண்டும் என்ற உத்வேகத்தை அது நமக்கு அளிக்கும் (Lukens, 2015, *How to Tap into the Neuroscience of Winning*).

நீங்கள் உங்களுடைய சாதனை ஒன்றைக் கொண்டாடுகின்றபோது, உங்கள் மூளை, அந்தக் கட்டத்தை அடைகின்றவரை நீங்கள் செய்துள்ள அனைத்திலும் கவனத்தைக் குவித்து, வருங்காலத்தில் நீங்கள் அதே போன்ற விஷயங்களை மீண்டும் செய்வதற்குத் தேவையான வலுவான ஊக்குவிப்பை உங்களுக்கு வழங்கும் (Guthridge, 2019, *Recently Succeed at Something? Celebrating Is Good for Your Brain*).

இது விழிப்புணர்விலிருந்து தொடங்குகிறது: நீங்கள் எதைக் கொண்டாடுகிறீர்கள்? அதை உங்களால் எவ்வாறு

அங்கீகரிக்க முடியும்? உங்களுடைய சாதனையைக் கொண்டாடுவதற்கு உங்களால் கண்டிப்பாக ஒரு வழியைக் கண்டுபிடிக்க முடியும். எடுத்துக்காட்டாக, உங்களுடைய நாள்காட்டியில் அதை ஒரு சிறப்பான விதத்தில் நீங்கள் குறித்துக் கொள்ளலாம்; அதைப் பற்றி எழுதலாம்; அதை உங்களுடைய குடும்பத்தார் மற்றும் நண்பர்களிடம் பகிர்ந்து கொள்ளலாம்; அதைக் கொண்டாடும் விதமாக உங்களுக்கு நீங்களே ஏதாவது ஒரு சிறிய வெகுமதியை வழங்கிக் கொள்ளலாம். அதைப் பிறருடன் சேர்ந்து கொண்டாடுகின்றபோது, குறிப்பாக, உங்களுடைய உற்சாகத்தை அவர்கள் பகிர்ந்து கொள்கின்றபோது, அந்த அனுபவம் இன்னும் சிறப்பானதாக மாறிவிடும் (Guthridge, 2019, *Recently Succeed at Something? Celebrating Is Good for Your Brain*).

உங்கள் சிந்தனையை ஒத்தச் சிந்தனையுள்ள நபர்களை உள்ளடக்கிய ஒரு குழுவைக் கண்டுபிடித்து, நீங்கள் உட்பட, அதில் இடம்பெற்றுள்ளவர்களின் சாதனைகளை அடிக்கடி கொண்டாடுவதற்கான ஏற்பாடுகளை நீங்கள் செய்து கொள்ளலாம். எடுத்துக்காட்டாக, நீங்கள் வாரத்திற்கு ஒரு முறை அல்லது இரண்டு வாரங்களுக்கு ஒரு முறை கூடுவதாக வைத்துக் கொள்வோம். அக்கூட்டங்களின் முடிவில், அதில் கலந்து கொள்பவர்களில் யாராவது ஒருவர் தன்னுடைய சாதனையைப் பற்றி மற்றவர்களுடன் பகிர்ந்து கொள்ளலாம். அதைக் கேட்டுக் கொண்டிருப்பவர்கள், அது குறித்து சந்தேகப்படாமலும், அதை விமர்சிக்காமலும் அதைப் பாராட்டலாம். நம்முடைய சாதனைகளுக்குச் சமூக அங்கீகாரம் கிடைப்பது டோபமைனின் அளவை வெகுவாக அதிகரிக்கும், அதன் காரணமாக, அது இன்னும் வலுவாக உணரப்படும் (Guthridge, 2019, *Recently Succeed at Something? Celebrating Is Good for Your Brain*).

உங்கள் சாதனைகளைப் பிறருடன் சேர்ந்து கொண்டாடுவது உங்களுக்குச் சாத்தியப்படவில்லை என்றால், தனியாக அதைக் கொண்டாடுங்கள். எடுத்துக்காட்டாக, நீங்கள் வெற்றி நடனம் ஒன்று ஆடலாம். அல்லது, ஒரு சுவையான உணவுப்

பதார்த்தத்தை வாங்கி உண்ணலாம்; அல்லது, எங்காவது ஓர் உல்லாசப் பயணம் மேற்கொள்ளலாம். ஒட்டுமொத்தத்தில், உங்கள் சாதனை குறித்து உங்களுக்கு மகிழ்ச்சியும் திருப்தியும் ஏற்படுத்துகின்ற நடவடிக்கைகளை நீங்கள் தேர்ந்தெடுத்துக் கொள்ளலாம் (Guthridge, 2019, *Recently Succeed at Something? Celebrating Is Good for Your Brain*).

கனகச்சிதவாதத்திற்கும் தங்களுடைய சொந்தச் சாதனைகளைக் குறைத்து மதிப்பிடுகின்ற போக்கிற்குமான முறிமருந்து கொண்டாட்டம்தான். நேர்மறையான உணர்வுகளை அதிகப்படுத்துவதற்கான மற்றொரு வழி நன்றி பாராட்டுதல்.

நன்றி பாராட்டுதல் என்பது, உங்களிடம் இருப்பதை, நீங்கள் இரசித்ததை, உங்களுடைய சாதனையை அங்கீகரித்தல் மற்றும் மெச்சுதலாகும். நன்றி பாராட்டத்தக்க அனைத்தையும் பட்டியலிட்டுத் தொகுத்து வைத்துக் கொள்வதன் மூலம், நேர்மறைகளை அங்கீகரிக்கவும், அவற்றின்மீது கவனம் செலுத்தவும் நாம் நம்முடைய மூளையைப் பயிற்றுவிக்கிறோம். நன்றியுணர்வால் நேர்மறையான உணர்வுகளை அதிகரிக்க முடியும்; அது, ஏமாற்ற உணர்வுக்குப் பதிலாக ஊக்குவிப்பு உணர்வை உறுதிப்படுத்தும். (Magno & Orillosa, 2012, *Gratitude and Achievement Emotions*).

நீங்கள் சாதித்துள்ள விஷயங்கள் மற்றும் உங்களுடைய முன்னேற்றம் குறித்த அனைத்தையும் குறித்த விழிப்புணர்வை நீங்கள் பெறுவதற்கு, நன்றியுணர்வும் கொண்டாட்டங்களும் உங்களுக்கு உதவும். கனகச்சிதவாதத்திற்கான மற்றொரு முறிமருந்து இருக்கிறது. சுய இரக்கம்தான் அது. அதைப் பற்றிப் பார்க்கலாம்.

ஒருவர் தன்னோடு ஆரோக்கியமான முறையில் உறவாடுவதற்கு சுய இரக்கம் நல்லதொரு வழியாகும். கனகச்சிதவாதத்தின் தாக்கத்தின் தீவிரத்தை அதனால் குறைக்க முடியும். குறிப்பாக, ஏமாற்றத்திலிருந்து நம்மைப் பாதுகாத்துக் கொள்ள அது நமக்கு உதவும். இன்னும் சொல்லப் போனால், மனச்சோர்விலிருந்துகூட அதனால்

நம்மைப் பாதுகாக்க முடியும். தன்னுடைய சொந்தக் கஷ்டத்தைப் புரிந்து கொள்வதற்கும், தன்மீது அக்கறை காட்டி, கனிவுடன் தன்னை நடத்திக் கொள்வதற்கும் திறந்த மனத்துடன் இருத்தல் என்று அதற்கு அர்த்தம். நம்மிடமுள்ள குறைகளையும் நாம் செய்கின்ற தவறுகளையும் அடையாளம் காண்கின்றபோதுகூட, அதன் காரணமாக நம்மை மோசமாக எடைபோடாமல் இருக்கின்ற நிலைப்பாட்டை நாம் எடுக்க வேண்டும் என்று அதற்கு அர்த்தம். அத்துடன், சுய இரக்கம் என்பது, நம்முடைய தனிப்பட்ட அனுபவமானது ஒட்டுமொத்த மனிதகுலத்தின் அனுபவத்தின் ஒரு பகுதி என்பதை அங்கீகரிப்பதோடு தொடர்புடையதும்கூட (Ferrari, Yap, Scott, Einstein, & Ciarrochi, 2018, *Self-compassion moderates the perfectionism and depression link in both adolescence and adulthood*).

சுய இரக்கம் மூன்று அடிப்படை அம்சங்களை உள்ளடக்கிய ஒன்று. முதலாவது சுயநேசம். இது சுய விமர்சனத்திற்கு நேரெதிரானது. நம்மீது நாமே குத்திக் கொள்கின்ற எதிர்மறையான முத்திரைகளையும் எடைபோடுதல்களையும் தவிர்ப்பதற்கு இது நமக்கு உதவுகிறது. இரண்டாவது, தன்னைத் தனிமைப்படுத்திக் கொள்ளாமல், சமூகத்திலுள்ள பிற மனிதர்களுடன் தொடர்பில் இருப்பது. மூன்றாவது, நிகழ்கணலயிப்பு. எந்தவிதமான எடைபோடுதல்களுமின்றி அனுபவத்தின்மீது கவனத்தைக் குவிப்பது அது (Ferrari, Yap, Scott, Einstein, & Ciarrochi, 2018, *Self-compassion moderates the perfectionism and depression link in both adolescence and adulthood*). நாம் ஏற்கனவே நிகழ்கணலயிப்பு குறித்துப் பார்த்துவிட்டதால், சுய இரக்கம் மற்றும் அதன் பிற அம்சங்களில் கவனம் செலுத்தலாம்.

சுய இரக்கம் என்பது நீங்கள் உங்களுடைய வலிமிக்க அனுபவங்கள் குறித்துத் திறந்த மனத்துடன் இருப்பதும், உங்களைக் கடுமையாக விமர்சிக்காமல் இருப்பதும் ஆகும். ஏதோ ஒன்று பற்றாக்குறையாக இருப்பதை உணர்கின்ற தருணங்களில்கூட, ஒருவர் தன்மீது நேசம் காட்டுவதை அது அனுமதிக்கிறது. நீங்கள் எப்படி

இருக்கிறீர்களோ, அப்படியே உங்களை ஏற்றுக் கொள்ள அது உங்களைத் தூண்டுகிறது (Ferrari, Yap, Scott, Einstein, & Ciarrochi, 2018, *Self-compassion moderates the perfectionism and depression link in both adolescence and adulthood*).

சுய இரக்கத்தை எப்படி வளர்த்துக் கொள்வது? நீங்கள் உங்களுடைய சுயவிமர்சனப் போக்கைக் குறைத்துக் கொள்வதில் கவனத்தைக் குவிக்கலாம். உங்களுக்குப் பின்வருத்தம் ஏற்படுத்துகின்ற ஒன்றை நீங்கள் செய்கின்றபோது அல்லது ஒரு தவறு செய்கின்றபோது, நீங்கள் உங்களிடம் நடத்துகின்ற சுயபேச்சு எப்படி இருக்கிறது என்பதைப் பாருங்கள். அப்போது நீங்கள் உங்களைக் குறித்து வெளிப்படுத்தும் வார்த்தைகளின் கடுமையைக் குறைத்துக் கொள்ள முயற்சி செய்யுங்கள். உங்களுடைய நண்பர் ஒருவர் ஒரு தவறு செய்தால் அவரிடம் நீங்கள் எப்படிப் பேசுவீர்கள் என்று கற்பனை செய்து, அதுபோல உங்களிடம் பேசுங்கள். இது நீங்கள் உங்களிடம் சற்றுக் கனிவாக நடந்து கொள்வதற்கு உதவும் (Neff, 2021, *Self-Compassion Guided Practices and Exercises*).

உங்கள் வேதனையை, வலியை அங்கீகரியுங்கள். நீங்கள் அனுபவித்துக் கொண்டிருக்கின்ற விஷயங்களுக்காக உங்களைக் கடுமையாக எடைபோடாதீர்கள். நீங்கள் எதைக் கேட்க விரும்புகிறீர்கள்? எது உங்களுக்கு உறுதியளிக்கும்? பிறரிடமிருந்து நீங்கள் எதிர்பார்க்கின்ற வார்த்தைகளை உங்களிடம் பயன்படுத்துங்கள், பிறர் உங்களை எப்படி நடத்த வேண்டும் என்று நீங்கள் எதிர்பார்க்கிறீர்களோ அப்படி உங்களை நடத்துங்கள் (Neff, 2021, *Self-Compassion Guided Practices and Exercises*).

மக்கள் பொதுவாக, சுய இரக்கத்தைப் பின்பற்றுவதற்கு அஞ்சுவர். அது தாங்கள் தங்களுடைய வேலையை மோசமாகச் செய்வதற்கு வழிவகுத்துவிடும் என்றும், தங்களை மாற்றிக் கொள்ளத் தயாராக இல்லாத ஒருவராகத் தங்களை ஆக்கிவிடும் என்றும் அவர்கள் கருதுவதுதான் அதற்குக் காரணம். ஆனால், நீடித்து நிலைத்திருக்கக்கூடிய மாற்றங்கள், சுயநேசம் மற்றும் சுயஅங்கீகாரம் ஆகிய தளங்களிலிருந்துதான் வரும்.

உங்களுடைய பழக்கங்களை மாற்றிக் கொள்ள சுய இரக்கம் உங்களுக்கு உதவும். அத்துடன், அதிகமான டோபமைன் சுரப்பதற்கு இட்டுச் செல்கின்ற நடவடிக்கைகளில் நீங்கள் ஈடுபடுவதைக் குறைப்பதற்கான உங்களுடைய முயற்சிகளுக்கு அது ஆதரவளிக்கும். நிகழ்கணலயிப்பைப்போல, நீங்கள் உங்களுடைய டோபமைன் அளவைக் குறைத்துக் கொள்வதற்கும், விரக்தி மற்றும் சலிப்பிலிருந்து உங்களைக் காப்பாற்றிக் கொள்வதற்கும் உங்களுக்கு உதவக்கூடிய மற்றோர் அடிப்படை உத்தி இது.

செயல்படுத்தத்தக்க வாழ்க்கைமுறை மாற்றங்கள்

உங்களுடைய டோபமைன் அளவைக் கட்டுப்படுத்த உங்களுக்கு உதவக்கூடிய நடத்தை மாற்றங்கள் குறித்து நாம் ஏற்கனவே பேசியிருந்தோம். அவற்றில், டோபமைன் விரதம், டோபமைன் போதை நீக்கம் போன்ற சில, நேரடியாக டோபமைனைக் குறைப்பது குறித்துப் பேசின. வேறு சில, மறைமுகமான வழிகளில் டோபமைனைக் குறைக்கின்ற வழிமுறைகளைச் சுட்டிக்காட்டின. நம்முடைய நடத்தைகள் மற்றும் பழக்கங்களுடன் சேர்த்து, நம்முடைய வாழ்க்கைமுறையில் நாம் மேற்கொள்கின்ற சில மாற்றங்கள் மூலமாகவும் நம்மால் டோபமைனின் அளவைக் குறைக்க முடியும். நம்முடைய மூளையில் டோபமைன் சுரக்கின்ற விதத்தின்மீது அவற்றால் தாக்கம் ஏற்படுத்த முடியும். டோபமைன் சுரப்பின்மீது, உடல்ரீதியான மற்றும் உயிரியல்ரீதியான காரணிகளும், தூங்குதல், உடற்பயிற்சி செய்தல், சாப்பிடுதல் போன்ற நம்முடைய அன்றாடப் பழக்கங்களும் எந்த அளவுக்குத் தாக்கம் ஏற்படுத்துகின்றன என்பதை நாம் ஆராயலாம். உங்களுடைய டோபமைன் அளவைக் கட்டுக்குள் வைத்திருப்பதற்கு உதவுகின்ற வாழ்க்கைமுறை மாற்றங்கள் சிலவற்றை நாம் அடுத்துப் பார்க்கலாம்.

தூக்கம்

டோபமைன் நம் உடலின் இயக்கங்கள் பலவற்றில் ஒரு முக்கியப் பங்காற்றுகிறது. தூங்கும் நேரம், விழித்திருக்கும் நேரம் ஆகியவற்றில் அது ஆற்றும் பங்கு குறிப்பிடத்தக்கது. குறிப்பாக, விழித்திருக்கும் நேரத்தைக் கட்டுப்படுத்துவதில் அது வகிக்கும் பங்கு முக்கியமானது. போதுமான தூக்கமின்மை அதன்மீது தாக்கம் ஏற்படுத்தும்.

ஒரே ஒரு நாள் இரவு தூங்காமல் இருந்தாலே, மூளையில் டோபமைனின் அளவு அதிகரித்துவிடும். டோபமைன் விழித்திருத்தலை ஊக்குவிப்பதால், அது அதிகரிக்கின்றபோது, தூங்குவது கடினமாகிவிடும். அதே நேரத்தில், போதுமான அளவு தூங்காமல் இருப்பதும் அதன் அளவு அதிகரிக்க வழிவகுத்துவிடும். மூளையின் செயல்பாடு, பல்வேறு பழக்கங்களுக்கு எதிர்வினையாற்றுதல் ஆகியவற்றின்மீதும் அது தாக்கம் ஏற்படுத்தும் (Society for Neuroscience, 2008, *One Sleepless Night Increases Dopamine in The Human Brain*).

நாம் நம்முடைய டோபமைன் அளவைக் குறைக்க முயல்கின்றபோது, குறிப்பாக, டோபமைன் விரதம் அல்லது டோபமைன் போதை நீக்க உத்திகளின் மூலமாகக் குறைக்க முயல்கின்றபோது, நாம் போதுமான அளவு தூங்குவதை உறுதி செய்து கொள்ள வேண்டும். ஏனெனில், போதுமான அளவு தூங்காமல் இருப்பது டோபமைன் அளவை அதிகரித்துவிடும். டோபமைன் அளவு அதிகரிக்கின்றபோது, தூங்குவது சிரமமாகிவிடும். அதனால், நாம் இந்த நச்சு வட்டத்திற்குள் மாட்டிக் கொள்வோம்.

அத்துடன், சுய ஒழுங்கிற்குத் தூக்கம் இன்றியமையாதது. போதுமான அளவு தூக்கம் இருந்தால், நமக்கு நம்மீதான கட்டுப்பாடு அதிகம் இருக்கும். அதற்கு நேர்மாறாக, தூக்கமின்மை, ஆராய்ந்து பார்க்காமல் முடிவெடுக்கத் துணிவது, கவனத்தைக் குவிக்கக் கஷ்டப்படுவது, சலிப்பு மற்றும் விரக்தியைச் சகித்துக் கொள்ளச் சிரமப்படுவது போன்றவற்றுக்கு

இட்டுச் செல்லும். (Pilcher, Morris, Donnelly, & Feigl, *Interactions between sleep habits and self-control*). டோபமைன் அளவைக் குறைப்பதற்கு நாம் மேற்கொள்கின்ற முயற்சிகளில் ஈடுபடுவதை, போதுமான தூக்கமின்மை கடினமாக்கும். ஏனெனில், அவற்றுக்கு, அதிகமான சுய ஒழுங்கு தேவைப்படும். தியானம் செய்வதைவிட, ஒரு பூனை-வீடியோவைப் பார்ப்பதைத் தேர்ந்தெடுப்பது எளிது. அதனால், நாம் தூக்கமின்மையால் அவதிப்படுகின்றபோது, நீண்டகால இலக்குகளுக்குப் பதிலாக உடனடித் திருப்தி அளிக்கின்ற விஷயங்களைத் தேர்ந்தெடுப்பதற்கான சபலம் நமக்கு ஏற்படும்.

போதுமான அளவு தூக்கமின்மை, நம்முடைய உடல் ஆரோக்கியத்தின்மீது வேறு பல வழிகளிலும் தாக்கம் ஏற்படுத்தும். ஓர் ஆரோக்கியமான, மேம்பட்ட வாழ்க்கையை நோக்கிய நம்முடைய தேடலை அது சிக்கலாக்கிவிடும்.

நன்றாகத் தூங்குவது என்றால், தினமும் சராசரியாக சுமார் எட்டு மணிநேரம் தூங்குவதாகும். அத்துடன், உங்களுடைய தூக்கம் தரமானதாக இருக்க வேண்டும், நீங்கள் தினமும் ஒரு குறிப்பிட்ட நேரத்தில் தூங்கி, ஒரு குறிப்பிட்ட நேரத்தில் கண்விழிக்க வேண்டும். தூக்கத்தின் தரம், அடுத்த நாள் காலையில், நன்றாக ஓய்வெடுத்துள்ள உணர்வு ஏற்படுவதை வைத்தும், அடுத்த நாள் நீங்கள் எந்த அளவுக்குக் கவனக்குவிப்புடன் செயல்படுகிறீர்கள் என்பதை வைத்தும் தீர்மானிக்கப்படுகிறது.

ஊட்டச்சத்து

டோபமைன் அளவு தாறுமாறாகக் கூடிக் குறையாமல் ஓர் ஆரோக்கியமான முறையில் அதிகரிப்பதற்கு ஊட்டச்சத்து நமக்கு உதவும். எடுத்துக்காட்டாக, இனிப்புப் பதார்த்தங்கள் டோபமைன் அளவைத் தாறுமாறாக எகிற வைக்கும். ஒவ்வொரு நபரின் உணவுப் பழக்கமும், அவர்களுடைய தனிப்பட்டச் சூழலையும் உடலமைப்பையும் பொறுத்தது. ஆனாலும், பொதுவாக, உங்களுடைய ஆரோக்கியம் தொடர்பான இலக்கை

அடைவதற்கு உங்களுக்கு உதவக்கூடிய உணவுப் பத்தியத் திட்டம் ஒன்றை உருவாக்கிக் கொள்வதற்கான சில யோசனைகளை நான் அடுத்து முன்வைக்கவிருக்கிறேன்.

இனிப்புப் பதார்த்தங்களும் கேஃபீன் உள்ள பானங்களும் டோபமைன் அளவை உடனடியாக அதிகரிக்கக்கூடியவை. ஆனால், அது குறைவான நேரமே இருக்கும் என்றாலும், நம்முடைய மூளை அந்தத் தூண்டுதல் காரணிக்குப் பழக்கப்பட்டுவிடும். ஆனால், அதை நிலைநிறுத்திக் கொள்ள அதற்கு அதிக அளவிலான சர்க்கரையும் கேஃபீனும் தேவைப்படும். அது நம் உடல் ஆரோக்கியத்திற்குக் கேடு விளைவிக்கும். அத்துடன், அதன் தாக்கம் விரைவில் மறைந்துவிடும் என்பதால், அதற்குப் பிறகு நாம் களைப்பாக உணர்வோம். அதனால், நீண்ட நேரம் நிலைத்திருக்கின்ற விதத்தில் டோபமைன் உற்பத்திக்கு உதவுகின்ற பொருள்களை நாம் நம் உணவில் சேர்த்துக் கொள்வது நல்லது.

டைரோசின் என்ற அமினோ அமிலம் அதிகம் இருக்கின்ற உணவுப் பொருள்களை உண்ணுவதன் மூலம் டோபமைன் அளவை உங்களால் மேம்படுத்திக் கொள்ள முடியும். இது, பாதாம், மீன் மற்றும் கோழி இறைச்சியில் அதிகமாகக் காணப்படுகிறது. கெஃபீர் போன்ற, அதிக அளவு புரோபயாட்டிக்கைக் கொண்டுள்ள, புளிக்க வைக்கப்பட்டுள்ள உணவுகளும் டோபமைன் அளவை மேம்படுத்த உதவும் (Ohwovoriole, 2021, *7 Natural Ways to Increase Your Dopamine Levels*).

வான்கோழி, கோழிமுட்டைகள், பால் பொருள்கள், சோயா, அவரை இனங்கள் போன்றவற்றை உள்ளடக்கிய, அதிக அளவு புரதத்தையும் டைரோசினையும் கொண்ட உணவு வகைகள், நம்முடைய மூளையின்மீது நேர்மறையான தாக்கம் ஏற்படுத்தும். அத்துடன், அவை டோபமைன் உற்பத்தி அளவையும் மட்டுப்படுத்தும். போதுமான அளவு புரதம் இல்லாதிருப்பது பிரச்சனை ஏற்படுத்தும் (Julson, 2018, *10 Best Ways to Increase Dopamine Levels Naturally*).

பொதுவாக, அதிக அளவில் டைரோசினைக் கொண்டிருக்கின்ற உணவுகள், அதிக அளவில்

புரதத்தையும் கொண்டிருக்கும். அதனால், அவற்றை உணவில் சேர்த்துக் கொள்வது நல்லது. அத்துடன், அவை மூளையின் செயல்பாட்டிற்கும் நல்லது என்று அறியப்படுகிறது. அதிக அளவில் டைரோசின் இருக்கின்ற சில பொருள்களை இப்போது பட்டியலிடலாம் (Kuhn et al., 2017, *Food for thought: association between dietary tyrosine and cognitive performance in younger and older adults*):

- சீஸ் மற்றும் பால் பொருள்கள்
- சோயா மற்றும் சோயாபீன்ஸ்
- மாட்டுக்கறி, ஆட்டுக்கறி, மற்றும் பன்றிக்கறி
- மீன்கள் (குறிப்பாக, சால்மன்)
- கோழிக்கறி
- கொட்டை வகைகள்
- முட்டைகள்
- முழுத் தானியங்கள்

இவை தவிர, அவோகாடோக்களில் டோபமைன் இருப்பதால், அவை நாம் ஏமாற்றம் அடைவதைத் தடுக்கும். வாழைப்பழம், வாழைக்காய், வாழைப்பழத்தோல் ஆகியவற்றிலும் டோபமைன் இருக்கிறது (Briguglio et al., 2018, *Dietary Neurotransmitters: A Narrative Review on Current Knowledge*). உங்கள் உடலில் ஏற்கனவே டோபமைன் அளவு அதிகமாக இருந்தால், இந்த வகை உணவுகளை நீங்கள் தவிர்க்க வேண்டும். மறுபுறம், பிற காய்கனிகளோடு ஒப்பிடுகையில், ஆரஞ்சு, தக்காளி, கீரை வகைகள், பட்டாணி வகைகள் போன்றவற்றில் டோபமைன் அளவு குறைவாக இருக்கிறது (Briguglio et al., 2018, *Dietary Neurotransmitters: A Narrative Review on Current Knowledge*).

டோபமைன் அளவு திடீரென்று குறைந்தால், அதை ஈடுகட்டுவதற்கு ஊட்டச்சத்து மாத்திரைகளைப் பயன்படுத்தும் நோக்கம் உங்களுக்கு இருந்தால், மக்னீசியம், ஒமேகா-3 மாத்திரைகள் ஆகியவை டோபமைன் உற்பத்திக்கு உதவுபவை என்பதை நினைவில் வைத்துக் கொள்ளுங்கள். நீங்கள் எரிச்சல்

அடைந்திருக்கின்றபோதோ அல்லது கவனச்சிதறல் அடைந்திருக்கின்றபோதோ அவற்றை உட்கொள்ளாமல் இருப்பது நல்லது. ஆனால், சலிப்பான சூழலை அல்லது மன அழுத்தமிக்கச் சூழலை எதிர்கொள்கின்றபோது, அவற்றை உட்கொள்வது நல்லது (Shen et al., 2019, *Treatment of Magnesium-L-Threonate Elevates the Magnesium Level in The Cerebrospinal Fluid and Attenuates Motor Deficits And Dopamine Neuron Loss In A Mouse Model Of Parkinson's disease*; Sublette et al., 2014, *Polyunsaturated fatty acid associations with dopaminergic indices in major depressive disorder*).

பொதுவாக, ஆரோக்கியமான உணவுகளை உட்கொள்வது டோபமைன் அளவை ஒரு சமநிலையில் வைத்திருப்பதற்கு உதவும். அதற்காக, அதுதான் அதைத் தீர்மானிக்கிறது என்று எடுத்துக் கொள்ளக்கூடாது. உங்கள் உணவில் புரதத்தை அதிக அளவில் சேர்த்துக் கொண்டு, அத்துடன் காபி, சர்க்கரை, மது போன்றவற்றையும் உட்கொண்டால், உங்களுடைய டோபமைன் அளவு தாறுமாறாக அதிகரித்துவிடும்.

உடற்பயிற்சி

இயற்கையான முறையில் உங்களுடைய டோபமைன் அளவை அதிகரிக்கவும், அதைச் சமநிலையில் வைத்திருக்கவும் உடற்பயிற்சி உங்களுக்கு உதவும். உடற்பயிற்சி செய்தால், டோபமைன் சுரப்பு அதிகரிப்பதோடு, ஒரு நல்ல சூழலையும் அது ஏற்படுத்திக் கொடுக்கும் (APA, 2020, *https://www.apa.org/topics/exercise-fitness/stress*).

இங்கு நாம் உடற்பயிற்சி என்று பேசுகின்றபோது, எந்தவொரு குறிப்பிட்ட வகையான உடற்பயிற்சியைப் பற்றியும் நாம் பேசிக் கொண்டிருக்கவில்லை. அதுபோல, எந்தவொரு குறிப்பிட்ட அளவு உடற்பயிற்சியைப் பற்றியும் நாம் பேசிக் கொண்டிருக்கவில்லை. உடல்ரீதியான இயக்கத்தை அதிகரிப்பது, உடல்ரீதியாகவும் மனரீதியாகவும் நேர்மறையான விளைவுகளை ஏற்படுத்தும். இங்கு நீங்கள் டோபமைனை

நல்லவிதமான வழிமுறைகளிலிருந்து பெறுகிறீர்கள். உடற்பயிற்சி உங்களுடைய கவனக்குவிப்பை மேம்படுத்தும், உங்களுடைய ஆற்றலை அதிகரிக்கும், வேறு பல நல்ல பலன்களையும் உங்களுக்கு அளிக்கும். பயனுள்ள மற்றும் நல்ல காரியம் ஒன்றை நீங்கள் செய்து கொண்டிருக்கிறீர்கள் என்ற உணர்வை அது உங்களுக்குக் கொடுக்கும். அது உண்மையும்கூட.

உங்களுக்கு மகிழ்ச்சியளிக்கின்ற, நடத்தல், மெதுவாக ஓடுதல், நடனமாடுதல் போன்ற, உடலியக்கம் தொடர்பான நடவடிக்கைகள் எதை வேண்டுமானாலும் முயற்சி செய்து பாருங்கள். அதற்காக, நீங்கள் பல மணிநேரம் உடற்பயிற்சி செய்யத் தேவையில்லை. வெறும் பத்துப் பதினைந்து நிமிடங்கள் உடற்பயிற்சி செய்வதே குறிப்பிடத்தக்க விளைவுகளை ஏற்படுத்தும். எளிதாகவும் இரசித்து அனுபவித்தும் செய்யப்படக்கூடிய உடற்பயிற்சிகளைத் தேர்ந்தெடுத்துக் கொள்ளுங்கள். குறிப்பாக, நீங்கள் உங்களுடைய அன்றாட நடைமுறையில் உடற்பயிற்சியை இணைத்துக் கொள்ள முதன்முதலாக முயற்சிக்கும்போது இது முக்கியம். எடுத்துக்காட்டாக, மெதுவாக ஓடுகின்ற உடற்பயிற்சி உங்களுக்குப் பிடிக்கவில்லை என்றால், நீங்கள் வேறு ஒன்றை முயற்சி செய்து பார்க்கலாம்.

உடற்பயிற்சியை ஒரு சமூக நடவடிக்கையாக ஆக்கிக் கொள்வது இன்னும் சிறப்பாகப் பலனளிக்கும். உங்களுடன் சேர்ந்து அப்பயிற்சியை மேற்கொள்வதற்கு உங்களுடைய நண்பர்களை நீங்கள் கேட்டுப் பார்க்கலாம். அல்லது, ஏற்கனவே அப்படிப்பட்ட நடவடிக்கையில் ஈடுபட்டிருக்கின்ற ஒரு குழுவோடு நீங்கள் உங்களை இணைத்துக் கொள்ளலாம். இதில் உங்களுடைய பொறுப்புடைமை அதிகரிக்கும் என்பது கூடுதல் அனுகூலம்.

ஆசுவாசப் பயிற்சிகள்

குறைவான டோபமைன் அளவோடு வாழ மூளையைப் பழக்கப்படுத்திக் கொள்வதற்கான நம்முடைய

பயணத்தில், ஆசுவாசப் பயிற்சிகளுக்கு ஒரு முக்கிய இடமுண்டு. நாம் சலிப்புற்றும் விரக்தியடைந்தும் இருக்கின்றபோது, வேண்டாத விஷயங்களுக்குள் நாம் விழுந்துவிடாமல் தவிர்ப்பதற்கு ஆசுவாசப் பயிற்சிகள் உதவும். ஆசுவாசத்திற்கு நேரெதிரான மன அழுத்தம் டோபமைனின் அளவை அதிகரிக்கவல்லது. ஆனால், அது நல்ல முறையில் அதிகரிப்பதில்லை. அது, நாம் ஊக்கமடைவதற்குப் பதிலாக, எரிச்சல் அடைவதற்கும், பதற்றம் கொள்வதற்கும் இட்டுச் செல்லும் (Baik, 2020, *Stress and the dopaminergic reward system*). ஆசுவாசப் பயிற்சிகள் நம்முடைய மன அழுத்தத்தைக் குறைப்பதற்கான ஒரு நல்ல வழி. தேவைப்படும்போதெல்லாம் அதை நீங்கள் அமல்படுத்திக் கொள்ளலாம். அவற்றில் சில மற்றவற்றைவிடச் சற்றுச் சிக்கலானவை. ஆனால், பொதுவாக அவை அனைத்தும் ஒரு சில நிமிடங்களுக்குள் செய்து முடிக்கப்படக்கூடியவையே.

இந்த ஆசுவாசப் பயிற்சிகளின் நோக்கம், உங்களுடைய மன அழுத்தத்தையும் டோபமைன் அளவையும் குறைப்பதாகும். மன அழுத்தம் டோபமைன் அளவை அதிகரிக்கவல்லது. ஆசுவாசப் பயிற்சிகளால் மன அழுத்தத்தைக் குறைத்து, இப்பிரச்சனையோடு தொடர்புடைய டோபமைன் அளவை மட்டுக்குள் கொண்டுவந்துவிட முடியும். நாம் ஆசுவாசம் அடைகின்றபோது, நம்முடைய எரிச்சலும் கவனச்சிதறலும் குறையும்.

படிப்படியாகத் தசைகளை ஆசுவாசப்படுத்திக் கொள்ளுதல்

படிப்படியாகத் தசைகளை ஆசுவாசப்படுத்திக் கொள்கின்ற இந்த உத்தியை எளிதாக மேற்கொள்ளலாம். இதை நீங்கள் இப்படிச் செய்ய வேண்டும்: முதலில், நீங்கள் மூச்சை உள்ளே இழுத்துக் கொண்டே ஒரு குறிப்பிட்ட தசைத் தொகுதியை இறுக்கமடையச் செய்ய வேண்டும். அதை அந்த நிலையிலேயே 4 முதல் 10 நொடிகள்வரை வைத்திருக்க வேண்டும். பின் மூச்சை

வெளியே விட்டவாறு, அந்தத் தசைத் தொகுதியை ஆசுவாசப்படுத்த வேண்டும். பின் சற்று இடைவெளி விட்டுவிட்டு, வேறு ஒரு தசைத் தொகுதியைத் தேர்ந்தெடுத்து, இதே முறையைக் கடைபிடிக்க வேண்டும். தசைகள் இறுக்கமடைகின்றபோதும், ஆசுவாசம் அடைகின்றபோதும், நீங்கள் எப்படி உணர்கிறீர்கள் என்பதை அவதானியுங்கள். (Toussaint et al., 2021, *Effectiveness of Progressive Muscle Relaxation, Deep Breathing, and Guided Imagery in Promoting Psychological and Physiological States of Relaxation*).

இங்கு தசைத் தொகுதிகள் என்று நாம் குறிப்பிட்டோம் இல்லையா? தசைத் தொகுதிகள் என்றால் என்ன? அந்த வார்த்தை விவரிக்கின்றபடி, உடலின் ஒரு குறிப்பிட்டப் பகுதியில் இணைந்து இருக்கின்ற தசைகளின் ஒரு சிறு தொகுதி அது. ஒவ்வொரு தொகுதியாக நீங்கள் ஆசுவாசப்படுத்தி முன்னேறுகின்றபோது, படிப்படியாக மொத்த உடலும் ஆசுவாசமடைந்துவிடும். அதைக் காலின் விரல் நுனியிலிருந்து துவக்கி, தலையின் மேற்பகுதியில் சென்று முடிக்கலாம். அல்லது தலையின் மேற்பகுதியிலிருந்து துவக்கி, காலின் விரல் நுனியில் முடிக்கலாம். (University of Michigan, 2020, *Stress Management: Doing Progressive Muscle Relaxation*).

சம விருத்தி சுவாசப் பயிற்சி

சம விருத்தி சுவாசப் பயிற்சி, மன அழுத்தத்தை விரைவாகவும் எளிதாகவும் முறியடிப்பதற்கான ஒரு சிறந்த வழியாகும். அது மூச்சை மெதுவாக உள்ளிழுத்து மெதுவாக வெளிவிடுதலை உள்ளடக்கியது. இதில் நீங்கள் ஒன்றிலிருந்து நான்குவரை எண்ணுவதற்கு ஆகின்ற நேரம்வரை மூச்சை உள்ளே இழுத்து, அதே கால அளவுக்கு மூச்சை அடக்கி வைத்து, அதே கால அளவுக்கு மூச்சை வெளியேற்ற வேண்டும். இதை மீண்டும் மீண்டும் செய்ய வேண்டும் (Toussaint et al., 2021, *Effectiveness of Progressive Muscle Relaxation, Deep Breathing, and Guided Imagery in Promoting Psychological and Physiological States of*

Relaxation; Gotter, 2020, *Box Breathing*).

சம விருத்தி சுவாசப் பயிற்சியை மேற்கொள்வது எளிது. அதை நீங்கள் எங்கு வேண்டுமானாலும் செய்யலாம். அது உண்மையிலேயே சிறப்பாக வேலை செய்கிறது.

மனக்காட்சிப்படைப்பும் வழிகாட்டுதலுடன்கூடிய பிம்ப உருவாக்கமும்

உங்களை ஆசுவாசப்படுத்திக் கொள்ளும் நோக்கத்துடன் இனிமையான படங்களையும் காட்சிகளையும் தொடர்ச்சியாகக் கற்பனை செய்வதற்கான உத்திகள்தாம் மனக்காட்சிப்படைப்பும் வழிகாட்டுதலுடன்கூடிய பிம்ப உருவாக்கமும். மனக்காட்சிப்படைப்பு என்பது நீங்கள் சொந்தமாக உங்கள் மனத்திற்குள் கற்பனை செய்வது. வழிகாட்டுதலுடன்கூடிய பிம்ப உருவாக்கத்தில், நீங்கள் ஆடியோ அல்லது வீடியோவைப் பயன்படுத்துவீர்கள். அதில், எதை, எப்படிக் காட்சிப்படுத்த வேண்டும் என்று ஒருவர் உங்களுக்குச் சொல்லிக் கொண்டே இருப்பார் (Toussaint et al., 2021, *Effectiveness of Progressive Muscle Relaxation, Deep Breathing, and Guided Imagery in Promoting Psychological and Physiological States of Relaxation*).

உங்களிடம் இனிமையான உணர்வுகளைத் தோற்றுவிக்கின்ற ஒரு காட்சியைக் கற்பனை செய்து கொள்ளுங்கள். சிலருக்கு அது ஒரு கடற்கரையாக இருக்கலாம். வேறு சிலருக்கு அது அவர்களுடைய குழந்தைப்பருவத்து வீடாக இருக்கலாம். நீங்கள் வழிகாட்டுதலுடன்கூடிய பிம்ப உருவாக்க உத்தியைப் பயன்படுத்துவதாக இருந்தால், அதில் இடம்பெறுகின்ற குரல் உங்களுக்கு சௌகரிய உணர்வை அளிக்கின்ற ஒன்றாக இருப்பதை நீங்கள் உறுதி செய்து கொள்ள வேண்டும். நீங்கள் மனக்காட்சிப்படைப்பில் ஈடுபடுகின்றபோது, கூடியமட்டிலும் அது ஏராளமான விவரங்களை உள்ளடக்கி இருக்குமாறு பார்த்துக் கொள்ளுங்கள். அத்துடன், அது, நல்ல வாசனை, இதமான தொடு உணர்வு, உற்சாகமூட்டுகின்ற

வண்ணங்கள் போன்ற, உங்களுடைய ஐம்புலன்களோடு தொடர்புடைய உணர்வுகளைத் தூண்டுமாறு இருத்தல் நல்லது. சிவப்பு அல்லது ஆரஞ்சு நிறங்களோடு ஒப்பிடுகையில், வானம் அல்லது புல்வெளியைப் பிரதிபலிக்கின்ற நீலம் அல்லது பச்சை நிறங்கள் உங்களிடம் நல்ல உணர்வைத் தூண்டிவிடும்.

நீங்கள் உங்களுடைய சொந்தக் காட்சி ஒன்றை உருவாக்கிக் கொண்டு, தேவைப்படும்போதெல்லாம் அதை உங்கள் மனத்திற்குள் கொண்டுவரலாம். விரிவான விவரங்கள் அடங்கிய காட்சியைக் கற்பனை செய்து கொள்வதற்குப் போதுமான நேரத்தை எடுத்துக் கொள்ளுங்கள். உங்களுக்குச் சிரமம் ஏற்படுகின்றபோது, மீண்டும் மீண்டும் நீங்கள் நாடிச் செல்கின்ற ஒன்றாக அது இருக்குமாறு பார்த்துக் கொள்ளுங்கள்.

ஆட்டோஜெனிக் பயிற்சி

ஆட்டோஜெனிக் பயிற்சி மற்றோர் எளிய உத்தி. உங்களுக்கு நீங்களே பேசிக் கொள்வதற்கு வசதியான ஓரிடத்தைத் தேர்ந்தெடுத்து, சௌகரியமாக அமர்ந்து கொள்ளுங்கள். ஒரு சில நிமிடங்கள் ஆழமாக சுவாசியுங்கள். அப்போது நெஞ்சிலிருந்து சுவாசிக்காமல், வயிற்றிலிருந்து சுவாசியுங்கள். நீங்கள் அமைதியாக இருப்பதாக உங்களுக்கு நீங்களே கூறிக் கொள்ளுங்கள்.

உங்களுடைய கைகளின்மீது கவனத்தைக் குவித்தவாறு, சத்தமாக உங்களிடம் மெதுவாகவும் அமைதியாகவும் இவ்வாறு கூறுங்கள்: "என்னுடைய கைகள் கனமாக இருக்கின்றன." இதை ஆறு முறை கூறுங்கள். அடுத்து, "என்னுடைய கைகள் வெப்பமாக இருக்கின்றன," என்று ஆறு முறை கூறுங்கள். இதை உங்கள் கால்கள் மற்றும் வயிற்றுக்கும் கூறுங்கள். அப்போது நீங்கள் அமைதியாக இருப்பதாகவும், உங்களுடைய சுவாசம் மெதுவாக இருப்பதாகவும் உங்களுக்கு நீங்களே மீண்டும் மீண்டும் கூறிக் கொள்ளுங்கள் (Cuncic, 2020, *Autogenic Training for Reducing Anxiety*; Stetter & Kupper, 2002, *Autogenic training: a meta-analysis of clinical outcome studies*).

ஆட்டோஜெனிக் பயிற்சியின்போது நீங்கள் வேறு உத்தரவு வாக்கியங்களையும் பயன்படுத்தலாம். ஆழமான சுவாசத்தையும் சுயபேச்சையும் பயன்படுத்தி உங்களை ஆசுவாசப்படுத்திக் கொள்வதுதான் இங்கு நோக்கம். நீங்கள் வேறு வாக்கியங்களைப் பயன்படுத்துகின்றபோது, நீங்கள் ஆழமாக சுவாசிப்பதை உறுதிப்படுத்திக் கொள்ளுங்கள்.

இந்தப் பயிற்சி உங்களுடைய மன அழுத்தத்தையும் டோபமைன் அளவையும் குறைக்க உங்களுக்கு உதவும்.

தேர்ந்தெடுப்பு நிர்வாகம்

உங்களுடைய பழக்கங்களில் மாற்றங்களை ஏற்படுத்துவது குறித்து நாம் ஏற்கனவே பார்த்தோம். அதை இங்கு நாம் மீண்டும் நினைவுபடுத்திக் கொள்ளலாம். உங்களுக்கு உடனடித் திருப்தியை அளிக்கின்ற சமூக ஊடகங்கள், அலைபேசிச் செயலிகள், வீடியோ விளையாட்டுகள் போன்றவை தொடர்பாக நீங்கள் சில தேர்ந்தெடுப்புகளை மேற்கொள்ள வேண்டியிருக்கும் என்பதை நாம் பார்த்தோம். அத்தேர்ந்தெடுப்புகள் நீண்டகால நோக்கில் உங்களுடைய டோபமைன் அளவைப் பெரும் முயற்சியின்றிக் குறைப்பதற்கு ஏற்ற வகையில் இருக்க வேண்டும்.

டோபமைன் அளவைக் குறைப்பதில் தேர்ந்தெடுப்பு நிர்வாகத்திற்கு என்ன பங்கு இருக்கிறது? டோபமைன் அளவை அதிகமாகக் கூட்டுகின்ற விஷயங்களைக் குறைவாகத் தேர்ந்தெடுக்க இது நமக்கு உதவும். பழைய பழக்கங்கள் நமக்கு சபலத்தைத் தூண்டுகின்றபோது, அவற்றை எதிர்த்து நிற்க இது நமக்குத் துணை புரியும்.

அணுகக்கூடியதாக இருத்தல் வேண்டும்

சமூக ஊடகங்கள், இணையம், அலைபேசிச் செயலிகள், உங்களுடைய நேரத்தைச் சூறையாடக்கூடிய வலைத்தளங்கள் போன்றவற்றை அணுகுவதற்கு

உங்களுக்கு இருக்கின்ற வாய்ப்பை மட்டுப்படுத்திக் கொள்வது முக்கியம். அவை என்னவென்று கண்டிப்பாக உங்களுக்குத் தெரிந்திருக்கும். எடுத்துக்காட்டாக, உங்களுடைய மன உறுதி குறைகின்றபோது, நீங்கள் எளிதாக அணுகுவதைத் தடுப்பதற்கு, கணினி அல்லது அதுபோன்ற சாதனங்களை, மாலை அல்லது இரவு வேளைகளில், உங்களுடைய படுக்கையறையிலிருந்து வேறு ஓர் அறைக்கு மாற்றிக் கொள்ளலாம்.

சில குறிப்பிட்ட வலைத்தளங்களையோ அல்லது சமூக ஊடகங்களையோ ஒரு குறிப்பிட்ட நேரத்திற்கு அணுக முடியாதவாறு தடுக்கின்ற செயலிகளை உங்கள் கணினி மற்றும் அலைபேசியில் நிறுவிக் கொள்வது மற்றொரு தீர்வாகும். அவற்றை நீங்கள் உங்களுடைய தேவைக்கு ஏற்றாற்போல மாற்றியமைத்துக் கொள்ளலாம். சில செயலிகள் மிகவும் கண்டிப்புடன் செயல்படக்கூடியவை. ஒவ்வொரு முறையும் உங்களுடைய பெயரையும் கடவுச் சொல்லையும் உள்ளீடு செய்வதற்கு வற்புறுத்துகின்ற செயலிகள், அவற்றில் நீங்கள் கண்டிப்பாக நுழைய வேண்டுமா, வேண்டாமா என்ற முடிவை எடுப்பதற்கு உங்களைத் தூண்டும்.

உங்களுக்குச் சபலம் ஏற்படுத்துகின்ற உணவுப் பொருள்கள், போதைப் பொருள்கள் போன்றவற்றுக்கும் இது பொருந்தும். நீங்கள் இப்பழக்கங்களை நிறுத்தவோ அல்லது குறைக்கவோ விரும்பினால், அப்பொருள்களை வாங்காமல் இருக்க வேண்டும் அல்லது அவற்றை உங்கள் கைகளுக்கு எட்டாத தூரத்தில் வைக்க வேண்டும். உங்களால் எளிதில் அணுக முடியாத இடத்தில் அவற்றை வைப்பதும் நல்ல பலனளிக்கும். ஏனெனில், அவற்றைப் பயன்படுத்துவதற்கு நீங்கள் முயற்சி செய்தாக வேண்டும். அப்போது நீங்கள் அவற்றைத் தேர்ந்தெடுப்பது குறித்த முடிவுக்கு வர வேண்டியிருக்கும். சில நேரங்களில், உங்களுடைய குளிர்பதனப் பெட்டியின் கீழடுக்கில் வைத்திருக்கும் பழங்கள் மற்றும் காய்கறிகள் கெட்டுப் போயிருப்பதை நீங்கள் பார்த்திருக்கலாம். ஒன்றை அணுகுவது கடினமானதாக இருக்கும்போது, அதை நாம் பயன்படுத்துவதற்கான வாய்ப்பு கணிசமாகக் குறையும்.

காரியங்களை எப்போது செய்வது என்பதன்மீது முழுக் கட்டுப்பாடு செலுத்துங்கள்

எல்லாவற்றையும் முன்கூட்டியே கால அட்டவணைப்படுத்திக் கொள்ளுங்கள். எடுத்துக்காட்டாக, சமூக ஊடகங்களைப் பார்ப்பதற்கு, தினமும் மாலை வேளையில் ஓர் அரை மணிநேரத்தை நீங்கள் ஒதுக்கி இருக்கிறீர்கள் என்று வைத்துக் கொள்வோம். அப்போது, நாள் முழுவதும் சமூக ஊடகத்தில் நுழைய வேண்டும் என்ற சபலம் உங்களுக்கு அதிகமாக ஏற்படாது. வார இறுதி நாளில் ஓர் உணவகத்திற்குச் சென்று சுவையான உணவை உண்பது என்று நீங்கள் திட்டமிட்டிருந்தால், வெள்ளி இரவன்று அதிக இனிப்புக் கொண்ட உணவுகளைச் சுவைக்க வேண்டும் என்ற சபலத்தை உங்களால் எளிதில் கட்டுப்படுத்திக் கொள்ள முடியும்.

அத்துடன், இவற்றின் பயன்பாட்டைத் தூண்டுகின்ற செயலிகளின் ஈர்ப்புக்குப் பலியாகாமல் இருப்பதற்கும் முயற்சி செய்யுங்கள். செயலிகள் உங்களுக்குக் குறுஞ்செய்திகள் அனுப்புவதைத் தடுத்துவிடுங்கள். ஏனெனில், நாம் ஒன்றைப் பார்த்தால், அது என்னவென்று அறிந்து கொள்ள நாம் முயல்வோம், அதன் ஈர்ப்பைத் தடுப்பது நமக்குக் கடினமாகிவிடும். எடுத்துக்காட்டாக, சமூக ஊடகங்களிலிருந்து வருகின்ற குறுஞ்செய்திகளில் சிவப்பு நிறம் தூவப்பட்டிருக்கும். அது, அவற்றைத் திறக்க நம்மைத் தூண்டும். ஃபேஸ்புக், இன்ஸ்டாகிராம், டுவிட்டர் போன்றவற்றை உங்களுடைய அலைபேசியிலிருந்து நீக்கிவிடுங்கள். தேவையெனில் அவற்றை உங்களால் இணையம் மூலம் அணுக முடியும் என்றாலும், அதற்கு உங்களிடமிருந்து கூடுதல் முயற்சி தேவைப்படும் (Kohlbach, 2021, *How to Effectively Beat Social Media Distraction*).

உங்களுடைய அலைபேசியிலுள்ள அனைத்தும் கருப்பு-வெள்ளையில் இருக்கும்படி மாற்றியமைத்துக் கொள்ளுமாறு சிலர் பரிந்துரைக்கின்றனர். இதன் மூலம் அலைபேசியின் வசீகரம் குறையும், அது சுவாரசியமற்றுப்

போய்விடும். இது ஒரு மேலோட்டமான ஏற்பாடுதான் என்றாலும், பல வீடியோ விளையாட்டுகள் மற்றும் சில செயலிகளின் வசீகரம் மங்கிவிடும் (Hern, 2017, *Will turning your phone to grayscale really do wonders for your attention?*).

செயலிகள் மற்றும் வீடியோ விளையாட்டுகளிலுள்ள ஒலியை அணைத்துவிடுவதும் நல்ல பலனளிக்கும். அவை புதிய செய்திகளை அனுப்புகின்றபோது, அவற்றோடு வருகின்ற, உங்களுடைய கவனத்தைக் கவர்கின்ற ஒலி உங்கள் காதில் விழாமல் போய்விடும்.

சமூக ஊடகங்களைப் பொறுத்தவரை, நீங்கள் அவற்றை ஒரு குறிப்பிட்ட நோக்கத்திற்காகப் பயன்படுத்துகிறீர்கள் என்றால், (எடுத்துக்காட்டாக, குடும்ப உறுப்பினர்களை அல்லது நண்பர்களை மட்டும் தொடர்பு கொள்வதற்குச் சில குறிப்பிட்டச் செயலிகளைப் பயன்படுத்துதல்) அதில் இடம்பெற்றுள்ள மற்றவர்களின் பெயர்களை நீங்கள் அதிலிருந்து நீக்கிவிடலாம். சமூக ஊடகங்களில், உங்களுடைய நேரத்தை வீணடிக்கின்ற நபர்களைப் பின்தொடர்வதை நீங்கள் நிறுத்திக் கொள்ளலாம். உங்களுடைய நோக்கங்களுக்கு மதிப்புக் கூட்டுகின்ற விஷயங்களை மட்டும் பாருங்கள், கேளுங்கள், படியுங்கள். அது வெறும் பொழுதுபோக்காக இருக்கலாம் அல்லது உங்களுக்குச் சிலவற்றைக் கற்றுக் கொடுக்கலாம் அல்லது சமூக இணைப்பிற்குப் பயன்படலாம். அதைத் தீர்மானிக்க வேண்டியது நீங்கள்தாம்.

நீங்கள் எப்படி வளைக்கப்படுகிறீர்கள் என்பதை அறிந்திடுங்கள்

நமக்கு எந்தவிதத்திலும் பலனளிக்காத விஷயங்களில் நம்முடைய நேரத்தையும் பணத்தையும் தொலைக்க நம்மைத் தந்திரமாகக் கவர்ந்திழுப்பதற்காகவே பல விஷயங்கள் வடிவமைக்கப்பட்டுள்ளன. எடுத்துக்காட்டாக, வீடியோ விளையாட்டுகளின் வடிவமைப்பில் பயன்படுத்தப்படுகின்ற உத்திகளும் தந்திரோபாயங்களும், நீங்கள் உங்களுடைய

நேரத்தையும் பணத்தையும் அவற்றில் தொலைப்பதை நோக்கமாகக் கொண்டவை. சமூக ஊடகங்கள், உங்களுடைய ஆளுமையில் இருக்கின்ற பலவீனங்களைத் தமக்குச் சாதகமாகப் பயன்படுத்திக் கொண்டு, உங்களை அதிலேயே மூழ்கிக் கிடக்க வைப்பதற்காக வடிவமைக்கப்பட்டவை.

இந்தப் போக்குகள் குறித்த விழிப்புணர்வு உங்களிடம் இருக்கும் பட்சத்தில், அவற்றை எதிர்ப்பது எளிதாக இருக்கும். உங்களுக்குப் பிடித்தமான சமூக ஊடகம் மற்றும் வீடியோ விளையாட்டு போன்றவற்றின் அறநெறிரீதியான பின்புலத்தை அறிந்து கொள்ள முயலுங்கள். இங்கு இலக்கு, அனைத்து வீடியோ விளையாட்டுகளுக்கும் சமூக ஊடகங்களுக்கும் முழுக்குப் போடுவது அன்று. பிரக்ஞைபூர்வமான தேர்ந்தெடுப்புகளை மேற்கொள்வதும், அவர்களின் இஷ்டத்திற்கு நீங்கள் வளைக்கப்பட்டுக் கொண்டிருக்கிறீர்கள் என்பதைப் புரிந்து கொள்வதும்தான் நமக்கு முக்கியம்.

உங்களுடைய விழுமியங்களும், உங்களுடைய சமூக ஊடகங்கள் மற்றும் வீடியோ விளையாட்டு நிறுவனங்களின் விழுமியங்களும் ஒன்றோடு ஒன்று முரண்படலாம். உங்களுடைய விழுமியங்களின்படி, சேதம் விளைவிக்கின்ற நிறுவனங்களின் தயாரிப்புகளைப் பயன்படுத்தக்கூடாது என்று நீங்கள் முடிவெடுக்கின்றபோது, உங்களுடைய நுகர்வு பெருமளவு மாறிவிடும். ஆனால், இதைச் சாதிப்பது அவ்வளவு எளிதன்று. ஏனெனில், பல பெருநிறுவனங்கள் நம்முடைய அன்றாட வாழ்க்கையில் முக்கியமான பாத்திரங்களை வகிக்கின்றன. அவற்றை முற்றிலுமாகத் தவிர்ப்பது இயலாத காரியம். ஆனால், சந்தைச் சூழ்ச்சிகளுக்குப் பலியாகாமல், நீங்கள் பிரக்ஞைபூர்வமாகத் தேர்ந்தெடுப்புகளை மேற்கொள்ளுதல் இதற்கு உதவும்.

ஒரு விஷயம் எப்படி நிகழ்கிறது என்பதைப் புரிந்து கொள்வது, அது தொடர்பான சபலங்களை மேம்பட்ட முறையில் கட்டுப்படுத்த உங்களுக்கு உதவும். செயலிகளிலிருந்து நீங்கள் பெறுகின்ற குறுஞ்செய்திகள் இதற்கான ஓர் எடுத்துக்காட்டு.

செயலிகளின் வடிவமைப்பாளர்கள் உங்களுக்காக வடிவமைத்துள்ளவற்றை நீங்கள் கண்மூடித்தனமாகத் தேர்ந்தெடுக்காமல் இருக்கும்போது, நிலைமை உங்களுடைய கட்டுப்பாட்டில் இருப்பதாக நீங்கள் உணர்வீர்கள்.

வேறு நடவடிக்கைகளை உங்களுடைய அன்றாடத்திற்குள் புகுத்துங்கள்

உடனடித் திருப்தியை அளிக்கின்ற விஷயங்கள் மட்டுமே உங்களைச் சுற்றி இருக்கும்போது, அவற்றுக்குப் பலியாவதைத் தவிர்க்க முடியாது. உங்களுக்கு மிகவும் பிடித்தமான, வேறு வழிகளில் உங்களைக் கவர்ந்திழுக்கின்ற விஷயங்கள் இருந்தால் எப்படி இருக்கும்?

உங்களுடைய மூளையில் டோபமைனைத் தூண்டி, மேம்பட்டப் பழக்கங்களை வளர்த்துக் கொள்வதற்கு உங்களுக்கு உதவுகின்ற புதிய நடவடிக்கைகள், புதிய பொழுதுபோக்குகள், மற்றும் புதிய, புதுமையான வேலைகளை உங்களால் கண்டுபிடிக்க முடியும். உங்களுக்கு அதிகத் திருப்தி அளிக்கின்ற சுவாரசியமான விஷயங்களால் உங்களுடைய நாளை நிரப்புங்கள். நேரப் பற்றாக்குறை காரணமாக, வெகுகாலத்திற்கு முன்பு நீங்கள் நிறுத்தி வைத்திருந்த, உங்களுக்குப் பிடித்தமான பொழுதுபோக்கில் நீங்கள் மீண்டும் ஈடுபடலாம். அல்லது நீங்கள் ஆர்வம் கொண்டிருந்த, சற்று நிறுத்தி வைத்திருந்த கலையில் மீண்டும் குதிக்கலாம். உங்களுக்கு மகிழ்ச்சியளிக்கின்ற நடவடிக்கைகளில் ஈடுபடுங்கள், உங்களுக்குப் பிடித்தமான கலைகளைக் கற்றுக் கொடுக்கின்ற இடங்களில் சேர்ந்து கொள்ளுங்கள்,

உங்களுடைய ஓய்வு நேரத்தை எப்படி மேம்பட்ட விதத்தில் கழிப்பது என்பதைத் திட்டமிட்டுக் கொள்ளுங்கள். உங்களுக்கு உண்மையிலேயே பிடித்தமான விஷயங்கள் என்னென்ன? ஒருவேளை நீங்கள் இயற்கையை நேசிப்பவராக இருக்கலாம். அல்லது நீங்கள் புதிய தொழில்நுட்பங்களின் தீவிர இரசிகராக

இருக்கலாம். அல்லது உங்களுக்குச் சமைப்பது பிடிக்கலாம், களிமண் சிற்பங்களை உருவாக்குவது அல்லது ஓவியம் வரைவதில் ஆர்வம் இருக்கலாம். அல்லது நீங்கள் அடிக்கடி சந்திக்க விரும்பும் நபர்கள் சிலர் இருக்கலாம்.

நீங்கள் இரசித்து அனுபவிக்கும் புதிய, உற்சாகமிக்க நடவடிக்கைகளால் உங்களுடைய நாள் நிறைந்திருக்கும்போது, அர்த்தமற்ற விஷயங்களிலிருந்து விலகி இருப்பது எளிதாக இருக்கும். அப்போது, எதையேனும் சாதிப்பதற்கு உங்களை ஊக்குவிக்கின்ற விஷயங்களில் நீங்கள் உங்கள் கவனத்தைக் குவிப்பீர்கள், புதிய விஷயங்களைக் கற்றுக் கொள்ள முயற்சிப்பீர்கள்.

நேர்மறையான விதங்களில் நமக்குத் திருப்தியளிக்கின்ற நடவடிக்கைகளில் நாம் ஈடுபடுகின்றபோது, மோசமான பழக்கங்களை மறப்பதற்கான சாத்தியக்கூறுகள் அதிகரிக்கும். மூத்தவர்களுடன் இருப்பது திருப்தியளிக்கின்ற, வெகுமதியளிக்கின்ற ஒன்றாக இருக்கும். ஏனெனில், ஒரு சமூகக் குழுவின் ஓர் அங்கம் நாம் என்ற உணர்வுக்கும், பிறருடன் நம் வாழ்க்கையைப் பகிர்ந்து கொள்வதற்குமான ஏக்கம் நம் எல்லோருக்கும் இருக்கின்ற ஒன்று. நண்பர்களைச் சந்தித்தல், சமூகக் குழுக் கூட்டத்தில் கலந்து கொள்ளுதல், ஒரு வகுப்பில் சேர்ந்து கொள்ளுதல் போன்றவை நமக்கு ஊக்கமும் உற்சாகம் அளிக்கும் நடவடிக்கைகளாகும்.

புதுமை மற்றொரு முக்கியமான காரணி. அது நம்முடைய டோபமைன் அளவின்மீது தாக்கம் ஏற்படுத்தக்கூடியது. அது நமக்குப் பிடிக்குமா, அது நமக்குப் புதுவிதமான அனுபவங்களைக் கொடுக்குமா என்பதை ஊகிக்க நாம் முயல்வதுதான் அதற்குக் காரணம். நீங்கள் வெறுக்கின்ற ஒரு நடவடிக்கையில் நீங்கள் ஈடுபட வேண்டியிருந்தால், நீங்கள் அது குறித்து உற்சாகம் கொள்ள மாட்டீர்கள் என்பதைத் தனியாகக் குறிப்பிடத் தேவையில்லை. அது உங்களுக்கு ஆச்சரியமளித்தால், அதிலிருந்து உங்களுக்குக் கிடைக்கும் மகிழ்ச்சியுணர்வு அதிகமாக இருக்கும். அது உங்களுக்கு

ஏமாற்றமளித்தால், அது உங்களை ஊக்கமிழக்கச் செய்யும்.

நேர்மறையான நடவடிக்கைகள், குறிப்பாக, சமூகரீதியான நடவடிக்கைகள், உங்களை உங்கள் வீட்டுக்கு வெளியே அழைத்துச் செல்கின்ற நடவடிக்கைகள் போன்றவை உங்கள் மூளையில் டோபமைன் அதிகமாகச் சுரப்பதற்கு உதவும். புதிய விஷயங்களைக் கற்றுக் கொள்வதற்கும், புதிய கண்ணோட்டங்களை சுவீகரித்துக் கொள்வதற்கும், அவற்றின் மூலம் புதிய பழக்கங்களை வளர்த்துக் கொள்வதற்கும் அது உங்களுக்கு உதவும்.

ஓர் உல்லாசப் பயணம் மேற்கொள்ளுங்கள்

டோபமைன் அளவைச் சீராக வைத்துக் கொள்வதற்கு, மற்ற அனைத்து முயற்சிகளும் பலனளிக்காவிட்டால், ஓர் உல்லாசப் பயணம் மேற்கொள்ளுங்கள். அப்படி ஒரு பயணத்தை நீங்கள் மேற்கொள்கின்றபோது, உங்களுடைய வழமையான சுற்றுச்சூழலிலிருந்து நீங்கள் இடம்பெயர்வீர்கள், அப்புதிய இடத்தில் உங்களிடம் எதிர்மறையான நடத்தையைத் தூண்டுகின்ற அம்சங்கள் குறைவாக இருக்கும். அத்துடன், அங்கு உங்களுக்குப் புதிய, பரவசமிக்க அனுபவங்கள் காத்துக் கொண்டிருக்கும். குறைவான நாள்களே நீடிக்கின்ற பயணம்கூட உங்களுடைய மனத்தை நல்லவிதமாக உலுக்கி, உங்களுடைய அன்றாட வாழ்க்கை குறித்து உங்களிடம் ஒரு புதிய கண்ணோட்டத்தைத் தோற்றுவிக்கும்.

உங்களுடைய பழக்கங்களில் நிலையான மாற்றங்களை ஏற்படுத்துவதற்கு, வெறுமனே ஒரு பயணத்தை மேற்கொள்வது மட்டும் போதாது. ஆனால், உங்கள் வாழ்க்கையில் எத்தகைய மாற்றங்களை ஏற்படுத்த வேண்டும் என்பது குறித்து ஆழமாகச் சிந்திப்பதற்குத் தேவையான இடத்தை அதனால் அளிக்க முடியும்.

அதற்காக நீங்கள் ஒரு வாரத்திற்கு அந்நிய நாடு ஒன்றுக்குச் செல்லத் தேவையில்லை. பக்கத்து

நகரத்திற்குச் சென்று வந்தால்கூடப் போதுமானது. உங்களுடைய நகரில் நீங்கள் அதுவரை சென்றிராத ஒரு பகுதிக்குச் செல்வதுகூட நல்ல பலனளிக்கும். அதை நீங்கள் ஒரு சுற்றுலாப்பயணியைப்போல ஒரு புதிய கண்ணோட்டத்துடன் சுற்றிப் பார்ப்பது நல்லது.

புதுமையான உணர்வுகளை அனுபவிக்க முயலுங்கள்

புதுமையான உணர்வுகளை அனுபவிக்க முயல்வது இதைச் சாதிப்பதற்கான மற்றொரு வழியாகும். குறைந்தபட்சம் உங்களுடைய அன்றாட நடைமுறையில் ஏதாவது ஒரு புதுமையைப் புகுத்துங்கள். அதற்கு முன்பு நீங்கள் ஒருபோதும் அனுபவித்திராத ஒரு புதிய விஷயத்தை முயற்சி செய்து பாருங்கள். உங்களுடைய மூளை குறைவான விஷயங்களை மட்டும் கொண்டு போதுமான அளவு டோபமைனை உற்பத்தி செய்யத் தன்னைத் தயார்படுத்திக் கொள்ளும்.

புதிய சுவையுடன்கூடிய உணவு வகைகள், வேலையிலிருந்து வீட்டிற்குத் திரும்புவதற்கு ஒரு புதிய வழி, உங்களுடைய பாத்திரம் கழுவும் இயந்திரத்தில் புதிய வாசனையுடன்கூடிய ஒரு கழுவு பொருள் போன்றவை இதற்கான சில எடுத்துக்காட்டுகள். பொதுவாக நீங்கள் உணராத உணர்ச்சிகளை உணர முயலுங்கள்.

நாம் ஒரு வழமைக்குள் மாட்டிக் கொள்கின்றபோது, நம்முடைய மூளை தன்னியக்க நடவடிக்கையில் சிக்கிக் கொள்ளும். இதுபோன்ற அனுபவங்கள் உங்களுக்கு இதற்கு முன்பும் நிகழ்ந்திருக்கலாம். நீங்கள் அலுவலகத்திலிருந்து தினந்தோறும் வழக்கமாக ஒரு குறிப்பிட்ட வழியில்தான் வருவதாக வைத்துக் கொள்வோம். சில நேரங்களில் நீங்கள் புறப்பட்டதுதான் உங்களுக்கு நினைவிருக்கும், எப்படி வீட்டுக்கு வந்து சேர்ந்தீர்கள் என்பது உங்களுக்கு நினைவிருக்காது. உங்களுடைய மூளை தன்னியக்க நடவடிக்கையில் ஈடுபடுவதுதான் அதற்குக் காரணம்.

நாம் ஏற்கனவே பார்த்திருந்த நிகழ்கணலயிப்பு இப்பிரச்சனைக்கான ஒரு தீர்வாகும். புதுமையான காரியங்களில் ஈடுபடுவது மற்றொரு தீர்வு.

சாதாரணமான, எளிய விஷயங்களிலிருந்து புதுமைகளை எதிர்பார்ப்பதற்கு உங்களுடைய மூளையைப் பழக்கப்படுத்திக் கொள்ள இது உதவும்.

அதற்காக, முற்றிலும் புதிய, ஏடாகூடமான ஒன்றை நீங்கள் முயற்சி செய்யத் தேவையில்லை. எந்த மாதிரியான அனுபவத்தை நீங்கள் பெற விரும்புகிறீர்கள் என்று முதலில் முடிவு செய்து கொள்ளுங்கள். எடுத்துக்காட்டாக, ஒரு புதிய வகையான புத்தகத்தைப் படிக்க நீங்கள் முயற்சி செய்யலாம். அல்லது நீங்கள் பொதுவாகப் பார்க்க விரும்பாத வகையான ஒரு திரைப்படத்தைப் பார்க்க நீங்கள் தீர்மானிக்கலாம். அல்லது ஒரு புதிய பொழுதுபோக்கைச் சோதித்துப் பார்க்கலாம். புதுமை உங்கள் மூளையை மகிழ்ச்சியாக வைத்திருக்கும், அதற்குத் திருப்தியுணர்வைக் கொடுக்கும்.

உங்கள் மூளை டோபமைனைப் பெறுகின்ற விதத்திலும், அது உங்களை ஊக்குவிக்கின்ற முறையிலும் மாற்றத்தை ஏற்படுத்துவதற்கு நீங்கள் செய்யக்கூடிய பல விஷயங்கள் உள்ளன. உங்களுடைய வாழ்க்கைமுறையில் மாற்றங்களை ஏற்படுத்தி, அதன் மூலம் நேர்மறையான, ஆரோக்கியமான பழக்கங்களில் உங்கள் நேரத்தையும் முயற்சியையும் உங்களால் குவிக்க முடியும்.

டோபமைன் சில நேர்மறைகளையும் சில எதிர்மறைகளையும் கொண்டிருக்கிறது என்பதை நினைவில் வைத்துக் கொள்வது நல்லது. நாம் செம்மையாக இயங்குவதற்கு அது நமக்குத் தேவை. ஆனால், இந்த நவீன உலகில், பல விஷயங்கள் தம்முடைய நலன்களைப் பேணுவதற்காக நம்முடைய டோபமைனை மடைமாற்றப் பார்க்கின்றன. இந்த வேதிப்பொருள் எப்படி வேலை செய்கிறது, அதை எப்படித் திறமையாகப் பயன்படுத்திக் கொள்ளலாம் என்பதை நாம் புரிந்து கொள்வது, நம்முடைய வாழ்க்கையை நேரடியான, அளவிடத்தக்க வழிகளில் மேம்படுத்திக் கொள்ள நமக்கு உதவும்.

உங்களுடைய டோபமைன் ஓர் இன்றியமையாத பொருள். ‘பலவற்றை உள்ளடக்கிய ஒரு மூலக்கூறு’ என்று அது அழைக்கப்படுவதற்குக் காரணம் இல்லாமலில்லை.

(Lieberman & Long, 2019, *The Molecule of More: How a Single Molecule in Your Brain Drives Love, Sex, and Creativity—and will Determine the Fate of the Human Race*). டோபமைன் என்ற வேதிப்பொருள் பல விஷயங்களைச் செய்து நம்மை ஊக்குவிக்க முயல்கிறது. ஊக்குவிப்பு இல்லாமல் நம்மால் எதையும் சாதிக்க முடியாது. உண்மையான சாதனைக்கு மாற்றாக உள்ள விஷயங்களை உதறித் தள்ளுவதன் மூலம், உங்கள் விழுமியங்களோடு ஒத்திசைவாக இருக்கின்ற ஒரு வாழ்க்கையை உங்களால் கட்டமைத்துக் கொள்ள முடியும்.

மேற்கூறப்பட்ட உத்திகளைப் பயன்படுத்தி, உங்களுடைய டோபமைன் அளவைக் கணிசமாகக் குறைத்து அதை மட்டுக்குள் வைத்துக் கொள்ள முடியும். அதன் காரணமாக உங்களால் உங்களுடைய வாழ்க்கையை இன்னும் சிறப்பாக இரசித்து அனுபவிக்க முடியும், அர்த்தமுள்ள நடவடிக்கைகளில் ஈடுபட்டு ஆனந்தம் அடைய முடியும்.

சுருக்கமாக

- டோபமைன், மூளை வேதியியலின் ஓர் இயல்பான பகுதியாக இருந்தாலும், அதன் அளவு அதீதமாக ஆகின்றபோது, அது போதைக்கு ஒப்பான ஒரு நிலையை வெளிப்படுத்தும். அதைக் கட்டுக்குள் கொண்டுவருவதற்கு, டோபமைன் போதை நீக்க நடவடிக்கைகளை நாம் எடுத்தாக வேண்டும். அது ஆரோக்கியமான வழிகளில் வாழ்க்கையை அனுபவிப்பதற்கு நம்மை அனுமதிக்கும்.
- டோபமைன் குறைப்பு நடவடிக்கைகளில், சமூக ஊடகங்களில் ஈடுபடுதல், சர்க்கரை, மது போன்றவற்றை அருந்துதல், பொருள்களை வாங்கிக் குவித்தல் போன்றவற்றைக் கட்டுக்குள் வைத்திருப்பதும் அடங்கும். அதற்குப் பதிலாக, தியானம், படித்தல், விளையாட்டு போன்றவற்றில் நீங்கள் ஈடுபட வேண்டும்.

- டோபமைனைக் குறைக்கின்ற முயற்சியில் ஈடுபடுகின்றபோது, சலிப்படைதல், இல்லாமையுணர்வு, விரக்தி, கோபம் போன்றவை ஏற்படுதல் சகஜமானது. அந்த அசௌகரிய உணர்வைப் பொருட்படுத்தாமல், நீங்கள் அதைத் தொடர வேண்டும். காலப்போக்கில், அதற்கு நீங்கள் பழகிவிடுவீர்கள். பின்னர், உங்களுடைய மூளை, உடனடித் திருப்திக்கு ஏங்காமல், ஆரோக்கியமான பழக்கங்கள் மற்றும் சாதனைகளை இரசிப்பதற்கு அதை நீங்கள் பழக்கிவிடுவீர்கள்.
- உங்களுடைய தேவைக்கு ஏற்ப, ஒரு-நாள், மூன்று-நாள் அல்லது ஏழு-நாள் டோபமைன் குறைப்பு நடவடிக்கைகளில் ஈடுபடுங்கள். எந்த நடத்தைகளை நீங்கள் தொடர்ந்து வைத்துக் கொள்ள விரும்புகிறீர்கள், எவற்றைத் துறக்க விரும்புகிறீர்கள் என்பதைக் கண்டறியுங்கள். உடனடித் திருப்திக்கு முக்கியத்துவம் கொடுக்காமல், நீங்கள் நம்புகின்ற விழுமியங்கள் குறித்து ஆழமாகச் சிந்திக்க இது உங்களுக்கு வாய்ப்பளிக்கும்.
- ஏழு-நாள் டோபமைன் குறைப்பு உத்தி ஆற்றல்மிக்கது என்றாலும், அதற்கு நீங்கள் முன்கூட்டியே திட்டமிட்டுக் கொள்ள வேண்டியிருக்கும். இங்கு நீங்கள் நிகழ்கணலயிப்பு, ஆழமான சிந்தனை, சலிப்பை எப்படிச் சரிக்கட்டுவது, சபலத்தை எப்படிச் சமாளிப்பது போன்றவற்றில் ஈடுபடுவீர்கள்.
- உங்களுடைய மூளையை மறுகட்டமைப்பு செய்வதற்கு, நல்ல தூக்கம், ஊட்டச்சத்துமிக்க உணவு மற்றும் உடற்பயிற்சி தேவை. ஆசுவாசப் பயிற்சிகளைத் தாராளமாகப் பயன்படுத்துங்கள். இங்கு இலக்கு டோபமைனை முழுமையாக நிறுத்த முயல்வது அன்று, மாறாக, உங்கள் வாழ்க்கையை உங்கள் கைகளில் எடுத்துக் கொண்டு, நீங்கள் விரும்புகின்ற வாழ்க்கையை உங்களுக்காகக் கட்டமைத்துக் கொள்வதுதான்.

பகுதி இரண்டு

நம்மைத் துடிப்புடன் வைத்திருக்கும் உணவு

நீங்கள் எதைச் சாப்பிடுகிறீர்களோ, அதுதான் நீங்கள். அது முழுக்க முழுக்க உண்மை. உங்கள் உடலிலுள்ள ஒவ்வோர் உறுப்பும், ஒவ்வொரு திசுவும், ஒவ்வோர் அணுவும் வேறு எங்கோ இருந்துதான் வருகின்றன. உங்களுடைய ஒவ்வொரு நரம்பணுப் பிணைப்பும், உங்களுடைய தசைகளின் ஒவ்வோர் இயக்கமும், உங்கள் தலையிலுள்ள ஒவ்வொரு முடியும், நீங்கள் உட்கொள்கின்ற உணவிலிருந்து உங்களுக்குக் கிடைக்கின்ற ஊட்டச்சத்தோடு நேரடித் தொடர்புடையவையாகும். இன்னும் சொல்லப் போனால், நீங்கள் உட்கொள்ளும் உணவு, டோபமைன் போன்ற நரம்பணுக்கடத்திகளின் சுரப்பின்மீது தாக்கம் ஏற்படுத்துகிறது. அந்த நரம்பணுக்கடத்திகள், தம் பங்கிற்கு உங்களுடைய உள்ளார்ந்த அனுபவங்கள்மீது தாக்கம் ஏற்படுத்துகின்றன.

நீங்கள் ஒரு மேம்பட்ட உடல்ரீதியான அனுபவத்தைப் பெற விரும்பினால், அடிப்படையிலிருந்து தொடங்க வேண்டியது இன்றியமையாதது. உணவு இரண்டு ஆற்றல்மிக்க விஷயங்களைச் செய்கிறது. முதலாவது, உங்களை உயிருடன் வைத்திருக்கத் தேவையான உயிரியல்ரீதியான இயக்கங்களுக்கு உங்களுக்குத் தேவைப்படும் ஆற்றலை அது அளிக்கிறது. இரண்டாவது, உடல் தன்னைப் பழுதுநீக்கி, தன்னை மறுகட்டமைப்பு செய்து கொள்ளத் தேவையான ஆற்றலை அது அளிக்கிறது.

நாம் உண்ணும் உணவு, நாம் செய்கின்ற அனைத்தின்மீதும், நம்முடைய ஆற்றலின்மீதும், நம்முடைய ஒட்டுமொத்த ஆரோக்கியத்தின்மீதும் பெரும் தாக்கம் ஏற்படுத்துகிறது. கடந்த சில பத்தாண்டுகளில், நாம் ஊட்டச்சத்து குறித்து நிறையவே கற்றுக் கொண்டிருக்கிறோம். ஆனால், அவற்றில் ஒன்றோடொன்று முரண்படுகின்ற ஏகப்பட்டத் தகவல்கள் நிரம்பிக் கிடக்கின்றன. உதாரணத்திற்கு, மக்கள் நடைமுறையில் பயன்படுத்திக் கொண்டிருக்கும் பத்திய உணவுமுறைகளை எடுத்துக் கொள்ளுங்கள்: கீட்டோ, பேலியோ அல்லது வீகன். தங்களுடைய வழிமுறை மட்டுமே உங்களுடைய அனைத்துப் பிரச்சனைகளுக்குமான தீர்வு என்றும், அது மட்டுமே நீங்கள் நீண்ட ஆயுளுடனும் ஆரோக்கியத்துடனும் வாழ்வதற்கான வழிமுறை என்றும் அவை ஒவ்வொன்றும் முழங்குகின்றன.

இந்தப் பகுதியில், ஊட்டச்சத்துகள் பற்றியும், அவை வழங்குகின்ற அறிவுரைகளைப் பற்றியும் நாம் பார்க்கவிருக்கிறோம். நம்முடைய ஆரோக்கியத்தில், புரோபயாட்டிக்குகள் மற்றும் பிரீபயாட்டிக்குகள் வகிக்கின்ற பாத்திரங்களைப் பற்றியும் நாம் அலசவிருக்கிறோம். பிரபலமான பத்திய உணவுகளைப் பற்றியும் நாம் ஆராயப் போகிறோம். அவற்றை நாம் பின்பற்றப் போகிறோமோ இல்லையோ, அவற்றின் பயன்கள் என்னென்ன என்பதை நாம் தெரிந்து கொள்ளவிருக்கிறோம்.

அத்தியாயம் 3

உயிரோட்டமுள்ள உணவு

ஊட்டச்சத்து அறிவியல் தொடர்ந்து நவீனப்படுத்தப்பட்டுக் கொண்டே இருக்கிறது. உணவின் மூலம் நம்முடைய ஆரோக்கியத்தை மேம்படுத்திக் கொள்வதற்கு ஏற்றப் புதிய யோசனைகளை அது அவ்வப்போது வழங்கிக் கொண்டிருக்கிறது. அதன் காரணமாகவே, அது பரிந்துரைக்கின்ற யோசனைகள் வெகுசீக்கிரமாகவே காலாவதியாகிவிடுகின்றன அல்லது பொருத்தமானவை அல்ல என்று நிரூபிக்கப்பட்டுவிடுகின்றன. இங்கு நாம் பார்க்கப் போகின்ற விஷயங்கள் இந்தப் புத்தகம் எழுதப்பட்டபோது நடைமுறையில் இருந்தவை. அதனால், நீங்கள் இதைப் படிக்கும்போது, புதிய கண்டுபிடிப்புகள் குறித்து அறிந்து வைத்துக் கொள்வது நல்லது. அப்போதுதான் உங்களால் சிறந்த தேர்ந்தெடுப்புகளை மேற்கொள்ள முடியும்.

உணவு, ஊட்டச்சத்து ஆகியவற்றில் சிறப்பாய்வுகளை மேற்கொண்டு வரும் ஆய்வாளரான மைக்கேல் போல்லன் (2009, *Food Rules: An Eater's Manual*), உணவு குறித்துக் கீழ்க்கண்ட எளிய அறிவுரையைப் பரிந்துரைக்கிறார்:

"நிஜ உணவை உண்ணுங்கள். அதிகமாக உண்ணாதீர்கள். பெரும்பாலும் தாவர உணவுகளை உண்ணுங்கள்."

அதாவது, முடிந்த அளவுக்கு, இயற்கையான உணவை உண்ண வேண்டும் என்று அதற்கு அர்த்தம். செயற்கை உணவுகள், சிக்கலான வேதிப்பொருள்கள் அதிகமுள்ள உணவுப் பொருள்கள், அதீதமாகச் சுத்திகரிக்கப்பட்ட உணவுகள் போன்றவை தவிர்க்கப்பட வேண்டும். நீங்கள் உண்ணும் உணவில், கார்போஹைட்ரேட், கொழுப்பு, புரதம் போன்றவை சரியான விகிதத்தில் கலந்திருக்க வேண்டும். அதில் எதுவொன்றும் அளவுக்கு அதிகமாக இடம்பெற்றிருக்கக்கூடாது. அத்துடன், அளவுக்கு அதிகமாக உணவை உண்ணக்கூடாது. இதில் நீங்கள் மிகவும் கவனமாக இருக்க வேண்டும். தட்டில் பரிமாறப்பட்ட அனைத்தையும் தின்றுவிட்டு நீங்கள் திக்குமுக்காடக்கூடாது.

அத்துடன் அவர், தாவர உணவுகளை உண்ணுமாறு பரிந்துரைக்கிறார். காய்கறி மற்றும் பழங்களை அதிக அளவில் சேர்த்துக் கொள்வது உடல் ஆரோக்கியத்தை மேம்படுத்திக் கொள்ள உதவும். புரதம் முக்கியமானது என்றாலும், காய்கறிகளும் பழங்களும்தான் ஒருவருடைய ஆரோக்கியத்தில் குறிப்பிடத்தக்க வித்தியாசத்தை ஏற்படுத்தும் (Pollan, 2009, *Food Rules: An Eater's Manual*).

உணவுகள் தொடர்பாக, கண்டிப்பான விதிகளைப் பின்பற்றுவதற்குப் பதிலாக, பொதுவான கொள்கைகளைப் பின்பற்றுவது நடைமுறையில் எளிதாக இருக்கும். எடுத்துக்காட்டாக, ரொட்டியைத் தவிர்க்க வேண்டும் என்றொரு விதி இருந்தால், நடைமுறையில் அதைப் பயன்படுத்துவது கடினம். ஒவ்வாமை அல்லது மருத்துவக் காரணங்களுக்காக நீங்கள் ரொட்டியைத் தவிர்க்க வேண்டிய நிலை இருந்தால், அது வேறு விஷயம்.

உங்களுடைய அன்றாடப் பழக்கங்களில் பெரும் மாறுதல்களை ஏற்படுத்திக் கொள்ளாமலேயே உங்களால் உங்களுடைய பத்திய உணவுமுறையில் மாற்றத்தை

ஏற்படுத்திக் கொள்ள முடியும். எடுத்துக்காட்டாக, காய்கறிகள், பழங்கள், அதிகமாகச் சுத்திகரிக்கப்படாத உணவுப் பொருள்கள் போன்றவற்றை நீங்கள் உண்ணலாம். கோழி இறைச்சி, ஆட்டிறைச்சி, மீன் போன்றவற்றை பதப்படுத்தப்பட்ட நிலையில் வாங்காமல், புதிதாக வாங்குவது நல்லது. குறிப்பாக, வெறுமனே சூடு பண்ணிச் சாப்பிடுகின்ற விதத்தில் தயாரிக்கப்படுகின்ற உணவு வகைகளைப் பயன்படுத்தாமல் இருப்பது நல்லது.

உணவுப் பொருள்களை வீட்டிலேயே தயாரித்து உண்பதுதான் சிறந்தது. ருசியான உணவு என்றவுடன், அதீதமாகப் பதப்படுத்தப்பட்டப் பொருள்கள், இனிப்புப் பொருள்கள், உப்பு தூக்கலாக இருக்கும் பொருள்கள் ஆகியவைதாம் நம் நினைவுக்கு வரும். சிப்ஸ், சாக்லெட், பிஸ்கெட் போன்றவை இதற்கான எடுத்துக்காட்டுகள். ஆனால், இயற்கை உணவுகளிலும் சுவையான உணவுகள் இருக்கத்தான் செய்கின்றன. அவற்றை உங்களுடைய தனிப்பட்ட ருசிக்கேற்ப உங்களால் தயாரித்துக் கொள்ள முடியும் என்பது கூடுதல் அனுகூலம். உங்களுக்கு சால்மன் மீனோ அல்லது கத்தரிக்காயோ பிடிக்கவில்லை என்றால் அதை நீங்கள் உங்களுடைய உணவில் சேர்த்துக் கொள்ள வேண்டியதில்லை. நீங்கள் வீட்டிலேயே உணவு தயாரித்தால், ஆரோக்கியமான இனிப்பு வகைகளைக்கூடத் தயாரித்து, அவற்றைக் குற்றவுணர்ச்சியின்றி உங்களால் உண்ண முடியும். பாரம்பரியமாக ஆரோக்கியமற்றவை என்று கருதப்படுகின்ற இனிப்பு வகைகளில்கூட, சரியான இடுபொருள்களைச் சேர்ப்பதன் மூலம் அவற்றை ஆரோக்கியமானவையாக மாற்றிவிட முடியும்.

ஆனால், வீட்டில் சமைப்பதற்கான சாத்தியக்கூறு எல்லோருக்கும் கிடைப்பதில்லை. அப்படித் தினந்தோறும் வீட்டில் சமைப்பது உங்களுக்குச் சாத்தியப்படாமல் போனால், ஒவ்வொரு வெள்ளிக்கிழமை அல்லது வாரத்திற்கு இரண்டு நாள்கள் நீங்கள் வீட்டில் சமைக்கலாம். சமைப்பதற்கு ஒருவேளை உங்களுக்குப் புத்தம் புதிய காய்கறிகள் கிடைக்காவிட்டால், உறைபனி நிலையில் வைக்கப்பட்டுள்ள காய்கறிகளை அல்லது

டின்களில் அடைக்கப்பட்டு விற்கப்படுகின்ற காய்களை நீங்கள் பயன்படுத்திக் கொள்ளலாம். வீட்டில் சமைப்பது எளிதானதாக இல்லாமல் இருக்கலாம். ஆனால், நீங்கள் மேற்கொள்கின்ற சிறிய மாற்றங்கள்கூட, நீங்கள் எப்படி உணர்கிறீர்கள் என்பதில் ஒரு பெரும் வித்தியாசத்தை ஏற்படுத்தக்கூடும்.

அதிகமான காய்கறிகள், குறைவான அளவில் இயற்கை உணவு ஆகியவை, ஆரோக்கியமான உணவுப் பழக்கத்தை உருவாக்கிக் கொள்ள உங்களுக்கு உதவும். டோபமைன் குறைப்பில் இதற்கு ஒரு முக்கிய இடமுண்டு. போதுமான அளவு தூக்கத்தோடு சேர்த்து இதனால் உங்களுடைய ஆரோக்கியமான வாழ்க்கைக்கு ஒரு சரியான அடித்தளத்தை அமைத்துக் கொடுக்க முடியும்.

மத்திய தரைக் கடல் பகுதிப் பத்திய உணவு

மத்திய தரைக் கடல் பகுதிப் பத்திய உணவு, நீண்ட ஆயுளுக்கும், ஆரோக்கியமான உணவுமுறைக்கும் பெயர்போன ஒன்று. உடல் உபாதைகள் வராமல் தடுப்பதற்கு ஏற்ற ஓர் உணவுமுறை என்னவென்று கேட்டால், இதுதான் எல்லோராலும் பரிந்துரைக்கப்படும். மாரடைப்பு, பக்கவாதம், இதய நோய்கள் போன்ற பல நோய்களை அண்டவிடாமல் தடுக்கக்கூடிய பத்திய உணவுமுறை இது என்று கருதப்படுகிறது. அத்துடன், இது மேம்பட்ட வாழ்க்கைத் தரத்திற்கும் திருப்திகரமான வாழ்க்கைக்கும் இட்டுச் செல்லும் என்று கூறப்படுகிறது (Martinez-Gonzalez & Martin-Calvo, 2016, *Mediterranean diet and life expectancy; beyond olive oil, fruits, and vegetables*).

இது நடைமுறையில் நிரூபிக்கப்பட்ட ஓர் உணவுமுறையாகும். ஆரோக்கியமான உணவுகளை உண்ணவும், நீண்ட ஆயுளுடன் இருக்கவும், இதய நோய் வராமல் பார்த்துக் கொள்ளவும் விரும்புபவர்களுக்கு இந்தப் பத்திய உணவு ஒரு சிறந்த தேர்ந்தெடுப்பாக அமையும்.

இந்தப் பத்திய உணவு, கிரீஸ், இத்தாலி போன்ற, மத்திய தரைக் கடலை ஒட்டியுள்ள நாடுகளோடு தொடர்புடையது. அப்பகுதியைச் சேர்ந்த முதன்மை உணவு வகைகளை இந்தப் பத்திய உணவுமுறை உள்ளடக்கியுள்ளது. அது தனக்கே உரிய பல முக்கியமான அம்சங்களைக் கொண்டுள்ளது.

இந்த உணவுமுறையில் தாவர அடிப்படையிலான உணவுகள் நிறைய இடம்பெற்றுள்ளன. அவற்றில், காய்கறிகள், பழங்கள், கொட்டைகள், அவரையின வகைகள் மற்றும் அதிகமாகச் சுத்திகரிக்கப்படாத தானியங்கள் போன்றவை அடங்கும். இந்த வகை உணவு வகைகளை உண்பவர்கள் இறைச்சியைக் குறைவாகச் சேர்த்துக் கொள்வர். குறிப்பாக, செவ்விறைச்சி மற்றும் சாசேஜ் போன்ற பதப்படுத்தப்பட்ட இறைச்சியைக் குறைவாக எடுத்துக் கொள்வர். இதில் மீன்கள் மிதமான அளவிலிருந்து அதிகமான அளவுவரை சேர்த்துக் கொள்ளப்படும். பால் பொருள்கள் அதிகமாக இருக்காது. அதற்கு சீஸும், பாரம்பரிய யோகர்ட்டும் மட்டும் விதிவிலக்கு. இந்த உணவோடு சேர்த்து மது அருந்தப்படும் என்றாலும், அது ஒருபோதும் மிதமிஞ்சிய அளவில் இருக்காது. இதில் மற்ற மதுவகைகளைவிட, ஒயின்தான் அதிகமாக இடம்பெற்றிருக்கும் (Martinez-Gonzalez & Martin-Calvo, 2016, *Mediterranean diet and life expectancy; beyond olive oil, fruits, and vegetables*).

இந்த வகை உணவில் கொழுப்பு அதிகமாக உட்கொள்ளப்படும். அதன் அளவு கிட்டத்தட்ட நாற்பது சதவீதம்வரைகூட இருக்கும். ஆனால், இதில் இடம்பெறுகின்ற கொழுப்பில் பெரும்பாலானது ஆரோக்கியமானது. அதில் ஆலிவ் எண்ணெய் முதன்மையானது. அதில் பெரும்பகுதி, உடல் ஆரோக்கியத்திற்குத் துணை புரிகின்ற மோனோசேச்சுரேட்டட் கொழுப்பாகவே இருக்கும். இந்த வகை உணவில் எடுத்துக் கொள்ளப்படும் மொத்தக் கலோரியில் பத்து முதல் பதினைந்து சதவீதம்வரை, செக்கில் ஆட்டப்பட்ட ஆலிவ் எண்ணெயிலிருந்து அவர்களுக்குக் கிடைக்கும். (Martinez-Gonzalez & Martin-

Calvo, 2016, *Mediterranean diet and life expectancy; beyond olive oil, fruits, and vegetables*).

இந்த வகை உணவில் இடம்பெறுகின்ற ஆரோக்கியமான கொழுப்புகள் இதயத்திற்கு நன்மை பயப்பவையே. குறிப்பாக, இதய நோய்கள் வராமல் அவற்றால் தடுக்க முடியும்.

ஒக்கினோவா பத்திய உணவு

இது மத்திய தரைக் கடல் பத்திய உணவுக்குப் போட்டியாக விளங்குகின்ற ஓர் உணவுமுறையாகும். இதுவும் ஆயுள் நீட்டிப்பிற்குப் பெயர்போன ஒன்று என்பதால் அவ்வாறு கருதப்படுகிறது. இந்த இரண்டு வகை உணவிலும், கடல் உணவு வகைகளும் ஆரோக்கியமான கொழுப்பும் அதிக அளவில் இருக்கும்.

ஒக்கினோவா பத்திய உணவில், கிழங்கு வகைகள் (எடுத்துக்காட்டு: சீனிக் கிழங்கு), பச்சை மற்றும் மஞ்சள் நிறக் காய்கறிகள், சோயா பீன்ஸை அடிப்படையாகக் கொண்ட உணவுப் பொருள்கள் மற்றும் மூலிகைகள் ஆகியவை பெருமளவுக்கு இடம்பெற்றிருக்கும். இதில், புரதத்திற்காகக் கடல் உணவுகளும், கொழுப்பற்ற இறைச்சி வகைகளும் மிதமான அளவில் சேர்த்துக் கொள்ளப்படும். அத்துடன், இதில் சேர்த்துக் கொள்ளப்படுகின்ற கார்போஹைட்ரேட்டுகள் அதிகமாகச் சுத்திகரிக்கப்படாதவையாக இருக்கும். (Willcox, Scapagnini, & Willcox, 2014, *Healthy aging diets other than the Mediterranean: A Focus on the Okinawan Diet*).

இந்த ஜப்பானியப் பத்திய உணவு, இதய நோய் அபாயத்தையும், வயது மூப்பின் காரணமாக ஏற்படுகின்ற பிரச்சனைகளையும் குறைக்கும் தன்மை கொண்டது. இதில் கலந்துள்ள கொழுப்பின் இயல்பு காரணமாக, வாழ்நாள் முழுவதும் ஆரோக்கியத்துடன் இருக்கவும், உடலில் அழற்சி ஏற்படாமல் இருக்கவும் இந்த உணவுப் பழக்கம் வழி வகுக்கும் (Willcox, Scapagnini, & Willcox, 2014, *Healthy aging diets other than the Mediterranean: A Focus on the*

Okinawan Diet).

இந்தப் பத்திய உணவில் கலந்திருக்கும் புரதம் செவ்விறைச்சியிலிருந்தோ, அல்லது கொழுப்பு அதிகமாக உள்ள இறைச்சிகளிலிருந்தோ பெறப்படுவதில்லை. மாறாக, அது, கொழுப்பு குறைவான இறைச்சி, கடல் உணவுகள், அவரையினங்கள், மற்றும் காய்கறிகளிலிருந்து கிடைப்பதால், அது மேம்பட்ட ஒன்றாக விளங்குகிறது. ஓர் ஆரோக்கியமான உணவைப் பொறுத்தவரை, கொழுப்பு எங்கிருந்து கிடைக்கிறது என்பது முக்கியமானது என்பதை இந்தப் பத்திய உணவுப் பழக்கமும் உறுதி செய்கிறது.

கீட்டோ பத்திய உணவு

சமீப காலங்களில்தான் கீட்டோ பத்திய உணவு பிரபலமாயிற்று. ஆனால், பட்டறிவுபூர்வமாக, மத்திய தரைக் கடல் பத்திய உணவு அளவுக்கு இது நம்பிக்கையூட்டுவதாக இல்லை. இந்த உணவுமுறையில், நீங்கள் கார்போஹைட்ரேட்டுகளைக் கணிசமாகக் குறைத்துவிட்டு, கொழுப்பை மிக அதிகமாக எடுத்துக் கொள்வீர்கள். இதில் அடர்த்தியான கொழுப்பு, இறைச்சி, கோழி, மீன், முட்டை, சீஸ் போன்றவை அதிக அளவில் இடம்பெறும். இதில் பழங்கள், அவரையினங்கள், முழுமையான தானியங்கள் மற்றும் சில காய்கறிகள் சுத்தமாகச் சேர்த்துக் கொள்ளப்பட மாட்டாது (Crosby et al., 2021, *Ketogenic Diets and Chronic Disease: Weighing the Benefits Against the Risks*).

கீட்டோ உணவுமுறையின் முழுப் பெயர் கீட்டோஜெனிக் உணவுமுறை. இதில், மிகக் குறைவான அளவு கார்போஹைட்ரேட், மிதமான அளவு புரதம், அதிக அளவு கொழுப்பு ஆகியவை சேர்த்துக் கொள்ளப்படும். இந்த உணவுமுறையின் நோக்கம் உடலைக் கீட்டோசிஸ் நிலைக்கு எடுத்துச் செல்வதாகும். அப்போது உடல் கீட்டோன் கூறுகளை உற்பத்தி செய்யும். அவை ஆற்றல் சக்தியாகப்

பயன்படுத்தப்பட்டு, உடலிலுள்ள கொழுப்பை எரிக்கத் துணை புரியும். கீட்டோ பத்திய உணவு, உடல் எடைக் குறைப்புக்கு உதவுகிறது. அத்துடன், இந்த உணவுமுறை, இரத்த அழுத்தத்தையும், இரத்தத்திலுள்ள டிரைகிளிசரைடுகளின் அளவையும் குறைக்கவல்லது. இது இதய நோய் ஆபத்தை அதிகரிக்கக்கூடும் என்று அஞ்சப்படுகிறது. மேலும், இந்தப் பத்திய உணவை நீண்டகாலம் கடைபிடிப்பது கடினம் (Batch, Lamsal, Adkins, Sultan, & Ramirez, 2020, *Advantages and Disadvantages of the Ketogenic Diet: A Review Article*).

கீட்டோ பத்திய உணவு பரிந்துரையான, காய்கறிகளையும் பழங்களையும் உணவிலிருந்து அறவே நீக்குவது என்பது நல்லதோர் அறிவுரையாகத் தெரியவில்லை. கடுமையான கட்டுப்பாடுகளைக் கொண்ட பத்திய உணவு, குறுகிய காலத்திற்கு ஒருவருக்குப் பலனளிக்கலாம். ஆனால், நீண்டகால நோக்கில், தொடர்ந்து அதைக் கடைபிடிப்பது சவாலான காரியம். ஆரோக்கியமான கொழுப்பை உணவில் சேர்த்துக் கொள்வதன் முக்கியத்துவத்தை இது வலியுறுத்தினாலும், இந்த உணவில் கலந்திருக்கின்ற நிறை கொழுப்பின் அளவு கவலையளிப்பதாக உள்ளது. இது உடல் எடையை வேகமாகக் குறைப்பதற்கு வழிவகுத்தாலும், விலங்குப் பொருள்களைத் தவிர்க்க விரும்புபவர்களால் இந்த உணவை உண்ண முடியாது என்பது இதிலுள்ள முக்கியச் சிக்கலாகும்.

பேலியோ பத்திய உணவு

பழங்கற்காலத்தில் வாழ்ந்த நம்முடைய முன்னோர் உண்ட உணவுக்கு ஒப்பான உணவை உட்கொள்வதை இந்தப் பேலியோ பத்திய உணவு பரிந்துரைக்கிறது. அப்படியெனில், பெருமளவுக்குக் காய்கறிகள், பழங்கள், கொட்டைகள், கிழங்கு வகைகள், இறைச்சி போன்றவை இந்த உணவில் இடம்பெற்றிருக்கும். இதில் தானியங்கள், பால் பொருள்கள், சர்க்கரை, அவரையினங்கள்,

சுத்திகரிக்கப்பட்ட எண்ணெய்கள், உப்பு, மதுவகைகள் மற்றும் காபி இடம்பெற்றிருக்காது. குறிப்பாக, பதப்படுத்தப்பட்ட உணவுப் பொருள்கள் கண்டிப்பாகத் தவிர்க்கப்பட வேண்டும் (Sachdev, Priya, & Gayathri, 2018, *Paleo Diet — A Review*). பேலியோ பத்திய உணவில் சில நன்மைகள் இருப்பதை மறுப்பதற்கில்லை என்றாலும், நான் ஏற்கனவே கூறியிருந்தபடி, மத்திய தரைக் கடல் பத்திய உணவு அளவுக்கு இது நன்மை பயக்கக்கூடியது அன்று என்று கருதப்படுகிறது.

பேலியோ பத்திய உணவு, உடல் ஆரோக்கியம் தொடர்பாகச் சில நேர்மறையான விளைவுகளை ஏற்படுத்துகிறது என்பது உண்மைதான் என்றாலும், வேறு சில ஆரோக்கியப் பத்திய உணவுமுறைகளைவிட அதிகமாக அது இல்லை என்று கருதப்படுகிறது (Jamka et al., 2020, *The Effect of the Paleolithic Diet vs. Healthy Diets on Glucose and Insulin Homeostasis: A Systematic Review and Meta-Analysis of Randomized Controlled Trials*). தானியங்கள், பால் பொருள்கள், அவரையினங்கள் போன்ற முக்கியமான உணவுப் பொருள்களை இந்த உணவுமுறை தவிர்த்துவிடுகிறது என்பது இதிலுள்ள ஒரு முக்கியப் பிரச்சனையாகும். (Fenton & Fenton, 2016, *Paleo diet still lacks evidence*).

பேலியோ பத்திய உணவின் பலம், அது காய்கறிகள், பழங்கள், மற்றும் கொட்டைகளைச் சேர்த்துக் கொள்வதையும், பதப்படுத்தப்பட்ட உணவுப் பொருள்களைத் தவிர்ப்பதையும் வலியுறுத்துவதுதான். பல உணவுப் பொருள்களைத் தவிர்க்கப் பரிந்துரைக்கும் இந்தப் பத்திய முறையை நீண்டகாலத்திற்குத் தொடர்ந்து கடைபிடித்து வர முடியாது. பெரும் உணவுத் தொகுதிகளைத் தவிர்க்கின்ற எந்தவோர் உணவுமுறையிலும் இருப்பதைப்போலவே, இதிலும், நாம் சரியான உணவுப் பொருள்களைத்தான் உண்ணுகிறோமா என்ற பதற்றம் இதைக் கடைபிடிப்பவர்களுக்கு ஏற்படுவது தவிர்க்க முடியாத ஒன்றாகும்.

இந்த வகை உணவுமுறை கீழ்க்கண்டவற்றை உள்ளடக்கியிருக்கும்:

- ஆரோக்கியமான கொழுப்புகளை அதிகம் உண்ணுதல்
- இறைச்சி மற்றும் மீன்களுக்குப் பதிலாக, கொழுப்பு குறைவான இறைச்சியை உண்ணுதல்
- காய்கறிகள் மற்றும் பழங்கள்
- குறைவான கார்போஹைட்ரேட்டுகளை உட்கொள்ளுதல், பதப்படுத்தப்பட்ட உணவுகளைத் தவிர்த்தல்

அதிஉணவுகளும் ஊட்டச்சத்து மாத்திரைகளும்

அதிஉணவுகளுக்கு அவ்வப்போது பெரும் முக்கியத்துவம் கொடுக்கப்படும் என்றாலும், அவை பற்றிய செய்திகளில் பெரும்பாலானவை வந்த வேகத்தில் மறைந்துவிடும். அதிஉணவு என்பது, ஒரு சிறப்பான ஆரோக்கிய அம்சத்தை உள்ளடக்கியிருக்கின்ற உணவாகும். குறைந்தபட்சம் ஒரு டஜன் நன்மைகளையாவது அந்த உணவுப்பொருள் உள்ளடக்கியிருக்க வேண்டும். குறிப்பாக, பல்நிறைவுறாக் கொழுப்புகள் (ஒமேகா-3 மற்றும் 6), வைட்டமின்கள், கனிமங்கள், புரோபயாட்டிக்குகள், ஆன்டிஆக்சிடன்ட்டுகள், இன்றியமையா அமினோ அமிலங்கள், நொதிகள் போன்றவற்றை அவை கொண்டிருக்க வேண்டும்.

அதிஉணவுகளின் நன்மைகள் என்னென்ன? இந்த உணவில் இடம்பெற்றுள்ள வைட்டமின்களையும் கனிமங்களையும் நம் உடல் எளிதாகக் கிரகித்துக் கொள்ளும் என்பதால், அது நம் உடலிலுள்ள ஊட்டச்சத்தின் அளவை அதிகரிக்கும். எந்தவோர் ஒற்றை அதிஉணவாலும் தனியாக அனைத்து நோய்களையும் குணப்படுத்த முடியாது என்றாலும், உடல் ஆரோக்கியத்தை மேம்படுத்துவதில் அவற்றால் முக்கியமான பங்களிப்பை நல்க முடியும்.

அதிஉணவு என்று அங்கீகரிக்கப்பட்டுள்ள உணவுகள் எவை? புளூபெர்ரி, ராஸ்ப்பெர்ரி, அகாய்பெர்ரிப் பழங்கள், மாதுளை, சீனிக்கிழங்கு, புராக்கலி,

இஞ்சி, தேன், தேநீர், வால்நட், பாதாம் போன்றவை குறிப்பிடத்தக்கவை (Proestos, 2018, *Superfoods: Recent Data on their Role in the Prevention of Diseases*).

இந்த அதிஉணவுகளை உணவில் சேர்த்துக் கொள்ளும்போது, நாம் உட்கொள்ளும் ஊட்டச்சத்துகளின் அளவு அதிகரிக்கும். இந்த வகை உணவுப் பொருள்கள், பல பத்திய உணவுகளோடு பொருந்திப் போவதால், அவற்றைச் சேர்த்துக் கொள்வது அந்தப் பத்திய உணவோடு முரண்படாது.

சந்தையில் நூற்றுக்கணக்கான ஊட்டச்சத்து மாத்திரைகள் கிடைக்கின்றன. பலர் தாங்கள் உண்ணும் குறிப்பிட்ட வகை ஊட்டச்சத்து மாத்திரைகள் பிரமாதமான விளைவுகளை ஏற்படுத்துவதாக சத்தியமே செய்கின்றனர். அவற்றில் சிலவற்றை, சில குறிப்பிட்ட நோக்கங்களைப் பூர்த்தி செய்வதற்காகப் பலர் எடுத்துக் கொள்கின்றனர். ஆனால், ஊட்டச்சத்து மாத்திரைகளின் யதார்த்த நிலவரம் என்ன?

அவை கச்சிதமானவை அல்ல. தனியாக அவற்றால் எந்தவொரு பிரச்சனையையும் தீர்க்க முடியாது. உங்கள் உடலில் சில குறிப்பிட்ட ஊட்டச்சத்துகள் குறைவாக இருக்கும் பட்சத்தில், அந்த ஊட்டச்சத்துகளைப் பெறவும், சில குறிப்பிட்ட இலக்குகளை அடையவும் இது உங்களுக்கு உதவும்.

ஊட்டச்சத்து மாத்திரைகளைப் பொறுத்தவரை, அவற்றைத் தனியாக உட்கொண்டால் அவற்றின் முழுப் பயனையும் உங்களால் அடைய முடியும் என்பதற்கு உங்களுக்கு உத்தரவாதம் இல்லை என்ற புரிதல் சமீப காலமாக ஏற்பட்டுள்ளது. அவை ஆரோக்கியமான உணவுமுறைக்குத் துணை நிற்கின்றபோது, அவற்றிலிருந்து அதிகப் பயனை உங்களால் பெற முடியும். ஊட்டச்சத்து மாத்திரைகள் என்று அவை பொதுவாக அழைக்கப்பட்டாலும், அவை பல விதங்களிலும், பல வடிவங்களிலும், பல விதமான கலவைகளிலும் கிடைக்கின்றன. மாத்திரை வடிவோடு சேர்த்து, பொடிகளாகவும் பானங்களாகவும் அவை கிடைக்கின்றன.

அளவுக்கதிகமாக சுய தம்பட்டம் அடித்துக் கொள்கின்ற ஊட்டச்சத்து மாத்திரைகள் குறித்து எச்சரிக்கையாக இருப்பது நல்லது. உங்களுக்கு அதீத ஆற்றலைக் கொடுக்கும் என்றோ, சர்வரோக நிவாரணி என்றோ, உங்கள் ஆரோக்கியத்தை முற்றிலுமாகச் சீராக்கும் என்றோ ஓர் ஊட்டச்சத்து மாத்திரை முழங்கினால், அது ஒரு போலியாகவோ அல்லது மிகைப்படுத்தப்பட்ட ஒரு சரக்காகவோ இருப்பதற்குத்தான் வாய்ப்புகள் அதிகம். ஒரு தரமான நிறுவனத்தால் தயாரிக்கப்பட்டிராத ஊட்டச்சத்து மாத்திரைகளையும், அவை தயாரிக்கப்பட்டுள்ள இடம் குறித்தத் தெளிவான தகவல் இல்லாத மாத்திரைகளையும் வாங்குவதற்கு முன்பு பல முறை யோசிப்பது நல்லது.

ஊட்டச்சத்து மாத்திரைகள் அரசின் மருத்துவ அமைப்புகளால் அங்கீகரிக்கப்பட்டவை அல்ல. ஒரு குறிப்பிட்ட ஊட்டச்சத்து மாத்திரையால் தீங்கு விளைந்தால் மட்டுமே அந்த அமைப்புகள் தலையிடும். அதனால், ஒரு மூலிகை, ஒரு தாவரம் அல்லது ஒரு வேதிப்பொருளை வாங்குவதற்குப் பதிலாக, நம்பத் தகுந்த நிறுவனங்களின் ஊட்டச்சத்து மாத்திரைகளை வாங்குவதே நல்லது. சில ஊட்டச்சத்து மாத்திரைகளால் பெரிதாகப் பயன் ஏதும் விளையாது. சில மாத்திரைகள் கேடு விளைவிப்பவையாக இருக்கும். நீங்கள் ஏற்கனவே ஏதாவது மருந்து மாத்திரைகளைச் சாப்பிட்டுக் கொண்டிருந்தால், அந்த ஊட்டச்சத்து மாத்திரைகளில் என்னென்ன உள்ளீட்டுப் பொருள்கள் இடம்பெற்றுள்ளன என்பதைத் தெரிந்து கொண்ட பிறகே அவற்றை நீங்கள் வாங்கத் துணிய வேண்டும். இயற்கையான மூலிகைகள்கூட, உங்களுடைய மாத்திரைகளின் பயன்களுக்கு இடையூறு செய்யக்கூடும். எடுத்துக்காட்டாக, எண்ணற்ற ஊட்டச்சத்து மாத்திரைகளிலும் ஆரோக்கிய பானங்களிலும் பயன்படுத்தப்படுகின்ற ஆக்டிவேட்டட் சார்க்கோல் (ஒரு விதமான கரி) சில மருந்துகளின் பயன்களை முறித்துவிடுவதாகக் கண்டறியப்பட்டுள்ளது (WebMD, 2021, *Activated Charcoal*).

சில ஊட்டச்சத்து மாத்திரைகள் பயனுள்ளவை என்று காலங்காலமாக நிரூபிக்கப்பட்டு வந்துள்ளன. எடுத்துக்காட்டாக, பி12 நரம்பிய ஆரோக்கியத்தை மேம்படுத்தும்; ஃபோலிக் அமிலம் பொதுவாக கருவுற்ற காலங்களில் எடுத்துக் கொள்ளப்படுகிறது. அதேபோல, ஏராளமானவர்கள் வைட்டமின் 'டி' பற்றாக்குறையால் அவதிப்படுகின்றனர். மீன் எண்ணெய் மற்றும் ஒமேகா-3 ஊட்டச்சத்து மாத்திரைகள் பரவலாக அங்கீகரிக்கப்பட்டுள்ளன. சில குறிப்பிட்ட ஊட்டச்சத்து மாத்திரைகள் சில குறிப்பிட்டப் பற்றாக்குறைகளைக் களைவதற்கு உதவும் என்பது சந்தேகத்திற்கிடமின்றி நிரூபிக்கப்பட்டுள்ளது. ஆனால், எல்லாவற்றையும் அந்த வகைக்குள் அடக்கிவிட முடியாது. எடுத்துக்காட்டாக, மல்டிவைட்டமின் மாத்திரைகள் பெரும்பாலும் கேள்விக்கு உட்படுத்தப்படுகின்றன. குறிப்பாக, சரிவிகித உணவை உட்கொள்ளும் நபர்களுக்கு அவை தேவையா என்ற கேள்வி எழுப்பப்படுகிறது. அதேபோல, அவற்றின் நீண்டகாலப் பயன்பாடும் சந்தேகக் கண்களோடு பார்க்கப்படுகிறது (The University of Utah, 2020, *DO THOSE SUPPLEMENTS ACTUALLY WORK?*). ஊட்டச்சத்து மாத்திரைகளால் நோய்களைக் குணப்படுத்த முடியாது என்பதும், அவற்றால் உங்களுடைய ஆயுளைக் கூட்ட முடியாது என்பதும் உண்மைதான் என்றாலும், அவற்றால் குறுகிய காலத்தில், ஒரு தெளிவான விதத்தில் உங்களுடைய ஆரோக்கியத்தில் மேம்பாட்டை ஏற்படுத்த முடியும்.

ஊட்டச்சத்து மாத்திரைகள் எப்போதும் பாதுகாப்பானவை என்று கூறிவிட முடியாது. அவற்றில் பெரும்பாலானவை ஆபத்தற்றவை என்றாலும், தினசரி எடுத்துக் கொள்ளப்பட வேண்டிய அளவைவிட அதிகமாக நீங்கள் அவற்றை உட்கொண்டால் உங்களுக்கு ஆரோக்கியக் கேடு ஏற்படக்கூடும். கர்ப்பிணிப் பெண்கள், வேறு நோய்களுக்கு மருந்துகளைப் பயன்படுத்திக் கொண்டிருப்பவர்கள், கல்லீரல் நோய்கள் போன்ற நோய்களால் அவதிப்பட்டுக் கொண்டிருப்பவர்கள், ஊட்டச்சத்து மாத்திரைகளைக் கவனமாகத் தேர்ந்தெடுக்க

வேண்டும். விளம்பரப்படுத்தப்படுகின்ற விதத்தில் அனைத்து ஊட்டச்சத்து மாத்திரைகளும் வேலை செய்வதில்லை என்பதை நீங்கள் நினைவில் வைத்துக் கொள்ள வேண்டும். குறிப்பாக, விண்ணளவுப் பயன்கள் இருப்பதாக முழக்கமிடும் ஊட்டச்சத்து மாத்திரைகள் குறித்து நீங்கள் மிகவும் கவனமாக இருக்க வேண்டும். எடுத்துக்காட்டாக, ‘செயின்ட் ஜான்ஸ் வோர்ட்’ என்ற ஊட்டச்சத்து மருந்து, மனச்சோர்வுக்கு அளிக்கப்படும் மாத்திரைகள் மற்றும் கருத்தடை மாத்திரைகளின் திறனை வெகுவாகக் குறைத்துவிடக்கூடியது என்பது நிரூபிக்கப்பட்டுள்ளது; ஜிங்கோ என்ற ஊட்டச்சத்துப் பொருள், இரத்தத்தை மெலிவூட்டும்; மறுபுறம், வைட்டமின் கே என்ற ஊட்டச்சத்து, இரத்தத்தை மெலிவூட்டுவதற்குப் பயன்படுத்தப்படும் மருந்துகளின் வீரியத்தைக் குறைத்துவிடும்; காவா என்ற மூலிகைப் பொருள் உங்களுடைய கல்லீரலுக்குச் சேதம் விளைவிக்கவல்லது (Penn Medicine, 2020, *The Truth About Supplements: 5 Things You Should Know*). போதுமான அளவு ஆய்வுகள் மேற்கொள்ளப்படாத, ஆனால் பிரபலமடைந்திருக்கும் ஊட்டச்சத்துகள் குறித்தும் நீங்கள் எச்சரிக்கையாக இருக்க வேண்டும்.

ஊட்டச்சத்து மாத்திரைகளை எடுத்துக் கொள்ளும் முன்பாக நீங்கள் நிறைய ஆய்வுகளை மேற்கொள்ள வேண்டியிருக்கும். ஒன்று மட்டும் நிச்சயம்: அவற்றால் ஒருபோதும், ஒரு நல்ல உணவிற்கு மாற்றாக இருக்க முடியாது. அவற்றைத் தீர்வாகப் பயன்படுத்தாமல், துணை ஆதரவுப் பொருள்களாகப் பயன்படுத்துவதுதான் சிறந்ததாக இருக்கும் (Penn Medicine, 2020, *The Truth About Supplements: 5 Things You Should Know*).

நீங்கள் உட்கொள்கின்ற உணவில் போதுமான அளவு வைட்டமின்கள் இருக்கின்றனவா என்பதைக் கண்டுபிடித்து அறிந்து கொள்வது நல்லது. இதற்காக நீங்கள் ஒரு மருத்துவரின் உதவியை நாடுவது உத்தமம். அத்துடன், ஊட்டச்சத்துகளின் நம்பகத்தன்மை குறித்து மேற்கொள்ளப்படுகின்ற ஆய்வுகளையும் நீங்கள் கணக்கில் எடுத்துக் கொள்ளலாம். அதன்

அடிப்படையில், உங்களுக்கு ஆகச் சிறந்த பலனை அளிக்கின்ற ஊட்டச்சத்துகளை நீங்கள் எடுத்துக் கொள்ளலாம்.

விஸ்தாரமான பலன்களை அளிக்கின்ற ஊட்டச்சத்து மாத்திரைகளை எடுத்துக் கொள்வது நல்லது. ஏனெனில், மோசமான விளைவுகளை ஏற்படுத்தக்கூடிய வாய்ப்புகள் அவற்றுக்குக் குறைவாகவே இருக்கும். அவற்றை எடுத்துக் கொள்கின்றபோது, அவற்றின் தாக்கத்தை அளவிடுங்கள். அவற்றை எடுத்தப் பிறகு, அதற்கு முன்பு இருந்ததோடு ஒப்பிடுகையில் நீங்கள் எப்படி இருக்கிறீர்கள் என்று ஒப்பிட்டுப் பாருங்கள். சில ஊட்டச்சத்து மாத்திரைகள், உங்களுடைய நம்பிக்கை காரணமாக, தொடக்கத்தில் வேலை செய்யலாம். அவற்றை நீங்கள் தொடர்ந்து உட்கொண்டு வரும்போது, அவற்றின் சாயம் வெளுத்துவிடும்.

அப்படியானால், உருப்படியான ஊட்டச்சத்து மாத்திரைகள் என்று எவற்றைக் கருதலாம்?

வைட்டமின் டி, பொதுவாக அழற்சியைக் கட்டுப்படுத்தி, புற்றுநோய் ஆபத்தைக் குறைக்கவல்லது. அத்துடன், அதனால் பலவீனத்தை மட்டுப்படுத்தி, வலிமையைக் கூட்ட முடியும் (Zhang et al., 2019, *Association between vitamin D supplementation and mortality: systematic review and meta-analysis; Halfon, Phan, & Teta, 2015, Vitamin D: A Review on Its Effects on Muscle Strength, the Risk of Fall, and Frailty*).

ஒமேகா-3 ஊட்டச்சத்து மாத்திரைகள், இதய நோய் வராமல் தடுக்கவல்லவை என்று அறியப்பட்டுள்ளன (Khan et al., 2021, *Effect of omega-3 fatty acids on cardiovascular outcomes: A systematic review and meta-analysis*).

மோசமான ஊட்டச்சத்து மாத்திரைகளும் இருக்கின்றனவா?

வைட்டமின் இ மற்றும் செலீனியம் ஊட்டச்சத்து மாத்திரைகளால் பயன் ஏதும் இல்லை என்று கண்டறியப்பட்டுள்ளது. அத்துடன், இந்த ஊட்டச்சத்து மாத்திரைகளைத் தொடர்ந்து உட்கொள்ளும் ஆண்களுக்கு புரோஸ்டேட் புற்றுநோய் வருவதற்கான வாய்ப்பு அதிகரிப்பதாகச் சில ஆய்வுகள் தெரிவிக்கின்றன

(NIH, 2015, *Selenium and Vitamin E Cancer Prevention Trial (SELECT): Questions and Answers*). பீட்டா கெரோட்டீன் மற்றும் வைட்டமின் ஏ ஊட்டச்சத்து மாத்திரைகள், சில புற்றுநோய்கள் வருவதற்கான ஆபத்தை அதிகரிக்கவல்லவை (Goodman et al, 2004, *The Beta-Carotene and Retinol Efficacy Trial: incidence of lung cancer and cardiovascular disease mortality during 6-year follow-up after stopping beta-carotene and retinol supplements*).

உங்களுடைய ஆரோக்கியத்தை மேம்படுத்திக் கொள்வதில் நிஜமாகவே பங்களிக்கின்ற ஊட்டச்சத்துகளில், புரோபயாட்டிக் மற்றும் பிரீபயாட்டிக் ஊட்டச்சத்து மாத்திரைகள் குறிப்பிடத்தக்கவை.

உங்களுடைய குடல் நுண்ணுயிரி மண்டலமும் புரோபயாட்டிக் மற்றும் பிரீபயாட்டிக் ஊட்டச்சத்து மாத்திரைகளும்

இப்போது நாம் நிறைய நம்பிக்கை அளிக்கின்ற ஆய்வுகளை அலசலாம். மனிதனின் குடலிலுள்ள நுண்ணுயிரி மண்டலம் இரண்டாவது மூளை என்று அழைக்கப்படுகிறது. உடலின் நோயெதிர்ப்புத்தன்மை, மனப்போக்கு, சமூக நடத்தை போன்றவற்றின் பெரும்பகுதி, நம்முடைய மூளையில் அல்லாது, நம்முடைய குடலில்தான் வேரூன்றியுள்ளது என்று அறிவியல் அறிஞர்கள் நம்புகின்றனர். நம்முடைய குடலில் கோடிக்கணக்கான நுண்ணுயிரிகள் தமக்கு இடையேயும், உங்களோடும் இசைவாகச் செயல்பட்டுக் கொண்டிருக்கின்றன. உடலில் உயிரியல்ரீதியான மாற்றங்களை ஏற்படுத்துவதற்கு அது நல்லதொரு துவக்கப் புள்ளியாகும்.

நோய்களை உண்டாக்கும் நச்சு நுண்ணுயிரிகளைக் கொல்வதற்குப் பயன்படுத்தப்படும் ஆன்டிபயாட்டிக் மருந்துகளைப் பற்றி நீங்கள் கண்டிப்பாகக் கேள்விப்பட்டிருப்பீர்கள். அந்த மருந்துகளை

நாம் உட்கொள்கின்றபோது, நம் குடலிலுள்ள நல்ல நுண்ணுயிரிகளும் அழிந்து போகும். புதிய நுண்ணுயிரிகளை நம் குடலில் மீண்டும் புகுத்துவதற்கு புரோபயாட்டிக் மாத்திரைகள் அல்லது பானங்கள் உதவுகின்றன. நம் குடலுக்குள் இருக்கின்ற நுண்ணுயிரிகளுக்கான உணவாக பிரீபயாட்டிக் செயல்படுகிறது.

குடலிலுள்ள நுண்ணுயிரிகளின் அருமை, கடந்த சில ஆண்டுகளாக நமக்கு நன்றாகவே தெரிய வந்துள்ளது. நம் குடலில் பல்வேறு விதமான உயிரணுக்கள் வசிக்கின்றன என்பது நாம் அறிந்த விஷயம்தான். அத்துடன், நம் குடலில் நூறு இலட்சம் கோடி நுண்ணுயிரிகள் இருக்கின்றன. அவை நம் உடலின் இயக்கத்தில் முக்கியமான பாத்திரங்களை வகிக்கின்றன. குறிப்பாக, அவை குறிப்பிட்டச் சில புரதங்களை உருவாக்குகின்றன, குளூக்கோஸ் சகிப்புத்தன்மையை மேம்படுத்துகின்றன, ஜீரணத்திற்கு உதவுகின்றன, ஏன், உடலின் நோயெதிர்ப்புத்தன்மையை வலுப்படுத்திக் கொள்ளக்கூட உதவுகின்றன. நம் குடலிலுள்ள நுண்ணுயிர்கள் எண்ணற்றச் செயல்நடவடிக்கைகளில் ஈடுபடுகின்றன. அவற்றில் பல இன்னும் புரிந்து கொள்ளப்பட்டிருக்கவில்லை. நம் குடலிலுள்ள நுண்ணுயிரி மண்டலத்தின் சூழலமைப்பு சிக்கலானது. அவை நம்முடைய அன்றாட ஆரோக்கியத்தில் குறிப்பிடத்தக்கப் பாத்திரத்தை வகிக்கின்றன (Pelton, n.d., *Biohacking Your Microbiome*).

நம் குடலிலுள்ள நுண்ணுயிர்கள், எளிதில் ஜீரணிக்க முடியாத உணவுகளைப் புளிக்க வைக்கின்றன. நார்ச்சத்து அதற்கான ஓர் எடுத்துக்காட்டு. அவை சில வாயுக்களையும் கொழுப்பு அமிலங்களையும் உற்பத்தி செய்கின்றன. அவை நம்முடைய ஆரோக்கியத்தோடு நேரடித் தொடர்பு கொண்டவை. தமனிகள் தடிக்கின்ற ஆபத்தை, நம் குடலிலுள்ள ஆரோக்கியமான நுண்ணுயிர் மண்டலத்தால் குறைக்க முடியும். அத்துடன், இதய நோய்கள் மற்றும் நீரிழிவு நோய்களைத் தடுக்கவும் அவை உதவுகின்றன (Valdes, Walter, Segal, & Spector, 2018,

Role of the gut microbiota in nutrition and health).

உடல் அதீத பருமனாவதில் குடல்வாழ் நுண்ணுயிரிகளுக்கு ஒரு முக்கியப் பங்கு இருக்கிறது. ஆரோக்கியமான எடையைத் தாண்டிய உடல் எடையைக் கொண்டுள்ள நபர்களின் குடல்களில் உள்ள நுண்ணுயிரிகளின் பல்வகைமை மிகவும் குறைவாக இருப்பதாகக் கண்டறியப்பட்டுள்ளது. பருத்த உடலைக் கொண்டிருந்த எலிகளின் குடல்களிலிருந்த நுண்ணுயிரிகளை, மெலிந்த உடலைக் கொண்டிருந்த எலிகளின் குடல்களுக்கு மாற்றியபோது, அந்த மெல்லிய எலிகளும் பருமனாகத் தொடங்கியது ஒரு பரிசோதனையில் வெளிப்பட்டது (Valdes, Walter, Segal, & Spector, 2018, *Role of the gut microbiota in nutrition and health*).

குடலிலுள்ள நுண்ணுயிரிகளின் பல்வகைமை குறைவாக இருப்பது, பெருங்குடல் அழற்சி நோய், தோல் அழற்சி நோய் உள்ளவர்களுக்கு ஏற்படுகின்ற மூட்டுவலி, முதலாம் வகை நீரிழிவு நோய், சொறி சிரங்கு, செலியாக் நோய், தமனி விறைப்படைதல் போன்ற நோய்களுக்குப் பங்களிப்பதாக அறியப்பட்டுள்ளது. இந்த நோய்கள் அனைத்தையும் அவை உருவாக்காது என்றாலும், ஒட்டுமொத்த உடல் ஆரோக்கியத்திற்கும், குடலில் ஆரோக்கியமான விதத்தில் நுண்ணுயிரிகள் நிறைந்திருப்பதற்கும் இடையே கண்டிப்பாகத் தொடர்பு இருக்கிறது (Valdes, Walter, Segal, & Spector, 2018, *Role of the gut microbiota in nutrition and health*).

இது வசீகரமாக இல்லை என்றாலும், ஆரோக்கியமான ஒருவரின் குடலிலிருந்து நுண்ணுயிரிகளை எடுத்து, குறைவான பல்வகைமையைக் கொண்டுள்ள அல்லது ஒரு குறிப்பிட்டப் பிரச்சனையைக் கொண்டுள்ள அல்லது சில தொற்றுகளைக் கொண்டுள்ள ஒருவருடைய குடலுக்கு மாற்றும்போது, அது பலனளிப்பதாக ஆய்வுகள் தெரிவிக்கின்றன (Valdes, Walter, Segal, & Spector, 2018, *Role of the gut microbiota in nutrition and health*).

குடலிலுள்ள நுண்ணுயிரிகள்மீது உணவுப் பொருள்களின் பல்வகைமையும் உணவுப் பழக்கங்களும் தாக்கம் ஏற்படுத்துகின்றன. எடுத்துக்காட்டாக,

சர்க்கரைக்கு மாற்றாகப் பயன்படுத்தப்படுகின்ற சுக்ரலோஸ் போன்ற செயற்கை இனிப்புகள், குடல்வாழ் நுண்ணுயிரிகளின்மீது எதிர்மறையான தாக்கம் ஏற்படுத்துகின்றன (Valdes, Walter, Segal, & Spector, 2018, *Role of the gut microbiota in nutrition and health*). இப்போதுகூட, குடல்வாழ் நுண்ணுயிரிகள் குறித்த நம்முடைய புரிதல் குறைவானதே. ஆனால், இது குறித்து ஆய்வாளர்கள் பெரும் ஆர்வம் காட்டி, தினந்தோறும் புதிய புதிய ஆய்வுகளில் ஈடுபட்டு வருவதால், குடல்வாழ் நுண்ணுயிரிகள் குறித்த நம்முடைய புரிதல் நாளுக்கு நாள் அதிகரித்துக் கொண்டிருக்கிறது.

நம்முடைய குடலில், நம்முடைய ஆரோக்கியத்திற்குத் துணை புரிகின்ற அதிகமான நுண்ணுயிரிகளை நாம் கொண்டிருந்து, அவற்றைச் சிறப்பாகச் செயல்பட வைக்கின்ற வழிமுறைகளைக் நாம் கடைபிடித்து வந்தால், நம்முடைய ஒட்டுமொத்த உடல் ஆரோக்கியமும் வெகுவாக மேம்படும். அதில் புரோபயாட்டிக்குகளும் பிரீபயாட்டிக்குகளும் மிக முக்கியப் பங்கு வகிக்கின்றன.

புரோபயாட்டிக் என்பவை, மனிதர்களின் ஆரோக்கியத்திற்கு உறுதுணையாக இருக்கின்ற உயிருள்ள நுண்ணுயிரிகள் அடங்கிய மாத்திரைகள், மருந்துகள் மற்றும் பானங்களாகும். அடிப்படையில் புரோபயாட்டிக்குகள் என்பவை, நம்மால் உட்கொள்ளத்தக்க நல்ல வகை நுண்ணுயிரிகள் ஆகும். அவை நம்முடைய குடலில் ஏற்கனவே இருக்கின்ற நுண்ணுயிரிகளோடு சேர்ந்து நம் ஆரோக்கியத்தை மேம்படுத்துவதற்காக உழைக்கும். எடுத்துக்காட்டாக, நாம் சில நோய்களைக் குணப்படுத்துவதற்காக ஆன்டிபயாட்டிக் மருந்து மாத்திரைகளை உட்கொள்கின்றபோது, அவை, அந்தக் குறிப்பிட்ட நோய்களுக்குக் காரணமாக இருக்கின்ற நச்சு நுண்ணுயிரிகளை அழிப்பதோடு சேர்த்து, நம் குடலிலுள்ள நல்ல நுண்ணுயிரிகள் பலவற்றையும் அழித்துவிடும். அதனால், அழிந்து போன குடல்வாழ் நுண்ணுயிரிகளின் எண்ணிக்கையை மீண்டும் இட்டு நிரப்புவதற்கு அவர்கள் புரோபயாட்டிக்குகளை உட்கொள்வது அவசியம் (Kechagia, Basoulis,

Konstantopoulou, Dimitriadi, Gyftopoulou, Skarmoutsou, & Fakiri, 2013, *Health benefits of probiotics: a review*).

மறுபுறம், பிரீபயாட்டிக்குகள் என்பவை, ஏற்கனவே நம் குடலில் இருக்கின்ற நுண்ணுயிரிகளுக்கான தீனியாகும். அவை நுண்ணுயிரிகளின் வளர்ச்சிக்குத் துணை புரிவதோடு, அவற்றின் இயக்கத்தைத் தூண்டவும் செய்கின்றன. பிரீபயாட்டிக்குகளை நம்முடைய குடல் கிரகித்துக் கொள்வதில்லை. மாறாக, அவை குடல்வாழ் நுண்ணுயிரிகளால் கையாளப்படுகின்றன. பொதுவாகக் கூற வேண்டுமென்றால், பிரீபயாட்டிக்குகள் என்பவை நார்ச்சத்துகள் என்று நாம் அழைக்கின்ற அனைத்தையும் உள்ளடக்கியவை (பல விதமான நார்ச்சத்துகள் இருக்கின்றன என்பது உண்மைதான்!). நம்முடைய குடல்வாழ் நுண்ணுயிரிகளுக்கான உணவு என்று அவற்றை அழைக்கலாம். அவற்றை உண்டு தழைக்கின்ற அந்த நுண்ணுயிரிகள் நம் ஆரோக்கியத்திற்காகப் பாடுபடுவதற்குத் தம்மை அர்ப்பணித்துக் கொள்கின்றன. நாம் அவற்றுக்குத் தீனி போட்டு அவற்றை ஆதரிக்கிறோம், பிரதியுபகாரமாக அவை நம் உணவைச் செரிப்பதற்கு உதவுகின்றன; சில ஹார்மோன்கள் மற்றும் சில நரம்பணுத்தூண்டிகளின் உற்பத்தியில் பங்களிக்கின்றன (Kechagia, Basoulis, Konstantopoulou, Dimitriadi, Gyftopoulou, Skarmoutsou, & Fakiri, 2013, *Health benefits of probiotics: a review*).

சில புரோபயாட்டிக்குகளில், லாக்டோகாக்கஸ், பிஃபிடோபாக்டீரியம் போன்ற லாக்டிக் அமில நுண்ணுயிரிகள் இருக்கும். பால் பொருள்களில் இடம்பெற்றிருக்கும் இவை நம்முடைய குடல் ஆரோக்கியத்திற்கு மிகவும் பயனுள்ளவை (Kechagia, Basoulis, Konstantopoulou, Dimitriadi, Gyftopoulou, Skarmoutsou, & Fakiri, 2013, *Health benefits of probiotics: a review*).

நம்முடைய அன்றாட உணவில் புரோபயோட்டிக்குகளைச் சேர்த்துக் கொள்வது நமக்கு ஏகப்பட்ட நன்மைகளை அளிக்கும். அவற்றில் சில, உடல்ரீதியான பிரச்சனைகளைத் தடுக்கவல்லவை; சில, பிரச்சனைகளைத் தீர்க்கவல்லவை. குறிப்பாக, பால் பொருள்களால் ஏற்படுகின்ற ஒவ்வாமை,

ஆன்டிபயாட்டிக் மருந்துகளால் விளைகின்ற பக்கவிளைவுகள், வாந்திபேதி மற்றும் வேறு சில ஒவ்வாமைகள் விஷயத்திலும் புரோபயாட்டிக்குகளால் நமக்கு உதவ முடியும். பல நேரங்களில், அவை, யோகர்ட் போன்ற பால் பொருள்களின் ஒரு பகுதியாக ஊட்டச்சத்து மருந்துகளின் வடிவில் சேர்க்கப்படுகின்றன. இந்த வடிவில் இருக்கின்றபோது, அவற்றை உட்கொள்வது எளிதாக இருக்கும். தினந்தோறும் ஒரு முறை புரோபயாட்டிக்குகளை உட்கொள்வது நம்முடைய உடல் ஆரோக்கியத்தை மேம்படுத்தும் என்று அனுபவபூர்வமாகக் கண்டறியப்பட்டுள்ளது (Kechagia, Basoulis, Konstantopoulou, Dimitriadi, Gyftopoulou, Skarmoutsou, & Fakiri, 2013, *Health benefits of probiotics: a review*).

இதற்கு விதிவிலக்குகள் ஏதேனும் இருக்கின்றனவா? பாக்டீரியா தொற்றால் நோய்வாய்ப்பட்டிருக்கும்போதோ அல்லது ஆன்டிபயாட்டிக் மருந்துகளை எடுத்துக் கொண்டிருக்கும்போது அதனுடன் சேர்த்தோ புரோபயாட்டிக்குகளை உட்கொள்ளாமல் இருப்பது நல்லது என்று பரிந்துரைக்கப்படுகிறது. அதற்குப் பதிலாக, ஆன்டிபயாட்டிக் மருந்துகளை முழுவதுமாக உட்கொண்டு முடித்தப் பிறகு புரோபயாட்டிக்குகளை எடுத்துக் கொள்வது நல்லது. அத்துடன், நீங்கள் புரோபயாட்டிக்குகளை ஊட்டச்சத்து மாத்திரைகளின் வடிவில் எடுத்துக் கொள்ளத் தீர்மானித்தால், நம்பத் தகுந்த நிறுவனங்களின் புரோபயாட்டிக்குகளைப் பயன்படுத்துவது நல்லது.

மறுபுறம், பிரீபயாட்டிக், குடல்வாழ் நுண்ணுயிரிகளின் வளர்ச்சிக்கு உதவுகின்ற உணவுப் பொருளாகும். அவை மனிதர்களால் ஜீரணிக்க முடியாதவை என்பதால், அவை ஜீரணிக்கப்படாமலேயே பெருங்குடலுக்கு வந்து குடல்வாழ் நுண்ணுயிரிகளுக்கு விருந்தாகின்றன. பிரீபயாட்டிக்குகள் பெரும்பாலும் உணவுப் பொருள்களிலிருந்து நமக்குக் கிடைக்கின்றன. பொதுவாக, புளித்துப் போன உணவுகளில் அவை அதிகம் இருக்கின்றன. அத்துடன், பூண்டு, வெங்காயம், யோகர்ட், கெஃபிர், சவர்கிராட் போன்றவற்றிலும்

அவை அதிகம் இருக்கின்றன (Pelton, N.D., *Biohacking Your Microbiome*).

சில பிரீபயாட்டிக்குகள், ஒலிகோசாக்கரைடுகளின் வடிவில் இருக்கின்றன. கார்போஹைட்ரேட்டுகள் அதிகமுள்ள கேரட், சீனிக்கிழங்கு, பூசணி, ஆஸ்பரகஸ் போன்றவற்றிலும் அவை உள்ளன. வாழைப்பழம், வாழைக்காய் மாவு, உருளைக்கிழங்கு மாவு போன்ற மாவுச்சத்துப் பொருள்களிலும் அவை உள்ளன (Pelton, N.D., *Biohacking Your Microbiome*).

பிரீபயாட்டிக்குகள் நிறைந்த உணவுகளை உட்கொள்வது நம்முடைய ஆரோக்கியத்திற்கு நல்லது. அவை நம்முடைய குடல்வாழ் நுண்ணுயிரிகளின் இயக்கத்தைத் தூண்டிவிடுகின்றன. நீங்கள் விரும்புகின்ற பிரீபயாட்டிக் ஒன்றையாவது தினந்தோறும் உணவில் சேர்த்துக் கொள்வது நல்லது. உங்களுடைய உணவுத் தட்டை, பழங்கள், காய்கறிகள், மற்றும் முழுத் தானியங்களால் நிறைப்பது பிரீபயாட்டிக்கோடு சேர்த்து நார்ச்சத்தையும் குடல்வாழ் நுண்ணுயிரிகளுக்கு அளிப்பதற்கான ஒரு நல்ல உத்தியாகும். புரோபயாட்டிக்குகளும் பிரீபயாட்டிக்குகளும் ஒன்றோடு ஒன்று இசைவாகச் செயல்பட்டு நம் ஆரோக்கியத்திற்கு உதவுகின்றன.

அவை காய்கறிகள், பழங்கள், புளிக்க வைக்கப்பட்டப் பொருள்கள், பால் பொருள்கள் போன்ற பல விதமான உணவுப் பொருள்களில் உள்ளதால், புரோபயாட்டிக்குகளையும் பிரீபயாட்டிக்குகளையும் உணவில் சேர்த்துக் கொள்வது சுலபம். அத்துடன், ஊட்டச்சத்து மாத்திரைகள், பானங்கள் போன்றவற்றின் வடிவிலும் அவை கிடைக்கின்றன. புரோபயாட்டிக்குகளையும் பிரீபயாட்டிக்குகளையும் சேர்த்துக் கொள்வது நம்முடைய உடல் ஆரோக்கியத்திற்கு நல்லது என்று சந்தேகத்திற்கு இடமில்லாமல் நிரூபிக்கப்பட்டுள்ளது (Markowiak & Śliżewska, 2017, *Effects of Probiotics, Prebiotics, and Synbiotics on Human Health*).

சுருக்கமாக

- ஊட்டச்சத்து அறிவியல் தொடர்ந்து மாறிக் கொண்டும் மேம்பட்டுக் கொண்டும் இருக்கிறது என்றாலும், நல்லதொரு வாழ்க்கையை வாழ்வதற்கு நல்ல உணவு இன்றியமையாதது. மைக்கேல் போல்லனின் இந்த அறிவுரை கச்சிதமானது: "நிஜ உணவை உண்ணுங்கள். அதிகமாக உண்ணாதீர்கள். பெரும்பாலும் தாவர உணவுகளை உண்ணுங்கள்."
- நெகிழ்வுத்தன்மையுடன் இருத்தல் நல்லது. வளைந்து கொடுக்காமல் இருந்தால், எதையும் நீண்டநாள்கள் தொடர்ந்து கடைபிடித்து வர முடியாது.
- ஏகப்பட்டப் பத்திய உணவு வகைகள் இருக்கின்றன. அவற்றில் குறிப்பிடத்தக்கவை: பெரும்பாலும் தாவரங்கள், குறைவான இறைச்சி, அதிக அளவில் ஆலிவ் எண்ணெய்போன்றவற்றைப்பரிந்துரைக்கின்ற மத்திய தரைக் கடல் பத்திய உணவு; கொழுப்பு அதிகமற்றக் கடல் உணவு, மாவுச்சத்து அதிகமுள்ள தாவரங்கள், நல்ல கொழுப்பு ஆகியவற்றைப் பரிந்துரைக்கின்ற ஒக்கினாவா பத்திய உணவு; குறைவான கார்போஹைட்ரேட், அதிகமான புரதம், அதிகமான கொழுப்பு ஆகியவற்றைப் பரிந்துரைக்கின்ற கீட்டோ பத்திய உணவு.
- எந்த ஒற்றை உணவுப் பொருளும் சர்வரோக நிவாரணி அன்று. ஆனால், புளூபெர்ரி, புராக்கலி போன்ற சில அதிஉணவுகள் இருக்கின்றன. அவை ஊட்டச்சத்து மிக்கவை.
- ஊட்டச்சத்து மாத்திரைகளும் பலனளிக்கவல்லவை. ஆனால், அனைத்து ஊட்டச்சத்து மாத்திரைகளும் சமமானவை அல்ல. அவை ஆரோக்கியமான உணவுக்கான மாற்றும் அல்ல. ஊட்டச்சத்து மருந்துத் தயாரிப்புகள் அரசாங்க அமைப்புகளால் கட்டுப்படுத்தப்படுவதில்லை என்பதால், அவற்றின் தரம் குறித்து நீங்கள்தாம் ஆய்வுகளை மேற்கொள்ள வேண்டும். உங்கள் வாழ்க்கைமுறைக்கும் உணவுப்

பழக்கத்திற்கும் ஏற்ற ஊட்டச்சத்து மாத்திரைகளை நீங்கள் தேர்ந்தெடுத்துக் கொள்ள வேண்டும்.

- புரோபயாட்டிக்குகளும் பிரீபயாட்டிக்குகளும் நம் உடல் ஆரோக்கியத்தை மேம்படுத்தவல்லவை என்பது சந்தேகத்திற்கு இடமில்லாமல் நிரூபிக்கப்பட்டுள்ளது.
- நம்முடைய உடலின் எடை நிர்வாகம், மன ஆரோக்கியம் போன்றவை உட்பட நம் உடலின் ஆரோக்கியத்தில் முக்கியப் பங்கு வகிக்கின்ற நம் குடல்வாழ் நுண்ணுயிரிகள் அமைப்பில் ஏற்றத்தாழ்வுகள் ஏற்படுகின்றபோது அதைச் சரி செய்வதற்குப் புரோபயாட்டிக்குகள் உதவும். இவை ஊட்டச்சத்து மாத்திரைகள் மற்றும் பானங்களின் வடிவில் கிடைத்தாலும், அவற்றை இயற்கையான வழிகளில் எடுத்துக் கொள்வது நல்லது. கெஃபிர், யோகர்ட், கிம்ச்சி போன்றவை அதற்கான சில எடுத்துக்காட்டுகள். ஏராளமான தாவர நார்ச்சத்துகள், சர்க்கரை குறைவாக உள்ள உணவுமுறை, குறைவாக மது அருந்துதல் போன்றவை ஆரோக்கியமான குடல்வாழ் நுண்ணுயிர் மண்டலத்தை நிர்வகிப்பதற்கு உதவும்.

அத்தியாயம் 4

ஊட்டச்சத்து நிர்வாகம்

ஊட்டச்சத்துகள் சிக்கலானவை. நாம் சிக்கலான உள்ளீடுகளைக் கொண்ட உணவுப் பொருள்களை உண்ணலாம். நம்முடைய முன்னுரிமைகள், நம்முடைய மரபியல் அமைப்பு, நம்முடைய பாரம்பரியம் போன்றவை நம்முடைய உணவுப் பழக்கத்தைச் செதுக்குகின்றன. நீங்கள் ஊட்டச்சத்து குறித்துத் தெரிந்து கொள்ள முயற்சித்தால், அங்குக் கொட்டிக் கிடக்கும் எண்ணற்றத் தகவல்கள் மற்றும் அபிப்பிராயங்களால் நீங்கள் திணறிப் போவீர்கள்.

உடலைப் பொறுத்தவரை, ஊட்டச்சத்து சிக்கலான ஒன்றாக இருக்கலாம். ஆனால், அவற்றின் தேர்ந்தெடுப்பு அன்றாட வாழ்வில் நமக்குப் பெரியதொரு சிக்கலாக இருக்கத் தேவையில்லை. இன்னும் சொல்லப் போனால், இயற்கையாகக் கிடைக்கின்ற, உங்களுக்கு மன அழுத்தத்தை ஏற்படுத்தாத, உள்ளுணர்வுரீதியாக நீங்கள் தேர்ந்தெடுக்கத்தக்கதாக அமைந்திருக்கின்ற உணவுமுறையே ஆரோக்கியமான உணவுமுறையாக இருக்கும். நாம் செயற்கையான ஊட்டச்சத்து மாத்திரைகளில் ஏராளமான பணத்தைக் கொட்ட வேண்டியதில்லை, இடக்குமடக்கான அறிவுரைகளை

அள்ளி வழங்குகின்ற புத்தகங்களைக் காசு கொடுத்து வாங்கிப் படிக்கத் தேவையில்லை. ஆரோக்கியமான உணவுப் பழக்கத்திற்குத் தேவையான பொதுவான சில பரிந்துரைகள் இருக்கின்றன. அவை சிக்கலானவை அல்ல. எடுத்துக்காட்டாக, நீங்கள் அதிக அளவில் தாவர உணவுகளை எடுத்துக் கொள்ள வேண்டும்; நீங்கள் எதைச் சாப்பிட்டாலும் மிதமாகச் சாப்பிட வேண்டும். இதற்கு வேதியியலில் முனைவர் பட்டம் பெற்றிருக்கத் தேவையில்லை!

ஊட்டச்சத்து மாத்திரைகளை எடுத்துக் கொள்ள நீங்கள் முடிவு செய்தால், ஒரு மருத்துவரை அணுகி, அவருடைய ஆலோசனையைப் பெறுவது நல்லது. குறிப்பாக, நீங்கள் வேறு ஏதாவது ஒரு நோய்க்கு மருந்து மாத்திரைகளை எடுத்துக் கொண்டிருக்கும்போது இதை நீங்கள் கண்டிப்பாகச் செய்ய வேண்டும். ஊட்டச்சத்து மாத்திரைகள், ஒரு நல்ல உணவுமுறைக்குத் துணையாக இருப்பவை. உங்களிடம் எந்த மாதிரியான ஊட்டச்சத்துப் பற்றாக்குறை இருக்கிறது என்பதைக் கண்டறிவதற்கான எளிய வழி இரத்தப் பரிசோதனையாகும். உங்கள் உடலில் எவையெல்லாம் பற்றாக்குறையாக இருக்கின்றன என்பதைக் கண்டறிந்து அவற்றை நிவர்த்தி செய்வதற்கு இது உதவும். எடுத்துக்காட்டாக, நீங்கள் தேவைக்குக் குறைவாக நார்ச்சத்தை எடுத்துக் கொண்டிருக்கிறீர்கள் என்று வைத்துக் கொள்வோம். அப்போது நுண்சத்துகளையும் கனிமங்களையும் ஊட்டச்சத்து மாத்திரைகளின் வடிவில் உடலில் சேர்த்துக் கொள்வது எந்த விதமான பயனையும் அளிக்காது. போதுமான அளவு காய்கறிகள் மற்றும் பழங்களை உணவில் சேர்த்துக் கொள்வது போன்ற எளிய உணவுப் பழக்கங்கள்தாம் உங்கள் ஆரோக்கியத்தில் 95 சதவீதத்திற்கு அடித்தளமாக இருக்கின்றன.

மத்திய தரைக் கடல் பத்திய உணவுமுறையும் ஒக்கினாவா பத்திய உணவுமுறையும் உடலின் ஆரோக்கியத்தை மேம்படுத்துவதிலும் ஆயுளை அதிகரிப்பதிலும் தலைசிறந்து விளங்குகின்றன. இவையிரண்டும் நெகிழ்வுத்தன்மையுடன் விளங்குவது

இவற்றின் சிறப்பு. இந்த உணவுமுறைகளை உங்களால் அப்படியே முழுமையாகக் கடைபிடிக்க முடியவில்லை என்றால் பரவாயில்லை. அவற்றிலுள்ள சில தேர்ந்தெடுக்கப்பட்டப் பகுதிகளை நீங்கள் கடைபிடித்தால்கூட உங்களால் சிறப்பான பலன்களை அறுவடை செய்ய முடியும். எடுத்துக்காட்டாக, நீங்கள் உங்கள் உணவில் அதிக அளவில் காய்கறிகளையும் தாவர உணவு வகைகளையும் சேர்த்துக் கொள்வது, பதப்படுத்தப்பட்ட இறைச்சியின் அளவைக் குறைத்துக் கொள்வது, ஆரோக்கியமான கொழுப்பின் அளவை அதிகரித்துக் கொள்வது போன்றவற்றைச் செய்யலாம். உங்கள் திட்டத்தில் நீங்கள் கச்சிதமானவராக இருக்க வேண்டும் என்ற அவசியமில்லை. அதில் எண்பது சதவீதத்தை நீங்கள் அடைந்தாலே போதுமானது.

நீங்கள் சாப்பிடுகின்ற அனைத்தும் சத்துமிக்கதாக இருக்க வேண்டும் என்ற அவசியமில்லை. மறுபுறம், நீங்கள் உங்கள் சாப்பாட்டில் அதிஉணவுகளில் சிலவற்றைச் சேர்த்துக் கொள்ளலாம். பெரும்பாலும் அவை சுவையானவையாக இருக்கும் என்பது அதன் சிறப்பு. புளூபெர்ரி, வால்நட் போன்றவை எளிதாகக் கிடைக்கும். வேறு சிலவற்றைப் பெறுவது கடினமானதாக இருக்கலாம். அதிஉணவுகளை அதிகமாகச் சேர்த்துக் கொள்வதன் மூலம், நீங்கள் உட்கொள்கின்ற வைட்டமின்கள் மற்றும் கனிமங்களின் அளவை உங்களால் அதிகரித்துக் கொள்ள முடியும். ஆன்டிஆக்சிடன்ட் அளவும் அவற்றால் அதிகரிக்கும்.

ஊட்டச்சத்து மாத்திரைகளைப் பொறுத்தவரை, வைட்டமின் டி, ஒமேகா-3 ஆகியவை சிறப்பாகப் பலனளிப்பதாகக் கண்டறியப்பட்டுள்ளது. ஆனால், ஆரோக்கியமான உணவுப் பழக்கம் இன்றியமையாதது.

சுற்றுச்சூழல் தூண்டுதல்கள் மற்றும் நுண்தீர்மானங்கள்

இந்த நூலில் இதுவரை நீங்கள் படித்திருந்தவற்றில்

பெரும்பாலானவை உங்களுக்கு ஏற்கனவே தெரிந்துள்ளவையாக இருக்கலாம். ஆனாலும், அவற்றை நீங்கள் இதுவரை உங்களுடைய உணவுமுறையின் ஒரு பகுதியாக ஆக்கிக் கொள்ளாமல் இருந்திருப்பதற்கு வாய்ப்புகள் அதிகம். பெரும்பாலான சமயங்களில், வாழ்க்கையில் மேம்படுவதற்கு நாம் என்ன செய்ய வேண்டும் என்பது குறித்து நமக்குத் துல்லியமாகத் தெரியும். எடுத்துக்காட்டாக, தினமும் இரவு சீக்கிரமாகப் படுக்கைக்குச் செல்ல வேண்டும், சத்தான உணவை உட்கொள்ள வேண்டும், சிக்கனமாகப் பணத்தைச் செலவழிக்க வேண்டும், தொடர்ந்து உடற்பயிற்சி செய்ய வேண்டும் என்பன போன்றவற்றை நாம் நன்றாகவே அறிவோம். இவை கைக்கெட்டும் தூரத்தில் இருந்தாலும், இவற்றை நடைமுறைப்படுத்துவதை நாம் தவிர்த்துவிடுகிறோம்.

சரியான செயல் எதுவென்று தெரிந்து வைத்திருப்பது என்பது வேறு, அதைச் செயல்படுத்துவது என்பது வேறு. சுருக்கமாகச் சொல்ல வேண்டுமென்றால், மாற்றம் மூன்று அம்சங்களை உள்ளடக்கியிருக்கிறது: நாம் மாற வேண்டும் என்பதை அறிந்திருத்தல்; அந்த மாற்றத்தை ஏற்படுத்துவதற்கு நாம் என்ன செய்ய வேண்டும் என்பதை அறிந்திருத்தல்; பின் அந்த மாற்றத்தை நிகழ்த்துவதற்குத் தேவையான திட்டவட்டமான செயல்நடவடிக்கைகளில் இறங்குதல். இந்த மூன்றும் இருந்தாலொழிய, நம்மால் மாற்றத்தைக் கொண்டு வர முடியாது, அது வெறும் காகிதக் கனவாகவே இருந்துவிடும்.

நல்லவேளையாக, சிறு சிறு மாற்றங்களை மேற்கொள்வதன் மூலம், நாம் தேர்ந்தெடுத்துள்ள இலக்கை நம்மால் அடைய முடியும். அவற்றைத் தொடர்ந்து கடைபிடித்து வருவதன் மூலம், நாளடைவில் அவற்றை ஒரு பழக்கமாக ஆக்கிக் கொள்ள முடியும். அதற்கு உதவக்கூடிய இரண்டு ஆற்றல்மிக்க உத்திகளை இங்கு நாம் பார்க்கலாம். ஒன்று, சுற்றுச்சூழல் தூண்டுதல்கள். மற்றொன்று நுண்தீர்மானங்கள். முந்தைய அத்தியாயத்தில், ஊட்டச்சத்துகள் குறித்தும், எதற்காக அவை தேவை என்பது குறித்தும் நாம் பார்த்தோம். இந்த

அத்தியாயத்தில், ஆரோக்கியத்தை மேம்படுத்துவதற்கு ஊட்டச்சத்தை எப்படிப் பயன்படுத்துவது என்பதை நாம் பார்க்கவிருக்கிறோம்.

மேலோட்டமான மறைமுகப் பரிந்துரையில் ஈடுபடுகின்ற 'நட்ஜ் கோட்பாடு' நடத்தையியல் பொருளாதாரத்திலிருந்து வருகிறது. தங்களுடைய சுற்றுச்சூழலில் சிறு சிறு மாற்றங்களை ஏற்படுத்துவதன் மூலம், குறிப்பிட்டச் சில மாற்றங்களை மேற்கொள்வதற்கு இது பரிந்துரைக்கிறது. இங்கு அவர்களுடைய தேர்ந்தெடுப்புகளுக்குக் கட்டுப்பாடுகள் எதுவும் விதிக்கப்படுவதில்லை அல்லது அது அவர்களிடமிருந்து பறிக்கப்படுவதில்லை. மாறாக, ஒரு குறிப்பிட்டப் பாதையை நோக்கி அவர்கள் மறைமுகமாக உந்தித் தள்ளப்படுவர். சந்தையியலாளர்கள் இதை எப்போதும் செய்து கொண்டிருக்கிறார்கள். ஒரு பல்பொருள் அங்காடியில் பில் போடப்படுகின்ற இடத்திற்கு அருகே இனிப்பு மிட்டாய்களும் சாக்லெட்டுகளும் வைக்கப்பட்டிருப்பது எதேச்சையானது என்று நீங்கள் நினைக்கிறீர்களா? பெருமளவுக்கு முயற்சி செய்யாமலேயே, நம்மால் நம்முடைய அன்றாட வாழ்வில் மேம்பட்டத் தீர்மானங்களை எடுப்பதற்கு இந்த உத்தியைப் பயன்படுத்த முடியும். அதைச் சரியாகச் செய்யும் பட்சத்தில், பொருத்தமான தேர்ந்தெடுப்பை மேற்கொள்வது எளிதாகிவிடும்.

சுற்றுச்சூழலில் ஒரு சிறு அம்சமாக இருக்கும் மேலோட்டமான மறைமுகப் பரிந்துரையால், நம்முடைய நடத்தையின்மீது நேர்மறையாகவோ அல்லது எதிர்மறையாகவோ தாக்கம் ஏற்படுத்த முடியும். அதே நேரத்தில், அதை மோசமான விஷயத்திற்கும் பயன்படுத்தலாம். இக்கோட்பாட்டை நீங்கள் உங்கள் வாழ்வில் பயன்படுத்துவதாக இருந்தால், தகுதி வாய்ந்த ஓர் இலக்கை அடைவதற்கு அதைப் பயன்படுத்துங்கள்.

மேலோட்டமான மறைமுகப் பரிந்துரை, தேர்ந்தெடுப்புக் கட்டமைப்பு என்ற கருத்தாக்கத்தோடு தொடர்புடையது. ஒரு குறிப்பிட்டத் தேர்ந்தெடுப்பை ஊக்குவிக்கின்ற விதத்தில் சுற்றுச்சூழலை வடிவமைத்து

அதை ஒழுங்குபடுத்துவது அது. வடிவமைப்பின் ஒவ்வோர் அம்சமும் ஒரு தேர்ந்தெடுப்பாகும். உதாரணத்திற்கு ஓர் உணவகத்தின் உணவுப் பட்டியலை எடுத்துக் கொள்ளுங்கள். வாடிக்கையாளர்கள் மேற்கொள்கின்ற தேர்ந்தெடுப்பின்மீது தாக்கம் ஏற்படுத்துகின்ற விதத்தில் அது வடிவமைக்கப்பட்டிருக்கும். நீங்கள் ஒரு பல்பொருள் அங்காடிக்குள் நடந்தால், அங்கு அடுக்கி வைக்கப்பட்டிருக்கின்ற பொருள்களுக்கு மத்தியில் நீங்கள் நடந்து கொண்டிருக்கவில்லை, மாறாக, தேர்ந்தெடுக்க வசதியாக வைக்கப்பட்டுள்ள பொருள்களுக்கு நடுவே நீங்கள் நடந்து சென்று கொண்டிருக்கிறீர்கள் என்பதைப் புரிந்து கொள்ளுங்கள்.

தேர்ந்தெடுப்புக் கட்டமைப்பு ஆறு முக்கிய அம்சங்களை உள்ளடக்கியிருக்கும். முதலாவது, ஊக்குவிப்பு. சரியான ஊக்குவிப்பு வழங்கப்படும் பட்சத்தில், வாடிக்கையாளர்கள் அந்தக் குறிப்பிட்டப் பொருளை அல்லது சேவையைத் தேர்ந்தெடுப்பர். எடுத்துக்காட்டாக, அந்தப் பொருளுடன் இலவசம் ஒன்று வழங்கப்படுவதாக இருந்தால், நீங்கள் அதைத் தேர்ந்தெடுக்கக்கூடும். உங்களுடைய தனிப்பட்ட வாழ்க்கையிலும் நீங்கள் உங்களுடைய சொந்த ஊக்குவிப்பை அளிக்கலாம். அது உளவியல்ரீதியானதாக இருக்கலாம் அல்லது பொருள்ரீதியானதாக இருக்கலாம்.

இரண்டாவது அம்சம், வரைபடமிடுதல். ஒவ்வொரு தேர்ந்தெடுப்பையும், அதன் பயன்களையும் குறைபாடுகளையும் புரிந்து கொள்கின்ற விதத்தில் வரைபடமிடுங்கள். அந்தத் தேர்ந்தெடுப்புக்கு நீங்கள் கொடுக்கவிருக்கின்ற மறைமுகமான மற்றும் நேரடியான விலையையும் கண்டறிந்து கொள்ளுங்கள். எடுத்துக்காட்டாக, நீங்கள் ஒரு சாலட்டுக்குப் பதிலாக ஒரு பர்கரை ஆர்டர் செய்தால், குறுகியகால நோக்கில் ஜீரணப் பிரச்சனையையும், நீண்டகால நோக்கில் இதய நோய் ஆபத்தையும் நீங்கள் விலை கொடுத்து வாங்குகிறீர்கள் என்று அர்த்தம். எந்தவொரு தேர்ந்தெடுப்பையும் மேற்கொள்வதற்கு முன்பு, அதனோடு தொடர்புடைய அனைத்தையும் நீங்கள்

அலசிப் பார்க்க வேண்டும்.

மூன்றாவது அம்சம், செயாநிலை. நீங்கள் ஒன்றை மாற்றுவதற்கு எதையும் முயற்சி செய்யாவிட்டால் என்ன நிகழுமோ அதுதான் செயாநிலை. உங்களுடைய செயாநிலை எது? பர்கரா, சாலட்டா? நீங்கள் தூக்கத்தைத் தொடரப் போகிறீர்களா அல்லது எழுந்து உடற்பயிற்சி மேற்கொள்ளப் போகிறீர்களா? உங்களுடைய செயாநிலையை அடையாளம் காணுங்கள், அதன்மீது நடவடிக்கை எடுங்கள்.

அதற்கு அடுத்த அம்சம், பின்னூட்டக்கருத்து. நீங்கள் செய்து கொண்டிருப்பது ஒழுங்காக வேலை செய்கிறதா என்பதை அறிந்து கொள்ள உங்களுக்குப் பின்னூட்டக்கருத்துகள் உதவும். நீங்கள் மேற்கொண்டுள்ள தேர்ந்தெடுப்பு மேம்பட்டதுதானா என்பதை உங்களால் எப்படி அறிந்து கொள்ள முடியும்? நீங்கள் உங்களுடைய இலக்கை அடைந்துவிட்டீர்களா என்பது உங்களுக்கு எப்படித் தெரியும்? உங்களுடைய சுற்றுச்சூழலிலிருந்தும், பிறரிடமிருந்தும், உங்களிடமிருந்தும் எத்தகைய பின்னூட்டக்கருத்துகளை நீங்கள் பெறுவீர்கள்? (Groenwegen, 2021, *Nudging Explained*).

அடுத்தது, நீங்கள் தவறுகளை எதிர்பார்க்கலாம். தவறுகள் சகஜம். அதற்கு நீங்கள் மட்டும் விதிவிலக்காக இருக்க முடியாது. தடம் புரள்வது இயல்புதான். ஒரு மோசமான தேர்ந்தெடுப்பை மேற்கொள்வதற்கான வாய்ப்பைக் குறைப்பதற்கும், அப்படி நிகழ்கின்ற பட்சத்தில் அதன் பின்விளைவுகளைக் கையாள்வதற்கும் உங்களால் என்ன செய்ய முடியும் என்று யோசியுங்கள்.

அடுத்தது, உங்களுடைய சிக்கலான தேர்ந்தெடுப்புச் சாத்தியக்கூறுகளை நீங்கள் எளிமைப்படுத்த வேண்டும். எடுத்துக்காட்டாக, நீங்கள் ஒரு தினத்தின் மாலைப்பொழுதைத் தொலைக்காட்சியில் செலவழிக்கப் போகிறீர்களா அல்லது ஓர் உருப்படியான விதத்தில் செலவிடப் போகிறீர்களா என்பதை நீங்கள் முன்கூட்டியே முடிவு செய்து கொள்ள வேண்டும். உருப்படியான விதத்தில் என்பதற்கு என்ன அர்த்தம்? உங்கள் வீட்டைச் சுத்தம் செய்ய வேண்டுமா? நீங்கள்

எழுத உத்தேசித்துள்ள நாவலை எழுத முயற்சி செய்ய வேண்டுமா? இத்தகைய தேர்ந்தெடுப்புகள் சிக்கலானவை. அதனால், நீங்கள் பெரிதாக அலட்டிக் கொள்ளாமல் வெறுமனே தொலைக்காட்சியைப் பார்க்கத் தீர்மானிக்கலாம். அல்லது, வாரத்தின் ஒவ்வொரு நாளிலும் ஒவ்வொரு நடவடிக்கை என்று முன்கூட்டியே முடிவு செய்து கொள்ளலாம்.

மேலோட்டமான மறைமுகப் பரிந்துரை என்பது மாயாஜாலமான விளைவுகளை ஏற்படுத்திவிடாது. ஆனால், சரியான தேர்ந்தெடுப்புகளை மேற்கொள்வதற்கு அது உங்களுக்கு உதவும். இதற்கு நீங்கள் சிறிய அளவிலான மாற்றங்களை மேற்கொள்ள வேண்டியிருக்கும் என்றாலும், அவற்றை நீங்கள் ஒரு முறை செய்தால் போதும்.

அடுத்து, உற்பத்தித்திறனை மேம்படுத்திக் கொள்வதற்கும், ஓர் ஆரோக்கியமான வாழ்க்கைமுறையைக் கடைபிடிப்பதற்கும் ஏற்ற உங்களுடைய சுற்றுச்சூழலில் நீங்கள் மேற்கொள்ளக்கூடிய மேலோட்டமான மறைமுகப் பரிந்துரைகள் சிலவற்றைப் பார்க்கலாம்.

ஆரோக்கியமான உணவு உட்கொள்ளுதலை ஊக்குவித்தல்

முதலாம் மேலோட்டமான மறைமுகப் பரிந்துரை, ஆரோக்கியமற்ற உணவுகளை அணுகுவதற்கான சாத்தியக்கூற்றை மட்டுப்படுத்திக் கொள்வதாகும். ஒன்று, அவற்றை வாங்காதிருங்கள். அப்படியே வாங்கினால், அவற்றை உங்களுடைய கண்களில் படும்படி வைத்துக் கொள்ளாதீர்கள். அவற்றை அலமாரியின் மேல்தட்டில் வைத்துக் கொள்ளுங்கள். அல்லது வேறு பொருள்களுக்குப் பின்னால் வைத்துக் கொள்ளுங்கள்.

மாறாக, ஆரோக்கியமான உணவுப் பொருள்களை எளிதில் எடுக்கும் இடத்தில் வைத்துக் கொள்ளுங்கள். எடுத்துக்காட்டாக, பழங்கள் அடங்கிய தாம்பாளத்தை

உங்கள் சாப்பாட்டு மேசையின்மீது வைத்துக் கொள்ளுங்கள். ஆப்பிள்களை உங்கள் பார்வை அடிக்கடி படுகின்ற இடத்தில் வைத்துக் கொள்ளுங்கள். தண்ணீர் பாட்டில் ஒன்றை அலுவலக மேசைக்கு அருகே வைத்துக் கொள்ளுங்கள். காலை அல்லது மாலை வேளைகளில் அருந்துவதற்கு ஒரு டம்ளரில் நீரை நிரப்பித் தயாராக வைத்துக் கொள்ளுங்கள்.

வீட்டிலிருந்தபடியே உணவை ஆர்டர் செய்வதற்கான மெனு கார்டுகளைத் தூக்கியெறிந்துவிடுங்கள், அதற்கான செயலிகளையும் உங்கள் அலைபேசியிலிருந்து நீக்கிவிடுங்கள். நீங்கள் வாங்க உத்தேசித்துள்ள பழங்கள் மற்றும் காய்கறிகளின் பட்டியலைத் தயார் செய்து வைத்துக் கொள்ளுங்கள். அவற்றின் இருப்பு குறைகின்றபோது, நீங்கள் அடுத்த முறை கடைக்குப் போகும்போது அவற்றை வாங்கி வந்துவிடுங்கள்.

நீங்கள் பல்பொருள் அங்காடிக்குச் செல்கின்றபோது, நீங்கள் வாங்க விரும்பாத பொருள்கள் அடுக்கி வைக்கப்பட்டிருக்கின்ற வரிசைகளுக்குள் நுழையாதீர்கள். கடைக்குச் செல்வதற்கு முன்பு ஒரு பட்டியலைத் தயார் செய்து கொண்டு செல்லுங்கள். பின், அந்தப் பட்டியலில் இருப்பதை மட்டுமே வாங்குங்கள். உங்களுக்குச் சபலம் ஏற்படுத்துகின்ற பொருள்களைத் தவிர்த்துவிடுங்கள். சாப்பிட்டு முடித்தப் பிறகு மளிகைச் சாமான்கள் வாங்கச் செல்லுங்கள். மத்திய தரைக் கடல் பத்திய உணவுமுறையிலுள்ள உணவுப் பொருள்கள் அதில் இடம்பெற்றிருப்பதை உறுதி செய்து கொள்ளுங்கள்.

உங்களுடைய இலக்கையும், அது நிறைவேறாமல் இருப்பதை உறுதி செய்கின்ற சுற்றுச்சூழல் காரணிகளையும் கணக்கில் எடுத்துக் கொள்ளுங்கள். எடுத்துக்காட்டாக, நீங்கள் சாக்லெட் சாப்பிடுவதை நிறுத்த விரும்பினால், அதை உங்கள் கைக்கெட்டும் தூரத்தில் வைக்காதீர்கள். அதை வேறு எங்கேனும் மறைத்து வைத்துவிட்டு, ஆரோக்கியமான நொறுக்குத் தீனிகளைப் பார்வையில் படும் இடத்தில் வைத்துக் கொள்ளுங்கள்.

உடற்பயிற்சி

உடற்பயிற்சியைப்பொறுத்தவரை, உடற்பயிற்சியின்போது நீங்கள் பயன்படுத்தும் உபகரணங்களை எடுத்து நீங்கள் நடந்து செல்லும் வழியில் உங்களுக்கு இடைஞ்சலாக இருக்கும்படி வைத்துவிடுங்கள். அப்போது அவற்றை உங்களால் அலட்சியம் செய்ய முடியாது. வீட்டிலிருக்கும் சோபா உங்களுக்குச் சபலம் ஏற்படுத்தும் என்று நீங்கள் கருதினால், அதன்மீது பொருள்களை வைத்துக் கொள்ளுங்கள். அப்போது, நீங்கள் அதன்மீது உட்கார விரும்புகின்ற ஒவ்வொரு முறையும் அதில் இருக்கின்ற பொருள்களை அப்புறப்படுத்த வேண்டியிருக்கும். சோபாவின்மீது உடற்பயிற்சி உபகரணங்களை வைத்துவிடுவது சாலச் சிறந்தது.

உங்களுடைய அன்றாட நடைமுறைக்குள்ளாகவே உடற்பயிற்சியை நுழைக்க முயற்சி செய்யுங்கள். மின்தூக்கியைப் பயன்படுத்துவதற்குப் பதிலாக மாடிப்படிகளில் ஏறுங்கள். உங்களுடைய இந்த முடிவை மக்களிடம் தெரிவியுங்கள். அதை நீங்கள் மீறுகின்றபோது, அவர்கள் அதைச் சுட்டிக்காட்டுவர். உங்கள் குடும்ப உறுப்பினர்கள், அலுவலக சகாக்கள் போன்றோரும் அத்தகைய நடவடிக்கைகளில் உங்களுடன் கலந்து கொள்ள அவர்களுக்கு அழைப்பு விடுங்கள். அதை ஒரு போட்டியாக மாற்றிக் கொள்வது இன்னும் நல்லது. ஏனெனில், அது உங்களுக்குக் கூடுதல் ஊக்கம் தரும். நீங்கள் மறந்து போகின்ற நேரங்களில் அவர்கள் உங்களுக்கு இவற்றை நினைவுபடுத்துவர்.

உங்களுடைய உடற்பயிற்சி இலக்கை நீங்கள் அடைவதற்கு உங்களுடைய சுற்றுச்சூழல் உங்களை ஊக்குவிப்பதாக இருக்குமாறு பார்த்துக் கொள்ளுங்கள். ஓரிடத்தை இதற்காக ஒதுக்கி வைத்துவிட்டு, அதற்கான நினைவூட்டிகளை அங்கு வைத்துக் கொள்ளுங்கள். அதைச் செய்யாமல் இருப்பதைக் காட்டிலும், அதைச் செய்வது எளிதாக இருக்கும் விதத்தில் சூழல் இருக்குமாறு ஏற்பாடு செய்து கொள்ளுங்கள்.

மேலோட்டமான மறைமுகப் பரிந்துரைகள், நீங்கள் உணவருந்துதல் தொடர்பான மேம்பட்ட ஆரோக்கியமான பழக்கங்களை நடைமுறைப்படுத்துவதற்கும், ஊட்டச்சத்து மாத்திரைகளை உட்கொள்வதற்கும், உடற்பயிற்சி செய்வதற்கும் உங்களுக்கு உதவும். உங்களுடைய சுற்றுச்சூழலை உங்களுடைய பங்காளியாக ஆக்கிக் கொள்வதும் அதில் அடங்கும். இனிப்புப் பதார்த்தங்களாலும், ஆரோக்கியமற்ற உணவுப் பொருள்களாலும் உங்களுக்குச் சபலம் ஏற்படுவதைத் தவிர்ப்பதோ அல்லது ஒரு குறிப்பிட்டப் பத்திய உணவைத் தொடர்ந்து கடைபிடித்து வருவதோ உங்களுக்குச் சவாலான காரியமாக இருந்தால், நீங்கள் விரும்புகின்றவற்றைத் தேர்ந்தெடுப்பதற்கு உங்களுக்கு உறுதுணையாக இருக்கின்ற ஒரு சுற்றுச்சூழலை உருவாக்கிக் கொள்ளுங்கள். அப்போது அந்த மாற்றங்களை மேற்கொள்வது சுலபமானதாக இருக்கும்.

நுண்தீர்மானங்கள்: பெரும் தாக்கங்களை ஏற்படுத்துகின்ற சின்னஞ்சிறு மாற்றங்கள்

நுண்தீர்மானங்கள் எடுத்தல் என்பது கரோலின் அர்னால்டு உருவாக்கிய ஒரு கருத்தாக்கமாகும். உடனடியான, அவதானிக்கத்தக்க நன்மைகளை விளைவிக்கின்ற மாற்றங்களை உருவாக்குகின்ற சின்னஞ்சிறு தீர்மானங்கள்தாம் நுண்தீர்மானங்களாகும். நடத்தை சார்ந்த, சிறிய, குறிப்பான மாற்றங்களான இவற்றால் பெரும் வித்தியாசத்தை ஏற்படுத்த முடியும். இதைத் தொடர்ந்து கண்காணித்து வருவதும் எளிது. இது ஓர் அறுவை சிகிச்சையில் பயன்படுத்தப்படுகின்ற கத்தியைப்போலத் துல்லியமான விளைவை ஏற்படுத்தவல்லது *(Arnold, 2014, Small Move, Big Change: Using Micro-resolutions to Transform Your Life Permanently)*.

இந்த நுண்தீர்மானங்கள், சில விஷயங்களில் மேலோட்டமான மறைமுகப் பரிந்துரையை ஒத்துள்ளன.

இதிலும், நீங்கள் சில சமயங்களில் தடம் புரண்டு போவதற்கு வாய்ப்புள்ள பெரிய இலக்குகளுக்குப் பதிலாக, உடனடியான, அளவிடத்தக்க, சாதிக்கச் சாத்தியமுள்ள மாற்றங்களை நீங்கள் மேற்கொள்கிறீர்கள். வருகின்ற திங்கட்கிழமையிலிருந்து உங்கள் வாழ்க்கையில் ஒரு பெரும் மாற்றத்தை ஏற்படுத்தப் போவதாக நீங்கள் தீர்மானித்தால்—எடுத்துக்காட்டாக, இனி மதுவைத் தொடப் போவதில்லை, புகைபிடிக்கப் போவதில்லை, கேளிக்கை விருந்துகளில் கலந்து கொள்ளப் போவதில்லை என்பன போன்ற தீர்மானங்கள்—நீங்கள் அதில் தோற்பது உறுதி. அவை மாபெரும் மாற்றங்களை உள்ளடக்கியவை. அவற்றை நீங்கள் முன்தயாரிப்பு இல்லாமல், 'எடுத்தோம்-கவிழ்த்தோம்' என்ற ரீதியில் மேற்கொள்ள முடியாது. ஒரு பெரிய இலக்கைவிட, நுண்தீர்மானங்களுக்கு வெற்றி வாய்ப்புகள் அதிகம். இது குறித்தத் தீர்மானம் சிறியதாக இருந்தாலும், நீங்கள் இங்கு வெற்றியை உறுதி செய்கிறீர்கள், ஒரு வித்தியாசத்தை ஏற்படுத்துகிறீர்கள் (Arnold, 2014, *Small Move, Big Change: Using Micro-resolutions to Transform Your Life Permanently*).

ஏராளமானோர், எடைக் குறைப்பிற்காக ஏதாவது ஒரு பத்திய உணவைத் தேர்ந்தெடுக்கின்றனர். அவர்களில் பெரும்பாலானோர், அந்தப் பத்திய உணவுப் பழக்கத்தைத் தொடர்ந்து கடைபிடிப்பதில்லை. இறுதியில், அவர்கள் தங்கள் இலக்கை அடையாமல் போய்விடுகின்றனர். அதே நேரத்தில், நீங்கள் நுண்தீர்மானங்களை மேற்கொள்கின்றபோது வெற்றி வாய்ப்பு அதிகரிக்கிறது. இங்கு நீங்கள் உங்களுடைய எடை அதிகரிப்பதற்கு என்ன காரணிகள் பங்களிக்கின்றன என்று பார்க்கிறீர்கள். எடுத்துக்காட்டாக, நீங்கள் தினந்தோறும் ஒரு பெரிய சாக்லெட்டைச் சாப்பிட்டுக் கொண்டிருக்கலாம். அல்லது தினந்தோறும் ஒரு பீர் அருந்திக் கொண்டிருக்கலாம். இதுபோன்ற பழக்கத்தை ஒரேயடியாக நிறுத்துகின்ற ஒரு பெரிய இலக்கை ஏற்படுத்திக் கொள்ளாமல், நீங்கள் இது குறித்து நுண்தீர்மானங்களை எடுக்கிறீர்கள் என்று வைத்துக் கொள்வோம். அப்போது நீங்கள் பெரிய சாக்லெட்டுக்குப்

பதிலாக ஒரு சிறிய சாக்லெட்டைத் தேர்ந்தெடுக்கலாம். ஒரு பாட்டில் பீருக்குப் பதிலாக அரை பாட்டில் பீரைத் தேர்ந்தெடுக்கலாம். தொலைக்காட்சி நிகழ்ச்சிகளைப் பார்க்கின்றபோது நொறுக்குத் தீனி தின்கின்ற பழக்கம் உங்களுக்கு இருக்கிறது என்று வைத்துக் கொள்வோம். இங்கு நீங்கள் நுண்தீர்மானங்களை மேற்கொள்கின்றபோது, வெண்ணெய் தடவிய பாப்கார்னுக்குப் பதிலாக, குறைந்த கலோரிகளைக் கொண்ட பாப்கார்னைத் தேர்ந்தெடுக்கின்ற தீர்மானத்தை மேற்கொள்ளலாம். இங்கு நீங்கள் உங்களுடைய சபலத்தைத் தீர்த்துக் கொள்கின்ற அதே நேரத்தில், நீண்டகால நோக்கில் மேம்பட்ட ஒன்றாக விளங்குகின்ற ஒன்றைத் தேர்ந்தெடுக்கிறீர்கள் (Arnold, 2014, *Small Move, Big Change: Using Micro-resolutions to Transform Your Life Permanently*).

சாக்லெட்டை இனி ஒருபோதும் உண்ண மாட்டேன் என்ற தீர்மானம் இதைவிடச் சிறந்ததாக இருக்குமா? அல்லது தினந்தோறும் சாக்லெட்டைப் சாப்பிடுவதற்குப் பதிலாக, வார இறுதி நாள்களில் மட்டும் ஒரு சாக்லெட்டைச் சாப்பிடுவது எளிதாக இருக்குமா? இருக்கலாம். ஆனால், இந்த இலக்கை நீங்கள் கடைபிடிப்பதற்கான வாய்ப்புகள் குறைவு. சாக்லெட் ஒரு நோக்கத்தை நிறைவேற்றுகிறது. ஒருவேளை உங்களுடைய நீண்ட, கடினமான நாளின் இறுதியில் அதைக் கொண்டாடும் விதமாக சாக்லெட் போன்ற இனிப்புப் பதார்த்தம் ஒன்றை உட்கொள்வது உங்கள் விருப்பமாக இருக்கலாம். அதை ஒட்டுமொத்தமாக நிறுத்துவது உங்களுக்குக் கடும் அதிருப்தியைக் கொடுக்கக்கூடும். தொலைக்காட்சி நிகழ்ச்சிகளைப் பார்க்கின்றபோது, எந்தவிதமான நொறுக்குத் தீனியையும் சாப்பிடாமல் இருக்க நீங்கள் முயலலாம். ஆனால், அப்படிச் செய்கின்றபோது, உங்களால் அந்தத் தொலைக்காட்சி நிகழ்ச்சியை இரசிக்க முடியாமல் போய்விடக்கூடும். நீங்கள் ஒரு பழக்கத்தைத் திடுதிடுப்பென்று நிறுத்துகின்றபோது, அங்கு ஒரு வெற்றிடம் உருவாகிறது. அதை ஏதாவது ஒரு வழியில்

இட்டு நிரப்ப நீங்கள் முயல்வீர்கள். பெரும்பாலான சமயங்களில் நீங்கள் அந்தப் பழக்கத்திற்கே திரும்பிச் செல்வீர்கள். அது உங்களை ஊக்கமிழக்கச் செய்யும், உங்களிடம் ஏமாற்ற உணர்வைத் தோற்றுவிக்கும் (Arnold, 2014, *Small Move, Big Change: Using Micro-resolutions to Transform Your Life Permanently*).

அதே வேளையில், நுண்தீர்மானங்களைத் தொடர்ந்து கடைபிடித்து வருவது எளிது. தொலைக்காட்சி நிகழ்ச்சிகளைப் பார்க்கின்றபோது, சாக்லெட்டுகளை உண்பதற்குப் பதிலாகச் சிறிய இனிப்பு மிட்டாய்களைச் சாப்பிடுகின்ற பழக்கத்திற்கு நீங்கள் மாறிக் கொள்ளலாம். அது நீங்கள் உட்கொள்கின்ற கலோரிகளின் அளவை வெகுவாகக் குறைத்துவிடும். இங்கு இனிப்பு சாப்பிட வேண்டும் என்ற சபலத்திற்கு நீங்கள் தீனி போடுகிறீர்கள். அதே நேரத்தில், உங்களுடைய மாற்றுப் பழக்கத்தால் ஏற்படும் தாக்கம் கணிசமான அளவு குறைவாகவும் இருக்கிறது (Arnold, 2014, *Small Move, Big Change: Using Micro-resolutions to Transform Your Life Permanently*).

ஊட்டச்சத்து மாத்திரைகளை உட்கொள்கின்ற பழக்கம் உங்களுக்கு இல்லாமல் இருக்கலாம். அதற்கு, நீங்கள் உணவு உண்ணும்போது, தினமும் ஒரே ஒரு மல்டிவைட்டமின் மாத்திரையை உட்கொள்வது என்ற ஒரு நுண்தீர்மானத்தை மேற்கொள்ளலாம். அதைக் கடைபிடிப்பது எளிது. அதனால் பெரிய வித்தியாசத்தை ஏற்படுத்த முடியாமல் போகலாம். ஆனால், அதனால் ஏற்படுகின்ற சிறு பயன்களை நீங்கள் அவதானிக்கின்றபோது, நாளடைவில், வேறு பல ஊட்டச்சத்து மாத்திரைகளை உட்கொள்கின்ற தீர்மானத்தை நீங்கள் எடுக்கக்கூடும். அல்லது, உங்களுக்குப் பிடித்தமான அதிஉணவுப் பொருள் ஒன்றை உங்களுடைய காலை உணவின்போது நீங்கள் உட்கொள்ளலாம். எடுத்துக்காட்டாக, காலையில் நீங்கள் ஓட்ஸ் கஞ்சி சாப்பிடுகின்றபோது, புளூபெர்ரிப் பழங்கள் சிலவற்றைச் சேர்த்துக் கொள்ளலாம். இது ஒரு சிறிய மாற்றமாக இருந்தாலும், சிறந்த பலன்களைக் கொடுக்கின்ற சாத்தியக்கூறு இதற்கு இருக்கிறது.

நுண்தீர்மானங்கள் மேற்கொள்வதற்குச் சிறிதளவு சிந்தனையும் திட்டமிடுதலும் தேவைப்படும். எந்தப் பழக்கங்களை நீக்கினால் உங்கள் வாழ்க்கையில் நல்லவிதமான பெரும் தாக்கம் ஏற்படுமோ, அவற்றை அடையாளம் காணுங்கள். எடுத்துக்காட்டாக, நீங்கள் தினந்தோறும் 500 கலோரிகளை அதிகமாக உண்பதாக வைத்துக் கொள்வோம். அதில் 250 கலோரிகளைக் குறைப்பதற்கான நுண்தீர்மானங்களை நீங்கள் மேற்கொள்ளலாம். அது குறிப்பிடத்தக்கத் தாக்கத்தை ஏற்படுத்தும்.

இந்த உத்தியைப் பயன்படுத்துவதற்கு, சிறிய அளவிலான தாக்கத்தை ஏற்படுத்தக்கூடிய சின்னஞ்சிறு மாற்றங்களை எப்படி ஏற்படுத்துவது என்று நீங்கள் சிந்திக்க வேண்டும். பெரும் மாற்றம் தேவைப்படுகின்ற விஷயங்களை இந்த நுண்தீர்மானங்களுக்குள் கொண்டுவராதீர்கள். மாற்றங்கள் இலகுவாகவும் தொடர்ச்சியாகவும் மேற்கொள்ளத்தக்கவையாக இருப்பதுதான் இங்கு உங்கள் நோக்கமாக இருக்க வேண்டும் (Arnold, 2014, *Small Move, Big Change: Using Micro-resolutions to Transform Your Life Permanently*).

நுண்தீர்மானங்களை வெற்றிகரமாக நடைமுறைப்படுத்துவதற்கு, சிறிய, குறிப்பிட்ட, சாதிக்கத்தக்கதொரு விஷயத்தில் நீங்கள் கவனத்தைக் குவிக்க வேண்டும். எடுத்துக்காட்டாக, எடுத்த எடுப்பிலேயே தினந்தோறும் ஓடுவதை உங்களுடைய இலக்காக நிர்ணயித்துக் கொள்ளாதீர்கள். மாறாக, மின்தூக்கியைப் பயன்படுத்துவதற்குப் பதிலாக மாடிப்படியில் ஏறுவதென்று தீர்மானித்துக் கொள்ளுங்கள் (Arnold, 2014, *Small Move, Big Change: Using Microresolutions to Transform Your Life Permanently*).

உங்களுடைய எந்த நடவடிக்கையை மாற்றிக் கொள்ள நீங்கள் விரும்புகிறீர்கள் என்பதை அடையாளம் கண்டுகொண்டு, அது தொடர்பான குறிப்பிட்டத் தீர்மானத்தை மேற்கொள்ளுங்கள். ‘ஒருபோதும்’, ‘எப்போதும்’, ‘ஒவ்வொரு முறையும்’, ‘ஒவ்வொரு நாளும்’, ‘முழுமையாக’ என்பன போன்ற

வார்த்தைகளை அல்லது அப்படிப் பொருள் தரும் வார்த்தைகளைப் பயன்படுத்துவதைத் தவிர்க்க முயலுங்கள். ஒரு குறிப்பிட்டச் சூழலில் உங்கள் நடத்தை எப்படி இருக்கும் என்று அடையாளம் கண்டு அதில் கவனத்தைக் குவியுங்கள். எடுத்துக்காட்டாக, "நான் உணவகங்களில் இனிப்புப் பொருள்களை ஆர்டர் செய்ய மாட்டேன்" என்ற நுண்தீர்மானத்தை எடுங்கள். அதற்குப் பதிலாக, "இனிப்புகளைச் சிறிய காபிக் கடைகளில் வாங்கிக் கொள்வேன் அல்லது அவற்றை இனிப்புக் கடைகளில் வாங்கி வீட்டிற்கு எடுத்துச் சென்று சாப்பிடுவேன்" என்று முடிவு செய்து கொள்ளுங்கள். அலுவலகத்தில் இருக்கும்போது, அங்கிருக்கும் மின்தூக்கிகளைப் பயன்படுத்தாமல், மாடிப்படிகளைப் பயன்படுத்துவதென்ற நுண்தீர்மானத்தை எடுங்கள். அதே நேரத்தில், வேறு இடங்களுக்குச் செல்கின்றபோது மின்தூக்கிகளைப் பயன்படுத்துவதென்று முடிவு செய்து கொள்ளுங்கள். வாரத்திற்கு ஒரு முறை மத்திய தரைக் கடல் உணவுமுறை அல்லது அதை ஒத்த ஒன்றை முயன்று பார்ப்பதென்ற நுண்தீர்மானத்தை எடுங்கள். அல்லது, அந்த உணவுமுறையில் இடம்பெற்றுள்ள ஒரே ஒரு பதார்த்தத்தை உங்களுடைய வழமையான உணவில் சேர்த்துக் கொள்வதென்றுகூட நீங்கள் தீர்மானிக்கலாம் (Arnold, 2014, *Small Move, Big Change: Using Micro-resolutions to Transform Your Life Permanently*).

நுண்தீர்மானங்கள் நம்முடைய நடத்தையின் ஒரு குறிப்பிட்ட அம்சத்தைச் சீர் செய்வதை நோக்கமாகக் கொண்டவை. பொதுவாக நாம், நடத்தை தொடர்பான பெரும் மாற்றங்களை மேற்கொள்வதற்கான நம்முடைய திறனை உயர்வாக மதிப்பிட்டுவிடுகிறோம். அதில் நாம் தோற்றால்கூட, அபூர்வமாகவே நாம் அதிலிருந்து பாடம் கற்றுக் கொள்கிறோம். ஆனால், நுண்தீர்மானங்களின் கதை வேறு. அவை பெரும்பாலும் வெற்றி பெற்றுவிடும், மாற்றங்கள் சாத்தியப்பட்டுவிடும். அந்த வெற்றி அளிக்கின்ற ஊக்குவிப்பால் உந்தப்படுகின்ற நாம், மேலும் சில நுண்தீர்மானங்களை மேற்கொள்வோம். இப்படிச் செய்கின்றபோது, நம்மால் ஒரு பெரிய பழக்கத்தையே

படிப்படியாக மாற்றிவிட முடியும் (Arnold, 2014, *Small Move, Big Change: Using Micro-resolutions to Transform Your Life Permanently*).

ஒளியும் வெப்பநிலையும்

நம்முடைய உடல்மீது, நாம் எதை உண்கிறோம் என்பதிலிருந்து நாம் எப்படித் தூங்குகிறோம் என்பதுவரை பல விதமான காரணிகள் தாக்கம் விளைவிக்கின்றன. அவற்றில் இரண்டு, நம்முடைய உடல் ஆரோக்கியத்தின்மீது பெரும் தாக்கம் ஏற்படுத்துகின்றன. அவை பெரும்பாலும் அலட்சியம் செய்யப்படுகின்றன. ஒளியும் வெப்பநிலையும்தாம் அவை.

முதலில் நாம் ஒளியை பார்க்கலாம். பொதுவாக இதற்கு நாம் முக்கியத்துவம் கொடுப்பதில்லை. இப்போது நம்முடைய வீடுகளின் உட்புறம் எந்நேரமும் செயற்கை ஒளியால் குளிப்பாட்டப்பட்டுக் கொண்டிருக்கிறது. இயற்கை ஒளி, செயற்கை ஒளி ஆகிய இரண்டுமே நம்முடைய உடலின் இயக்கத் தாளகதிமீதும், நம்முடைய மனநிலைமீதும் வெவ்வேறு விதமாகத் தாக்கம் ஏற்படுத்துகின்றன. சில நேரங்களில் அவை நம்முடைய மன ஆரோக்கியத்தின்மீதும் தாக்கம் ஏற்படுத்துகின்றன.

ஒளியின் வேலைகளில் ஒன்று, எப்போது நாம் தூங்கச் செல்ல வேண்டும் என்ற சமிக்கையை (ஒளி மங்கிக் கொண்டிருக்கிறது, இருள் சூழப் போகிறது) நமக்கு அளிப்பதாகும். மற்றொன்று நம்முடைய பணிகளுக்கான வேளை வந்துவிட்டது என்று அறிவிப்பது (இருள் விலகப் போகிறது, வெளிச்சம் அதிகரிக்கப் போகிறது). நாம் நீண்ட நாள்களாக மின்விளக்குகளைப் பயன்படுத்திக் கொண்டிருந்தாலும், உடலைப் பொறுத்தவரை, இது பெரிய மாற்றங்கள் எதையும் ஏற்படுத்துவதில்லை. நாம் தூங்குவதற்கு முன்பாகப் பிரகாசமான வெளிச்சத்தில் இருந்து கொண்டிருப்பது, தூக்கத்தை ஊக்குவிக்கின்ற மெலட்டோனின் என்ற ஹார்மோனின் சுரப்பைப் பாதித்து, நாம் தூங்குவதைக் கடினமாக்கும்.

காலை வேளைகளில் நாம் போதுமான அளவு ஒளியைப் பெறாவிட்டால், நாம் மந்தமாக இருப்போம். உலகை இருள் சூழ்ந்திருக்கின்றபோது, விழித்தெழுந்து வேலைகளைச் செய்வது கடினமாக இருக்கும். அதற்கு உளவியல்ரீதியான ஓர் அடிப்படையும் இருக்கிறது. நம் உடல், தூங்க வேண்டுமா அல்லது விழித்தெழ வேண்டுமா என்பதைத் தீர்மானிப்பதில் ஒளிக்கு ஒரு முக்கியப் பங்கு இருக்கிறது.

ஒளி நம்முடைய மனநலத்தின்மீதும் தாக்கம் ஏற்படுத்துகிறது என்பது பலரும் கேள்விப்பட்டிராத ஒரு செய்தியாக இருக்கலாம். சில நாடுகளில், குளிர்காலம் மற்றும் இலையுதிர்காலங்களில் ஒளி குறைவாக இருக்கும். அங்கிருக்கும் மக்கள், ஒளிப் பற்றாக்குறையால் ஏற்படுகின்ற ஒருவிதமான மனச்சோர்வால் பெரிதும் அவதிப்படுகின்றனர். சூரிய ஒளியில் குளிப்பாட்டப்படுவது அல்லது சூரிய ஒளியை ஒத்தச் செயற்கை ஒளியில் நனைக்கப்படுவது இதற்கான தீர்வாகப் பரிந்துரைக்கப்படுகிறது. உங்களுக்கு இதுபோன்ற பிரச்சனைகள் எதுவும் இல்லையென்றாலும்கூட, தினமும் முப்பது நிமிடங்கள் (வானத்தை மேகம் மூடியிருந்தால்கூடப் பரவாயில்லை), சூரிய ஒளியில் குளிப்பது, உங்கள் உடலில், மூளையின் பலவிதமான செயல்பாடுகளுக்கு உதவுகின்ற செரோட்டோனினைச் சுரக்க வைக்கும் என்பதால், அது உங்கள் உடல் மற்றும் மன ஆரோக்கியத்திற்கு நல்லது (APA, 2013, *The Diagnostic and Statistical Manual of Mental Disorders; Kotz, 2007, Get Healthier and Happier*).

இயற்கையான ஒளி நமக்கு நல்லது. குறிப்பாகக் காலை நேரச் சூரிய ஒளி மிகவும் நல்லது. மதிய நேரச் சூரிய ஒளியைத் தவிர்க்க வேண்டும். சிகிச்சையில் ஒளியின் பங்களிப்பு குறித்துப் பலவிதமான கருத்துகள் முன்வைக்கப்படுகின்றன. அவற்றில் பல சர்ச்சைக்கிடமானவை.

*1990*களிலிருந்து இருந்து வருகின்ற செந்நிற ஒளிச் சிகிச்சை என்ற முறை சர்ச்சைக்குரியது. இந்த முறையில், குறைவான அதிர்வுள்ள சிவப்பு நிற ஒளி தோலின்மீது

பாய்ச்சப்படும். அது நோய்களைத் தீர்ப்பதாகவும், நோய் எதிர்ப்பு சக்தியை அதிகரிப்பதாகவும், சில தோல் நோய்களுக்குத் தீர்வளிப்பதாகவும் நம்பப்படுகிறது. குளிர்காலப் பிரச்சனைகளுக்கும் இது தீர்வளிக்கும் என்று நம்பப்படுகிறது. இதற்கான நிரூபணங்கள் குறைவாகவே இருக்கின்றன என்றாலும், இது பரவலாகக் கடைபிடிக்கப்படுகிறது (Cobb, 2020, *Red Light Therapy Benefits*).

அதேபோல, நீல ஒளிச் சிகிச்சை என்ற ஒன்றும் இருக்கிறது. இது அளவுக்கதிகமான சூரிய ஒளியால் தோலுக்கு ஏற்படுகின்ற பாதிப்பைச் சரிசெய்வதாக நம்பப்படுகிறது. அதேபோல, சில புற்றுநோய்களின் வளர்ச்சியையும் இது தடுப்பதாகக் கூறப்படுகிறது. இது பருவகாலங்களில் ஏற்படுகின்ற பிரச்சனைகளைத் தீர்ப்பதற்கும், முகப்பருக்களைக் குணமாக்குவதற்கும் பயன்படுத்தப்பட்டு வருகிறது. (Cobb & Gotter, 2017, *Blue Light Therapy*).

ஒளிக்கு குணமாக்கும் சக்தி இருப்பதைத்தான் இவை நிரூபிக்கின்றன. இதைச் சில குறிப்பிட்ட விஷயங்களுக்கு மட்டுமே பயன்படுத்த முடியும் என்பதால், இதைக் கவனமாகக் கையாள வேண்டும். சூரிய ஒளி நல்லது என்பதற்காக நீங்கள் அதிக நேரம் சூரிய ஒளியில் நின்றால், அது உங்களுக்கு ஆபத்து விளைவிக்கக்கூடும். ஒளியைக் கொண்டு மேற்கொள்ளப்படுகின்ற சிகிச்சைகள், முகப்பருக்கள் போன்ற குறிப்பிட்டப் பிரச்சனையைத் தீர்ப்பதில் கவனம் செலுத்துகின்றன.

ஒளி எப்படி நம்முடைய மனநிலையின்மீது தாக்கம் ஏற்படுத்துகிறது, நம்முடைய உயிரியல்ரீதியான தாளகதியை எப்படிச் சீர்குலைக்கிறது என்பதை நாம் தெரிந்து கொண்டால், நம்முடைய மனநிலையை எப்படி நம் கட்டுப்பாட்டிற்குள் வைத்திருப்பது என்பதை நாம் அறிந்து கொள்ளலாம். அத்துடன், அது நாம் தரமான தூக்கத்தைப் பெறவும் உதவும்.

தினந்தோறும் குறைந்தபட்சம் அரைமணி நேரமாவது ஒளியில் குளிப்பது நல்லது. அது இயற்கையான ஒளியாக இருந்தால் இன்னும் நல்லது. காலை நேரச் சூரிய

ஒளியில் குளிப்பது நல்ல விளைவுகளைப் பெற்றுத் தரும்.

வெப்பநிலை எப்படி? நம்முடைய உடலைச் சீராக வைத்துக் கொள்ள நம்மால் வெப்பநிலையைப் பயன்படுத்திக் கொள்ள முடியும். அதிக வெப்பம், குறைந்த வெப்பம் ஆகிய இரண்டையுமே உடலின் ஆரோக்கியத்தை மேம்படுத்தப் பயன்படுத்திக் கொள்ள முடியும்.

வெப்பநிலையால், நாம் தூங்குவதை எளிதாக்கவும் முடியும், கடினமாக்கவும் முடியும். நம்முடைய உடலின் வெப்பநிலையைக் குறைப்பதற்கு, நம்முடைய அறையின் வெப்பம் குறைவாக இருக்கும்படி பார்த்துக் கொள்வது நல்லது. நம்முடைய உடலின் வெப்பம் குறைவது நம் தூக்கத்தைத் தூண்டிவிடும். நீங்கள் தூங்குகின்ற அறையின் வெப்பத்தை 20 டிகிரி செல்சியஸாக வைத்துக் கொள்வது, ஆரோக்கியமான ஓய்வுக்கு வழிவகுக்கும். வெப்பமாகவும் புழுக்கமாகவும் இருக்கும் ஓர் அறையில் தூங்குவது கடினம். அதேபோல, அதிகக் குளிராக இருக்கும் ஓர் அறையில் தூங்குவதும் சிரமம்.

விளையாட்டு வீரர்கள் தங்களுடைய ஆற்றலை அதிகரித்துக் கொள்ளத் தங்களைக் குளிரான நிலையில் வைத்துக் கொள்கின்ற முயற்சியில் ஈடுபடுகின்றனர். சில உடற்பயிற்சி வீரர்கள், உடற்பயிற்சியில் ஈடுபடுவதற்கு முன்பு தங்களுடைய உடலின் வெப்பநிலையைக் குறைத்துக் கொள்ள முற்படுகின்றனர் (எடுத்துக்காட்டாக, குளிர்ந்த நீரை அருந்துதல்). அல்லது, அவர்கள் குளிர்காலத்தில் திறந்தவெளியில் உடற்பயிற்சி செய்கின்றனர். இதன் மூலம் அவர்கள் தங்களுடைய செயல்திறனை அதிகரித்துக் கொள்கின்றனர். ஓர் உடற்காயத்தின் வீக்கத்தையும் வலியையும் குறைப்பதற்குக் குளிர் பயன்படுத்தப்படுகிறது. சில விளையாட்டு வீரர்கள் காயங்களிலிருந்து விரைவாக மீண்டெழுவதற்கு உறைநிலை நீரில் குளிக்கின்றனர். பிரத்யேகமாக வடிவமைக்கப்பட்டுள்ள அறைகளில் முழு உடலையும் கடுங்குளிரான நிலைக்கு உட்படுத்திக் கொள்கின்ற சிகிச்சை முறை பிரபலமான ஒன்றாகும். ஆனால், அது உண்மையிலேயே பலனளிக்கிறதா என்பது

இதுவரை அறிவியல்பூர்வமாக நிரூபிக்கப்படவில்லை. (Shmerling, 2018, *Cryotherapy: Can it stop your pain cold?*).

விளையாட்டுகளின்போது உடலில் ஏற்படுகின்ற காயங்களைக் குணப்படுத்துவதற்கு அந்தப் பாகம் குளிரின் ஆற்றலுக்கு உட்படுத்தப்படுகிறது. குளிரான நீரில் குளிப்பது உடல்ரீதியாக உங்களுக்குப் பலனளிப்பதோடு, உங்களுடைய மனநிலையையும் மேம்படுத்துகிறது. உறைபனி நிலைக்குச் செல்லாமல், மிதமான குளிருக்கு உங்களை ஆட்படுத்திக் கொள்வது உங்களுடைய உற்சாகத்தை அதிகரித்துக் கொள்ள உதவும். திறந்தவெளிப் பகுதியில் இருக்கின்றபோது, உடலைக் குளிராக்கிக் கொள்வதில் எச்சரிக்கையுடன் இருப்பது நல்லது. உடலில் ஏற்கனவே ஏதாவது பிரச்சனை இருந்தால், குளிர் அதை அதிகரித்துவிடக்கூடும். குளிர் உங்களுடைய தோலின்மீது பாதிப்பு ஏற்படுத்திவிடும். அத்துடன், அது உங்களுடைய உடலுக்கு அதிக அழுத்தத்தைக் கொடுக்கவும்கூடும் (Shmerling, 2018, *Cryotherapy: Can it stop your pain cold?*; Asprey, n.d., *Your Thermostat May Be Key to Burning More Calories and Getting Focused*).

சூடான வெப்பநிலை எப்படி? சூடான சுற்றுச்சூழலும் உங்கள் உடலை அழுத்தத்திற்கு உள்ளாக்கும். அதற்குப் பிறகு நீங்கள் உடற்பயிற்சி மேற்கொண்டால், அதன் பலன் கூடும். நீராவிக் குளியல் போன்றவை உங்களுடைய மனநிலையை மேம்படுத்தக்கூடும். சூடான சூழலில் இருப்பது உங்களைக் களைப்படைய வைத்துவிடும் என்பதால், இது குறித்து நீங்கள் எச்சரிக்கையுடன் இருத்தல் நல்லது (Asprey, n.d., *Your Thermostat May Be Key to Burning More Calories and Getting Focused*).

குளிரும் சரி, வெப்பமும் சரி, உங்களுடைய நடவடிக்கைகளில் நீங்கள் அதிக ஆற்றலைச் செலவழிக்கச் செய்துவிடும் என்பதால், உடல் எடைக் குறைப்பு போன்றவற்றில் நீங்கள் ஈடுபடுகின்றபோது, அது உங்களுக்குக் கூடுதல் அனுகூலத்தை அளிக்கும். அது உங்களுக்கு அதிக அழுத்தத்தைக் கொடுக்கும் என்பதை நீங்கள் நினைவில் வைத்துக் கொள்ள

வேண்டும். அத்துடன், குடிநீரை அருகேயே வைத்துக் கொள்வதும் நல்லது (Asprey, n.d., *Your Thermostat May Be Key to Burning More Calories and Getting Focused*).

சூடான சுற்றுச்சூழல் உங்கள் மூளையின் செயல்திறனைக் குறைக்கும். மிதமான குளிர் நிலவுகின்ற ஓர் அறையில் இருக்கும்போது நம்மால் சிறப்பாக இயங்க முடியும். மிதமான வெப்பநிலையுள்ள ஓர் அறையில் இருக்கும்போதும் உங்களால் மேம்பட்ட விதத்தில் செயல்பட முடியும். அதிகக் குளிரான அறையில் இருந்தால், அது உங்களை நடுங்க வைத்து, உங்களுக்குக் கவனச்சிதறலை ஏற்படுத்திவிடும் (Asprey, n.d., *Your Thermostat May Be Key to Burning More Calories and Getting Focused*).

குளிர், வெப்பம் ஆகிய இரண்டும் நம் உடலை வெவ்வேறு விதங்களில் தூண்டும். அது நம்முடைய தாக்குப்பிடிக்கும் திறனையும், நம்முடைய தனிப்பட்ட முன்னுரிமைகளையும் சார்ந்தும் இருக்கும். சிலருக்குக் குளிர் ஒத்துவரும், சிலருக்கு வெப்பம் ஒத்துவரும். சிலரால் அதிக வெப்பமான இடங்களில் வேலை செய்ய முடியாது. சிலரால் அதிகக் குளிரான இடங்களில் வேலை செய்ய முடியாது. அதனால், உங்களை அளவுக்கதிகமாக உந்தித் தள்ள நீங்கள் முயலக்கூடாது, நீங்கள் பெரும் பிரச்சனையில் மாட்டிக் கொள்ளக்கூடும். அதனால், வெப்பத்தையும் குளிரையும் படிப்படியாக அதிகரித்துக் கொள்வது நல்லது.

நீங்கள் செய்து கொண்டிருக்கும் உடற்பயிற்சிகள் ஓர் உச்சபட்ச நிலையை அடைந்துவிட்டதாகவோ, அல்லது அவை உங்களுக்குப் போதுமான அளவு பலனளித்துக் கொண்டிருக்கவில்லை என்று நீங்கள் கருதினாலோ, அல்லது தூங்குவதற்கு நீங்கள் சிரமப்பட்டாலோ, வெப்பநிலையைக் கூட்டிக் குறைத்துப் பரிசோதனையில் ஈடுபடுங்கள். வெப்பநிலையில் மாற்றங்கள் ஏற்படும்போது, அது உங்கள் மனநிலையின்மீது எப்படிப்பட்டத் தாக்கம் ஏற்படுத்துகிறது என்று அவதானியுங்கள்.

வெப்பநிலை மற்றும் ஒளியின் குணாம்சங்களை

உங்களுக்குச் சாதகமாகப் பயன்படுத்திக் கொள்வது சுலபம். நீங்கள் உங்களுடைய மின்விளக்கின் ஒளியின் பிரகாசத்தைக் கூட்டிக் குறைத்து காலையிலும் மாலையிலும் நிலவும் இயற்கை ஒளியின் அளவுக்கு ஏற்ப அதை அமைத்துக் கொள்ள முடியும்.

அதேபோல, உங்கள் உடலின் வெப்பத்தைக் கூட்டுவதற்கும் குறைப்பதற்கும் சூடான மற்றும் குளிரான நீரில் குளிப்பதும் சுலபம். உடற்பயிற்சி செய்வதற்கு முன்பும் பின்பும், காலையிலும் மாலையிலும், சூடான மற்றும் குளிரான நீரில் குளித்துப் பார்த்து உங்களுடைய உடல் அதற்கு எப்படி எதிர்வினையாற்றுகிறது என்பதை அவதானியுங்கள்.

நீங்கள் உங்களுடைய முழு உடலையும் உறைபனி நீரில் குளிர்வித்துப் பார்த்துப் பரிசோதிக்கலாம். இதற்கான மையங்கள் இருக்கின்றன. அவற்றில் தரமான ஒன்றைக் கண்டறிந்து அங்கு நீங்கள் இந்த முயற்சியில் ஈடுபடலாம். பனிக்கட்டியை உடலில் காயம் பட்டுள்ள இடத்தில் வைப்பதன் மூலம் உங்களால் வலியைக் குறைத்துக் கொள்ள முடியும்.

உங்கள் ஆரோக்கியத்தை மேம்படுத்துவதற்கு, உங்கள் உடலை ஒரு பரிசோதனைக்கூடமாக நீங்கள் பயன்படுத்தலாம். ஆனால், நன்கு நிரூபிக்கப்பட்ட உத்திகளை முயன்று பார்ப்பதே நல்லது. சந்தேகத்திற்கு இடமானவற்றைத் தவிர்த்துவிடுங்கள். உங்களுக்கு எது வேலை செய்கிறது என்று தனிப்பட்ட முறையில் பரிசோதித்துப் பாருங்கள், எது சிறப்பான பலன்களைக் கொடுக்கிறது என்று கண்டறியுங்கள். அவற்றிலிருந்து உங்களுக்கு வசதியானவற்றைத் தேர்ந்தெடுத்து, உங்களுடைய இலக்கை விரைவாக அடைவதற்கு அவற்றைப் பயன்படுத்திக் கொள்ளுங்கள்.

சுருக்கமாக

- ஆரோக்கியமான பத்திய உணவின் அடிப்படைக் கொள்கைகளை நாம் நன்றாகவே அறிவோம் என்றாலும், அது தொடர்பான நல்ல பழக்கங்களை

வளர்த்துக் கொள்வதற்கு நேரமும் முயற்சியும் தேவை.

- மேலோட்டமான மறைமுகப் பரிந்துரையில் ஈடுபடுகின்ற 'நட்ஜ் கோட்பாடு,' நாம் விரும்புகின்ற நடத்தையைப் பெறுவதற்காக நம்முடைய சுற்றுச்சூழலில் சின்னஞ்சிறு மாற்றங்களை ஏற்படுத்திக் கொள்வதைப் பற்றியது. அனைத்துமே தேர்ந்தெடுப்புகள்தாம். சுற்றுச்சூழலில் சிறு மாறுதல்களை ஏற்படுத்திக் கொள்வதன் மூலம் நம்மால் சரியான தேர்ந்தெடுப்புகளை எளிதாக மேற்கொள்ள முடியும். அதிகமான மன உறுதியைப் பயன்படுத்தாமலேயே உங்களால் உங்களுடைய இலக்கை அடைய முடியும்.
- எந்தவொரு நடத்தை குறித்தும் பின்னூட்டக்கருத்துகளைப் பெறுவதற்கு ஒரு வழி ஏற்படுத்திக் கொண்டு, சிக்கலான தேர்ந்தெடுப்புகளை முடிந்தவரை எளிமையாக ஆக்கிக் கொள்ள முயலுங்கள். எடுத்துக்காட்டாக, ஒரு பல்பொருள் அங்காடிக்குச் செல்கின்றபோது, அங்கு நீங்கள் தவிர்க்க விரும்பும் பொருள்கள் அடுக்கி வைக்கப்பட்டிருக்கும் அலமாரிகளின் பக்கம் போகாதீர்கள்.
- கரோலின் அர்னால்டின் நுண்தீர்மானங்கள் என்ற கருத்தாக்கம், சிறிய அடிகளை எடுத்து வைப்பதன் மூலம் உங்களால் பெரிய விஷயங்களைச் சாதிக்க முடியும் என்று அடித்துக் கூறுகிறது. நீங்கள் ஒரு சின்னஞ்சிறு மாற்றத்தை மேற்கொண்டு, அதை விடாப்பிடியாகத் தொடர்ந்து மேற்கொண்டு வந்தால், அதன் பலன்கள் தொடர்ந்து அதிகரித்துக் கொண்டே இருக்கும், இறுதியில் நீங்கள் உங்கள் இலக்கை அடைவீர்கள்.
- நுண்தீர்மானங்களை மேற்கொள்வதற்கு, நீங்கள் அடைய விரும்புகின்ற ஒரு சிறிய நடத்தை மாற்றத்தை அடையாளம் காணுங்கள். அது தொடர்பான சின்னஞ்சிறு மாற்றங்களை மேற்கொள்ளுங்கள். அவற்றை தொடர்ந்து கடைபிடித்து வாருங்கள்.

- நம்முடைய உணவுப் பழக்கத்தின்மீது, ஒளி, வெப்பநிலை ஆகிய இரண்டு காரணிகளும் தாக்கம் ஏற்படுத்துகின்றன. நம்முடைய உயிரியல்ரீதியான போக்கிற்கு எதிராகச் செயல்படாமல், காரியங்களை அதையொட்டி மேற்கொள்வது மட்டுமே நல்ல பலனளிக்கும்.
- குறைந்தபட்சம், காலை வேளைகளில் இயற்கையான ஒளியில் நடக்க முயற்சி செய்யுங்கள். இரவு படுக்கச் செல்வதற்கு முன்பாக, பிரகாசமான செயற்கை ஒளியில் இருப்பதைத் தவிர்க்க முயலுங்கள். அதேபோல, காலையில் விழித்தெழுவதற்கு வெப்பத்தையும் குளிரையும் உங்களால் பயன்படுத்திக் கொள்ள முடியும்.

பகுதி மூன்று

தூக்கத்தின் மூலம் செயல்திறனை அதிகரித்தல்

நம்முடைய உடலின் ஆரோக்கியத்தை மேம்படுத்துவது குறித்த நம்முடைய தேடலில், டோபமைன் ஹார்மோன் மற்றும் ஊட்டச்சத்து குறித்து இதுவரை நாம் பார்த்தோம். இப்போது நாம் அதன் கடைசி அம்சமான தூக்கத்தைப் பற்றிப் பார்க்கவிருக்கிறோம். நம் உடலை ஓர் இயந்திரத்தோடு ஒப்பிடுகின்ற ஒரு போக்கு சமுதாயத்தில் நிலவுகிறது. ஆனால், ஓர் இயந்திரத்தைப்போல அல்லாது, நம் உடல் ஜீவனுள்ள பல அம்சங்களால் ஆனது. ஒரு செம்மையான சூழலில்கூட, அந்த அம்சங்கள் படிப்படியாகத் திறனிழந்து ஒரு கட்டத்தில் மரித்துப் போகும். அத்துடன், இயந்திரங்களுக்குத் தேவைப்படாத ஒன்று நம் உடலுக்குத் தேவைப்படும். ஓய்வுதான் அது. நம்முடைய உடல், ஆற்றல் செலவழிப்பு, அதன் புதுப்பிப்பு ஆகிய இரண்டையும் மாற்றி மாற்றிச் செய்து வரும். நம் உடலால் வளர்ச்சியடையவும் தன்னை விரிவுபடுத்திக் கொள்ளவும் முடியும். ஆனால், அதற்கு, அது ஒரு குறிப்பிட்ட சமயம் எதுவும் செய்யாமல் ஓய்வெடுத்தாக வேண்டும்.

அதனால், நாம் நம் உடலைச் செம்மையாக இயங்க வைப்பதற்கு, இயற்கையான இந்த ஓய்வு நேரத்தை மதிக்க வேண்டும். இதிலுள்ள சிறப்பு என்னவென்றால், அதை நீங்கள் உங்களுக்குச் சாதகமாகப் பயன்படுத்திக் கொள்ளலாம். அதில் தலையாயது தூக்கம். தினமும் இரவு வெறும் மூன்று மணி நேரம் மட்டுமே தூங்குவதற்கு என்னென்ன தில்லுமுல்லுகள் செய்யலாம் என்று

நீங்கள் படித்திருக்கலாம். ஆனால், நம்முடைய உடல் ஓர் அதிமனித இயந்திரம் அன்று. அடிப்படையில், நாம் வரையறைகளுடன்கூடிய ஒரு விலங்கு என்ற உண்மையை மதித்து நாம் செயல்பட வேண்டும்.

அத்தியாயம் 5

தூக்கத்தின் முக்கியத்துவம்

நம் ஆரோக்கியத்தில் மிக முக்கியப் பங்கு வகிப்பது தூக்கம் என்று சொன்னால் அது மிகையாகாது. உணவும் தண்ணீரும் இல்லாமல் உங்களால் பல நாள்கள் இருந்துவிட முடியும். மருந்துகளோ அல்லது ஊட்டச்சத்து மாத்திரைகளோ இல்லாமல் உங்கள் உடலால் பல ஆண்டுகள் உயிர்பிழைத்திருக்க முடியும். ஆனால், ஒரு சில நாள்கள் தூக்கம் இல்லாமல் இருப்பது சாத்தியமே இல்லை.

உங்கள் உடலின் ஆரோக்கியத்தைத் தூக்கத்தால் மேம்படுத்த முடியுமா? சந்தேகமின்றி! உணர்ச்சிசார் ஆரோக்கியம்? கண்டிப்பாக. தூக்கத்தால் நம்முடைய உறவுகளையும், நம்முடைய படைப்பாற்றலையும், பிரச்சனைகளைத் தீர்க்க முடிகின்ற நம்முடைய திறனையும் மேம்படுத்த முடியும். சமூகம் தூக்கத்தைப் பெரிதாக மதிப்பதில்லை என்றாலும், அது நம்முடைய நலனில் ஒரு முக்கியப் பங்காற்றுகிறது என்பதற்கான சான்றுகள் தொடர்ந்து அதிகரித்துக்கொண்டிருக்கின்றன. டோபமைன் அளவைக் கட்டுப்படுத்துவதில் தூக்க நிர்வாகம் ஒரு முக்கியப் பங்கு வகிக்கிறது. அது, தூக்கத்தைத் தியாகம் செய்வதைப் பற்றியது அன்று,

மாறாக, தூக்கத்தை அதற்குரிய சரியான இடத்தில் வைப்பதற்கான வழிகளைக் கண்டுபிடிப்பதைப் பற்றியது அது.

தூக்கம் சமுதாயத்தால் அலட்சியப்படுத்தப்படுகிறது. இன்றைய நவீனப் பரபரப்புக் கலாச்சாரம், நம்மால் முடிந்த அளவு நேரம் நாம் வேலை பார்த்துக் கொண்டிருக்க வேண்டும் என்றும், நம்மால் முடிந்த அளவு நம்மை நாம் உந்தித் தள்ள வேண்டும் என்றும் முழங்குகிறது. பல நிறுவனங்கள், தம்முடைய ஊழியர்களின் ஓய்வு நேரத்தில் குறுக்கிடுவதை வாடிக்கையாகக் கொண்டுள்ளன. எண்ணற்றோர் தூக்கத்தை ஒரு சுமையாகக் கருதுகின்றனர். ஆனால், கடந்த சில ஆண்டுகளில் மேற்கொள்ளப்பட்ட எண்ணற்ற ஆய்வுகள், தூக்கத்தின் சக்தியைப் பற்றியும், அது உங்களுடைய ஆரோக்கியத்தில் எந்த அளவு தாக்கம் ஏற்படுத்துகிறது என்பதைப் பற்றியும் தெளிவாக எடுத்துரைக்கின்றன (Walker, 2018, *Why We Sleep*).

நாம் தூங்காவிட்டால் என்னவாகும்? தூக்கமின்மையால் பாதிக்கப்படும் விஷயங்களைப் பட்டியலிடுவதைக் காட்டிலும், தூக்கமின்மையால் பாதிக்கப்படாமல் இருக்கும் விஷயங்களைப் பட்டியல் இடுவது சுலபம்! வயது வந்தவர்களுக்கும் சரி, குழந்தைகளுக்கும் சரி, தூங்காமல் இருப்பது குறுகியகால மற்றும் நீண்டகாலத் தாக்கத்தை ஏற்படுத்துகிறது.

நாம் தூங்காமல் இருந்தால், நம்மால் கவனக்குவிப்புடன் செயலாற்ற முடியாது, நம்முடைய நினைவாற்றல் திறன் மங்கிவிடும். விஷயங்களுக்கு நாம் எதிர்வினையாற்றுகின்ற வேகம் குறைந்துவிடும். தூங்காமல் இருப்பது வீட்டிலும் சரி, அலுவலகத்திலும் சரி, விபத்துகள் நேர்வதற்கு வழிவகுக்கும். தூங்காமல் இருந்து கார் ஓட்டினால், அது சாலை விபத்துகளுக்கு வழிவகுக்கும். சாலையில் மிக ஆபத்தான சூழல்கள் உருவாவதற்கான முக்கியக் காரணிகளில் தூக்கமின்மையும் ஒன்று. *(Gottlieb, Ellenbogen, Bianchi, & Czeisler, 2018, Sleep deficiency and motor vehicle crash risk in the general population: a prospective cohort study).*

தூங்காமல் இருக்கும்போது, நம்முடைய மனநிலை திடீர்த் திடீரென்று மாறும், நமக்கு எரிச்சல் ஏற்படும், அனைத்து விதமான எதிர்மறை உணர்ச்சிகளும் நம்முள் தலைதூக்கும், நாம் பிறரிடம் மோசமாக நடந்து கொள்வோம். அது உறவுகளைப் பாதிக்கக்கூடும்.

தூக்கமின்மை, ஆற்றல் குறைவுடனும் உற்பத்தித்திறன் குறைவுடனும் தொடர்புடையது. நம்மால் அதிகமானவற்றைச் செய்ய முடியாது. நாம் செய்கின்ற காரியங்களுக்கு நாம் வழக்கத்தைவிட அதிக நேரத்தைச் செலவழிப்போம். அது நம் படைப்பாற்றலையும், பிரச்சனைகளைத் தீர்க்கின்ற திறனையும் பாதிக்கும்.

மனநலனைப் பொறுத்தவரை, தூக்கமின்மையானது, மனச்சோர்வு, பதற்றம் மற்றும் பிற பிரச்சனைகளுக்கு வழிவகுக்கும். போதுமான அளவு தூக்கம் இல்லாமல் இருந்தால், இரண்டாம் வகை நீரிழிவு நோய், உயர் இரத்த அழுத்தம், இதய நோய், பக்கவாதம் போன்றவற்றால் நாம் தாக்கப்படுவதற்கான வாய்ப்பு வெகுவாக அதிகரிக்கும். உங்களுடைய ஆயுளேகூடக் குறையக்கூடும். நாம் போதுமான அளவு தூங்காமல் இருந்தால், நாம் அளவுக்கதிகமாகச் சாப்பிடத் தொடங்குவோம், ஆரோக்கியமற்ற உணவுகளை உட்கொள்வோம். அதனால், உடல் பருமன் கூடுவதற்கான வாய்ப்பு அதிகரிக்கும். அது நம்முடைய நோயெதிர்ப்பு சக்தியைப் பாதிக்கும், நம்மை நோய்கள் பீடித்துக் கொள்வதற்கான சாத்தியக்கூறுகளை அதிகரிக்கும். சரியாகத் தூங்காத குழந்தைகள் மற்றும் பதின்ம வயதினரின் வளர்ச்சி குன்றும் (Babson, Trainor, Feldman, & Blumenthal, 2010, *A test of the effects of acute sleep deprivation on general and specific self-reported anxiety and depressive symptoms: an experimental extension*).

தூக்கமின்மையின் விளைவுகளை நம்மால் எல்லா நேரங்களிலும் அடையாளம் கண்டுவிட முடியாது. அது ஒரு நாட்பட்டப் பிரச்சனையாக உருவெடுக்கும்போது (உலகெங்குமுள்ள பெரும்பாலான வளர்ந்தவர்களிடம் பொதுவாகக் காணப்படுகின்ற பிரச்சனை இது), அதை நாம் நம்முடைய புதிய இயல்பாக எடுத்துக் கொள்வோம். அதை நம்முடைய இயல்புநிலையாக எடுத்துக்

கொண்டு, அதன் அடிப்படையில் நாம் நம்முடைய செயல்பாடுகளை எடைபோடத் தொடங்கிவிடுகிறோம். ஆனால், நம்முடைய தூக்கத்தின் தரத்தை உயர்த்திக் கொண்டால், நம்முடைய செயல்பாடுகளையும், நாம் உணரும் விதத்தையும் நம்மால் மாற்ற முடியும். தூக்கப் பற்றாக்குறை அதிகரிக்கின்றபோது, நாம் நுண்தூக்கத்தை அனுபவிக்கத் தொடங்குகிறோம். நுண்தூக்கம் என்பது, மிகச் சிறிய நேரத்திற்கு நம்முடைய மூளை தன் இயக்கத்தை நிறுத்திக் கொள்வதாகும். அந்த நேரங்களில், உங்களைச் சுற்றி என்ன நடந்து கொண்டிருக்கிறது என்பது குறித்தப் பிரக்ஞை உங்களுக்கு இருக்காது. அது நீங்கள் கார் ஓட்டிக் கொண்டிருக்கும்போதோ அல்லது எச்சரிக்கையுடன் செயல்பட வேண்டியிருக்கின்ற நேரங்களிலோ நிகழ்ந்தால், அது பெரும் ஆபத்தில் போய் முடியும். ஆனால், நம்மால் இந்த நுண்தூக்கத்தைக் கட்டுப்படுத்த முடியாது என்பதே உண்மை (Kennedy, Howard, & Pierce, 2001, *Microsleep Literature Review*).

அப்படி உங்களுக்கு நேர்கின்றபோது, நீங்கள் சற்றுத் தூக்கக் கலக்கத்தில் இருப்பதாகவே நினைத்துக் கொள்வீர்கள். அதற்காக நீங்கள் உங்களுடைய நிலையைத் துல்லியமாக எடைபோட்டுக் கொண்டிருக்கவில்லை என்று அர்த்தமில்லை. பெரும்பாலான நேரங்களில், தூங்காமல் இருந்தாலும் நம்மால் நன்றாகச் செயல்பட முடியும் என்று நம்மைப் பற்றி அளவுக்கதிகமாக நாம் எடைபோட்டுவிடுகிறோம்.

தூக்கப் பற்றாக்குறையால் தொடர்ந்து அவதிப்படுகின்ற நபர்கள் கீழ்க்கண்ட ஆபத்துகளை எதிர்கொள்ள நேரிடும்:

- வேலையில் தவறிழைத்தல், முக்கியமான வேலைத்திட்டங்களை மறத்தல்
- காரில் செல்கின்றபோது விபத்துக்கு உள்ளாதல்
- அன்புக்குரியவர்களிடம் வாக்குவாதங்களில் ஈடுபடுதல்
- உடற்பயிற்சியில் ஈடுபடாதிருத்தல் அல்லது ஆரோக்கியமான உணவுகளை உண்ணாதிருத்தல்

- எதிர்கொள்கின்ற பிரச்சனைக்குத் தீர்வுகளை அடையாளம் காணத் தவறுதல்
- காய் நறுக்கும்போது, அந்தக் கத்தியால் எதிர்பாராத விதமாகத் தங்களைக் காயப்படுத்திக் கொள்ளுதல்
- நடக்கும்போது தடுமாறிக் கீழே விழுதல்
- நாள் முழுவதும் சோர்வாக உணர்தல்
- தீவிரமான சளிப் பிரச்சனையால் அவதிப்படுதல்

போதுமான அளவு தூக்கம் நம் மூளை ஒழுங்காக இயங்குவதற்கும், நாம் நன்றாக உணர்வதற்கும் இன்றியமையாதது. தினந்தோறும் ஏழு மணிநேரம் முதல் ஒன்பது மணிநேரம்வரை நாம் தூங்கினால், நம்மால் நாள் முழுவதும் எச்சரிக்கையுடன் இருக்க முடியும், அது நம்முடைய கற்றல் திறனை அதிகரிக்கும். நம்மால் விஷயங்களை எளிதாக மனப்பாடம் செய்யவும் அவற்றை மீண்டும் நினைவுகூரவும் முடியும். அது நம்முடைய மனநிலையை மேம்படுத்தும், நம் படைப்பாற்றலை மேம்படுத்தும். நம்முடைய உச்சபட்சத் திறனுடன் நாம் இயங்குவோம்.

ஓர் இரவு நாம் நன்றாகத் தூங்கி ஓய்வெடுப்பது, நம் உணர்ச்சிகளை நம் கட்டுப்பாட்டுக்குள் வைத்திருப்பதற்கு உதவும். விபத்துகளில் சிக்கிக் கொள்வதற்கான சாத்தியக்கூறுகள் குறையும். அது நமக்கு ஊக்கமளித்து, நம் உற்பத்தித்திறனை மேம்படுத்தும். தூக்கத்தால் நம்மை உடல்ரீதியாகவும், மனரீதியாகவும், உணர்ச்சிரீதியாகவும் சிறப்பாகச் செயல்பட வைக்க முடியும்.

தூக்கமின்மை நம்மை மிக மோசமான விதத்தில் பாதிக்கும் என்று சமீபத்திய ஆய்வுகள் தெரிவிக்கின்றன (Walker, 2018, *Why We Sleep*). இன்னும் சொல்லப் போனால், அது நம்முடைய உடலையும், மனத்தையும், மூளையையும், உணர்ச்சிகளையும் கிட்டத்தட்டச் சம அளவில் பாதிக்கிறது. நாம் நம்முடைய முழு ஆற்றலுடன் இயங்கவிடாமல் அது தடுக்கிறது. இதில் வேடிக்கை என்னவென்றால், அது விளைவிக்கின்ற சேதம் குறித்தப் பிரக்ஞை நமக்கு எல்லா நேரங்களிலும் இருப்பதில்லை. கெட்ட பழக்கங்களற்ற ஒரு வாழ்க்கைமுறை, வழமையான

உடற்பயிற்சி, போதுமான அளவு காய்கறிகளை உணவில் சேர்த்துக் கொள்ளுதல் போன்றவற்றை நீங்கள் மேற்கொண்டு வந்தாலும், நீங்கள் போதுமான அளவு தூங்காமல் இருந்தால், இவற்றின் முழுப் பயன்களையும் உங்களால் அறுவடை செய்ய முடியாமல் போய்விடும்.

சிர்க்கேடியன் சுழற்சி

நாம் இதுவரை பார்த்ததிலிருந்து, தூக்கத்தின் முக்கியத்துவம் குறித்தும், தரமான தூக்கத்தைப் பெறுவதன் அவசியம் குறித்தும் நீங்கள் புரிந்து கொண்டிருப்பீர்கள். ஆனால், தூக்கத்தின் தரத்தை மேம்படுத்துவதற்கு, முதலில் நாம் ஒரு முக்கியமான கருத்தாக்கத்தைப் பற்றி அறிந்து கொள்ள வேண்டும்.

24 மணிநேரக் காலச் சுழற்சியில் நம்முடைய உடலும் மனமும் அனுபவிக்கின்ற மாற்றங்களைப் பற்றியதுதான் சிர்க்கேடியன் சுழற்சியாகும்.

நம் உடலில் மாற்றங்களை ஏற்படுத்துவதன் மூலம் நம்முடைய வாழ்க்கையை மேம்படுத்திக் கொள்வதற்கு நாம் முயற்சி செய்கின்றபோது, நம்முடைய உடல் எவற்றைச் செய்வதற்காக வடிவமைக்கப்பட்டுள்ளது என்பதை அறிந்து கொள்வதிலிருந்து தொடங்குவது நல்லது. சிலர் தங்களால் தங்களுடைய உடலின் இயல்பான ஆற்றலை எந்த அளவுக்குத் தீவிரமாக உந்தித் தள்ள முடிகிறது என்ற பரிசோதனையில் ஈடுபடக்கூடும்.

பல்லாயிரக்கணக்கான ஆண்டுகளின் ஊடாக எப்படி நம்முடைய உடலில் சில பழக்கங்கள் ஊறிப் போயுள்ளன என்பதற்கான ஓர் எடுத்துக்காட்டுதான் சிர்க்கேடியன் சுழற்சியாகும். பகல் நேரத்தில் மனிதர்கள் ஒரு குறிப்பிட்டச் சுழற்சி வட்டத்தைப் பின்பற்றுகின்றனர். சுற்றுச்சூழலுக்கு ஏற்ப அது நம் உடலுக்குள் சில மாற்றங்களை ஏற்படுத்துகிறது. மனிதன் உட்பட அனைத்து உயிரினங்களும் தம்முடைய

உயிர்வாழ்தலுக்கு இன்றியமையாததாக விளங்குகின்ற செயல்முறைகளைத் தீர்மானிக்கின்ற இயற்கையான சுழற்சியைக் கொண்டுள்ளன. எடுத்துக்காட்டாக, பூக்கள் காலையில் இதழ் விரித்து மாலையில் மூடிக் கொள்கின்றன, கரடிகள் குளிர்காலத்தில் தூங்கிவிட்டு வசந்தகாலத்தில் வேட்டையாடுகின்றன.

ஒரு நாள் முழுவதும் நம்முடைய நடவடிக்கைகள் அனைத்தும் ஒருவிதமான சுழற்சி முறையிலேயே நடைபெறுகின்றன. அதில், நம்முடைய பசி, நம்முடைய ஆற்றல் நிலை, நாம் விழித்திருக்கின்ற மற்றும் தூங்குகின்ற நேரம் போன்றவை குறிப்பிடத்தக்கவை. இந்த சிர்க்கேடியன் சுழற்சியோடு தூக்கம் பின்னிப் பிணைந்துள்ளது. அதை நம்முடைய உயிரியக் கடிகாரம் தீர்மானிக்கிறது. அதை நம் மூளை கட்டுப்படுத்துகிறது. மனிதர்களைப் பொறுத்தவரை, இது மூளையின் ஹைப்போதலாமஸ் பகுதியில் அமைந்துள்ளது. இந்த நரம்பியக் கட்டமைப்பு, மரபியல் போன்ற இயற்கைக் காரணிகளைச் சார்ந்துள்ளது. ஆனால், இந்த உயிரியக் கடிகாரங்களின் இயக்கம், சுற்றுச்சூழல் காரணிகளால், குறிப்பாக ஒளியால், மாறுதல் அடையக்கூடியது. (NIH, 2021, *Circadian Rhythms*).

சில ஹார்மோன்களின் சுரப்பு, சிர்க்கேடியன் சுழற்சியின்மீது தாக்கம் ஏற்படுத்துகிறது. ஒரு நாளில் எந்தவொரு கட்டத்திலும், நாம் எவ்வளவு விழிப்புணர்வுடன் இருக்கிறோம், நமக்கு எப்போது பசி எடுக்கிறது, நம்முடைய செரிமானம் எப்படிச் செயல்படுகிறது, நம்முடைய உடலின் வெப்பநிலை எப்படிப்பட்ட மாறுதல்களுக்கு உள்ளாகிறது போன்றவை அவற்றில் குறிப்பிடத்தக்கவை. ஆனால், சிர்க்கேடியன் சுழற்சியின் முக்கியமானதொரு செயல்பாடு தூக்கத்தைக் கட்டுப்படுத்துவது.

நம்முடைய தூக்கம், மெலட்டோனின் என்ற ஹார்மோனால் கட்டுப்படுத்தப்படுகிறது. மெலட்டோனின் தூக்கத்தை உணர வைக்கிறது. மெலட்டோனின் இல்லையென்றால், தூங்குவது நமக்குப் பெரும்பாடாகிவிடும்.

நம் உடலில் மெலட்டோனின் சுரப்பு, ஒளியோடும், நம் சுற்றுச்சூழலின் ஒளியின் அளவோடும் பின்னிப் பிணைந்துள்ளது. நம்முடைய மூளை, கண் நரம்புகளின் வழியாகத் தகவலைப் பெற்று, ஒளி குறைவாக இருக்கின்ற சுற்றுச்சூழலில் மெலட்டோனினைச் சுரக்கச் செய்கிறது. நீங்கள் இருக்கும் இடத்தில் வெளிச்சம் அதிகமாக இருந்தால், மெலட்டோனின் சுரப்பதை நம்முடைய மூளை தடுக்கிறது. அது பகல் நேரம் என்ற தகவலை அது உடலுக்குக் கடத்துவதுதான் அதற்குக் காரணம்.

நாம் பெரும்பாலும் பகல் நேரத்தில் செயல்துடிப்புடன் இருக்கிறோம், இரவு வேளையில் தூங்குகிறோம் என்பதை அடித்தளமாகக் கொண்டுதான் பெரும்பாலான மக்களின் சிர்க்கேடியன் சுழற்சி நிர்மாணிக்கப்படுகிறது. ஆனால், இப்போது வேறு பல காரணிகளும் அதில் புகுந்துள்ளதால், சிர்க்கேடியன் சுழற்சி பாதிப்புக்குள்ளாகியுள்ளது.

இன்று செயற்கை ஒளிதான் நம் தூக்கத்திற்குப் பெரும் எமனாக உருவெடுத்துள்ளது. மின்விளக்குகள், கணினித் திரைகள், தொலைக்காட்சிகள், அலைபேசிகள் போன்றவற்றாலும் மெலட்டோனின் சுரப்பின்மீது தாக்கம் ஏற்படுத்த முடியும். இந்த உபகரணங்களை இரவில் பயன்படுத்துவது, தூங்கச் செல்வதற்கு முன்னால் பிரகாசமான வெளிச்சத்தில் இருப்பது போன்றவை தூங்குவதைக் கடினமாக்கக்கூடும். இன்னும் சொல்லப் போனால், நம்முடைய ஆரோக்கியத்தின்மீது பாதிப்பு ஏற்படுத்துகின்ற விதத்தில், நம்முடைய சிர்க்கேடியன் சுழற்சியில் அதனால் மாற்றம் ஏற்படுத்த முடியும்.

நீங்கள் வேறு ஒரு நேர மண்டலத்திற்குப் பயணம் மேற்கொண்டிருந்தால், உங்களுடைய சிர்க்கேடியன் சுழற்சி பாதிக்கப்பட்டுள்ளதை நீங்கள் நேரடியாக உணர்ந்திருப்பீர்கள். 'ஜெட் லேக்' என்ற மற்றொரு பிரச்சனை நம்முடைய உடலுக்குக் குழப்பம் ஏற்படுத்தக்கூடியது. அத்துடன், அது நம் உடலைக் களைத்துப் போகவும் செய்துவிடுகிறது. அது நாம் சீராகச் சிந்திக்க முடியாதபடி செய்வதோடு, நாள் முழுவதும் நாம் தூக்கக்கலக்கத்தில் இருந்து கொண்டிருப்பதற்கும்

வழி வகுத்துவிடுகிறது. அதிர்ஷ்டவசமாக, ஜெட் லேக்கின் தாக்கம் விரைவாக நம்மிடமிருந்து விலகிவிடும். ஆனால், சிர்க்கேடியன் சுழற்சியைப் பாதிக்கின்ற பிற அம்சங்கள் மிக மோசமான விளைவுகளை ஏற்படுத்தவல்லவை.

எடுத்துக்காட்டாக, ஷிப்டு வேலை காரணமாக இரவில் பணியாற்ற வேண்டிய கட்டாயத்தில் இருப்பவர்களின் தூக்கம் பெரிதாகப் பாதிக்கப்படும் என்பது வெளிப்படை. அது நம்முடைய சிர்க்கேடியன் சுழற்சியில் இடையூறு ஏற்படுத்துவதால், காலப்போக்கில் அது நம் உடல்நலத்தைப் பாதிக்கும். இரவு நேர வேலையில் ஈடுபட்டிருப்பவர்களின் உடல்கள் தூங்குவதற்கு விரும்பும். ஆனால், அவர்கள் அப்போது விழித்திருந்து வேலை பார்த்தாக வேண்டியிருக்கும். அத்தகைய நபர்கள் பகலில் நீண்ட நேரம் தூங்காவிட்டால், அது அவர்களுக்கு உடல்நலப் பிரச்சனைகளை ஏற்படுத்தும் (James, Honn, Gaddameedhi, & Van Dongen, 2017, *Shift Work: Disrupted Circadian Rhythms and Sleep-Implications for Health and Well-Being*).

நாம் தூங்குகின்ற நேரம், குறைந்தபட்சம் பெரும்பாலான நேரங்களில், நம்முடைய சிர்க்கேடியன் சுழற்சியோடு ஒத்துப் போனால், அது நம்முடைய உடலுக்கு நல்லது. இதற்கு நாம் சிர்க்கேடியன் சுழற்சி எப்படி வேலை செய்கிறது என்பதைத் தெரிந்து கொள்ள வேண்டியது அவசியம்.

தூக்கத்தை அளவிடுதல் மற்றும் கண்காணித்தல்

மனிதகுலத்தின் அனைத்து உறுப்பினர்களும் ஒரே மாதிரியான வாழ்க்கைப் பாங்கையும் தாளகதியையும் கொண்டிருந்தாலும், தனிப்பட்ட முறையில் பல வேறுபாடுகள் இருக்கின்றன. இன்னும் சொல்லப் போனால், ஒரு நபரிடமே, அவருடைய வாழ்க்கையின் வெவ்வேறு காலகட்டங்களில் அதில் மாற்றங்கள் நிகழக்கூடும். சிர்க்கேடியன் சுழற்சியை அளவிடுவதற்கு அறிவியலறிஞர்கள் பல்வேறு முறைகளைக்

கடைபிடிக்கின்றனர். ஆனால், அவை மிகவும் சிக்கலானவை. உங்களுடைய தூக்கப் பாணிகளைக் கண்காணிப்பது எளிது; ஆனால், நீங்கள் எடுத்துக் கொள்ளும் கேஃபீனின் அளவு, ஒளியில் நீங்கள் இருக்கின்ற நேரம், உங்கள் மன அழுத்தம் மற்றும் பிற அவற்றின்மீது தாக்கம் ஏற்படுத்தவல்லவை என்பதை நீங்கள் நினைவில் வைத்திருக்க வேண்டியது முக்கியம். இவற்றில் குறிப்பிடத்தக்கது தூக்கக் கடனாகும். பல இரவுகள் நீங்கள் போதுமான அளவு தூங்காமல் இருந்தால், உங்களுடைய தூக்கப் பற்றாக்குறை ஒன்றுசேர்ந்து தூக்கக் கடனாக உருவெடுக்கும். அதன் விளைவாக, சிலர் தாங்கள் காலையில் துயிலெழுகின்ற இரகம் அல்லர் என்ற அனுமானத்திற்கு வந்துவிடுகின்றனர். ஆனால், உண்மையில், அவர்கள் பல ஆண்டுகளாகத் தூக்கப் பற்றாக்குறையால் அவதிப்பட்டுக் கொண்டிருந்ததுதான் அதற்குக் காரணமாகும்.

உங்களால் சில எளிய அவதானிப்புகளை மேற்கொள்ள முடியும். நீங்கள் எப்போதெல்லாம் தூக்கக்கலக்கத்தில் இருக்கிறீர்கள் என்பதைக் குறித்துக் கொள்ளுங்கள். ஒரு வழமையான நாளில் எப்போது நீங்கள் தூக்கக்கலக்கத்தை உணர்கிறீர்கள் என்பதை அவதானியுங்கள். அந்த நேரம் நீங்கள் வழக்கமாகத் தூங்கச் செல்கின்ற நேரமா என்று பாருங்கள். பொதுவாக நீங்கள் தூங்கச் செல்கின்ற நேரம் கிட்டத்தட்ட ஒரே மாதிரியாக இருக்கிறதா என்று பாருங்கள். அந்த நேர வேறுபாடு ஒரு மணிநேரத்திற்கும் அதிகமாக இருக்கிறதா என்பதைக் கண்டறியுங்கள்.

வழக்கமாக நீங்கள் விழித்தெழுகின்ற நேரம் குறித்துக் கவனம் செலுத்துங்கள். குறிப்பாக அலாரம் அடிக்காமலேயே நீங்கள் எந்த நேரத்தில் எழுந்திருக்கிறீர்கள் என்று பாருங்கள். நீங்கள் தூக்கப் பற்றாக்குறையால் அவதிப்பட்டு வந்தால், இன்னும் சிறிது நேரம் தூங்கலாம் என்று உங்களுக்குத் தோன்றும். ஆனால், பெரும்பாலும் போதுமான அளவு ஓய்வெடுத்திருக்கின்றபோது நீங்கள் எப்படி உணர்கிறீர்கள் என்று பாருங்கள். ஒரு நாளின் எந்த

நேரத்தில் நீங்கள் ஆற்றல்மிக்கவராக உணர்கிறீர்கள், எந்த நேரத்தில் உங்களுடைய ஆற்றல் குறைவாக உள்ளது என்பதையும் அவதானியுங்கள்.

தூக்க முறையை அடிப்படையாகக் கொண்டு மக்களை வகைப்படுத்துவது குறித்து ஏராளமான வாதப் பிரதிவாதங்கள் இருக்கின்றன. எடுத்துக்காட்டாக, நீங்கள் உண்மையிலேயே இரவு வேளையில் சுறுசுறுப்பாகச் செயல்பட்டு, காலையில் 11 மணிக்குப் பிறகு எழுந்திருக்கின்ற நபர்களில் ஒருவராக இருக்கலாம். இப்படிப் பல்வேறு விதமான தூக்க முறைகள் மனிதர்களிடம் காணப்படுவது உண்மைதான் என்றாலும், பெரும்பாலான மக்கள், தினமும் இரவில் சுமார் எட்டு மணிநேரத் தூக்கம் கிடைத்தால் மட்டுமே துடிப்புடன் பகல்நேரத்தை ஓட்டுகின்றனர். எது உங்களுடைய இயல்பான போக்கு, எது பல ஆண்டுகாலப் பழக்கத்தினால் வந்தது என்பதைக் கண்டறிவது கடினம். ஆனால், நீங்கள் திறந்த மனத்துடன் பொறுமையாக அவதானித்து வந்தால், ஒரு நாளின் ஒவ்வொரு மணி நேரத்திலும் எப்படி நீங்கள் செயல்பட்டுக் கொண்டிருக்கிறீர்கள் என்பதை உங்களால் கண்டுபிடித்துவிட முடியும்.

உங்களுடைய பகல் நேர அவதானிப்புகள் ஒருபுறம் இருந்தாலும், உங்களுடைய இரவு நேரத் தூக்கத்தை அளவிடுவதற்கு ஏராளமான கருவிகள் வந்துவிட்டன. நீங்கள் எந்த அளவுக்கு ஆழமான தூக்கத்தைப் பெற்றுக் கொண்டிருக்கிறீர்கள் என்பதைக் கண்டறிவதற்கு, தூக்கச் செயலிகள், பல வகைப்பட்டக் கணக்கீடுகளைப் பயன்படுத்துகின்றன. நீங்கள் செய்ய வேண்டியதெல்லாம், இரவில் நீங்கள் தூங்குகின்றபோது, உங்களுடைய அலைபேசியை உங்கள் மெத்தையின்மீது வைத்துவிட வேண்டும், அவ்வளவுதான். இரவு நீங்கள் எப்படிப் புரண்டு படுக்கிறீர்கள் என்பதை அது கண்காணிக்கும். உடல்நல ஆரோக்கியத்தைத் தொடர்ந்து கண்காணிக்கின்ற கருவிகள், அதிதிறன் கைக்கடிகாரங்கள் மற்றும் அணியத்தக்க அதிதிறன் கருவிகள், உங்கள் தூக்கத்தின் தரத்தைக் கண்காணித்து

வரும். இவை கச்சிதமானவை அல்ல என்றாலும், இவற்றால் உங்களுக்கு மதிப்புமிக்க அனுமானங்களை வழங்க முடியும். குறிப்பாக, நீங்கள் போதுமான அளவு ஆழமான தூக்கத்தைப் பெற்றுக் கொண்டிருக்கவில்லை என்பதை அவை கண்டுபிடிக்கும் பட்சத்தில்! உங்களுடைய அனுபவங்கள் மற்றும் அவதானிப்புகளின் அடிப்படையில் பிற முறைகளையும் நீங்கள் முயன்று பார்க்கலாம் (Choi et al., 2018, *Smartphone Applications to Support Sleep Self-Management: Review and Evaluation*).

இங்கு நீங்கள் எத்தகைய தகவல்களைத் திரட்டுகிறீர்கள்? எதற்காக அவற்றைத் திரட்டுகிறீர்கள்? ஒரு நாளில் நீங்கள் எத்தனை முறை தூக்கக்கலக்கத்துடன் இருக்கிறீர்கள், எத்தனை முறை விழிப்புடன் இருக்கிறீர்கள் என்பதை உங்களால் கண்டறிய முடியும். தினந்தோறும் எந்த நேரத்தில் உங்களுடைய உடல் களைப்பாக உணர்கிறதோ, எப்போது தூங்கச் செல்ல வேண்டும் என்ற உணர்வு உங்களுக்கு இயல்பாக எழுகிறதோ, முடிந்த மட்டும் அந்த நேரத்தை ஒட்டித் தூங்கச் செல்வது நல்லது. அதேபோல, காலையிலும் உங்களுடைய உள்ளார்ந்த கடிகாரம் உங்களை விழிக்கச் சொல்கின்ற நேரத்தை ஒட்டி விழித்தெழுவது நல்லது. இது அவ்வளவு எளிதன்று என்றாலும், நீங்கள் எப்படி உணர்கிறீர்கள் என்பதில் இது பெரும் வித்தியாசத்தை ஏற்படுத்தும்.

உங்களுடைய தூக்கத்தின் தரம் குறித்து உங்களால் போதுமான தகவல்களைச் சேகரிக்க முடிந்தால், தினமும் ஒரு குறிப்பிட்ட நேரத்தில் தூங்கி எழுவதற்கான ஒரு கால அட்டவணையை உருவாக்கிக் கொள்வதன் மூலம் உங்களால் மேம்பட்ட முறையில் ஓய்வெடுத்துக் கொள்ள முடியும். எடுத்துக்காட்டாக, நீங்கள் இரவு 2 மணிக்குப் படுக்கச் செல்வதற்குப் பதிலாக, இரவு 12 மணிக்குள் உங்களால் படுக்கச் செல்ல முடிந்தால், உங்களால் ஆழமான தூக்கத்தைப் பெற முடியலாம். இவை அனைத்தும், உங்களுக்குப் பலனளிக்கின்ற தூக்க நேரக் கால அட்டவணையை உருவாக்கிக் கொள்ள உங்களுக்கு உதவும். இதற்கு நீங்கள் உங்கள்

தூக்கத்தைப் பல இரவுகள் தொடர்ந்து கண்காணித்து வர வேண்டியிருக்கும்.

உங்களுடைய தூக்கத்திற்கு நேர அட்டவணை ஒன்றை ஏற்படுத்திக் கொள்ளுங்கள்

இது ஒரு வசீகரமான தீர்வு அன்று என்றாலும், இது போதுமான ஒன்று. தூங்குவதற்கு ஒரு குறிப்பிட்ட நேர அட்டவணையை நீங்கள் உருவாக்கிக் கொள்கின்றபோது, உங்களுடைய உடல் ஒரு தாளகதிக்குப் பழகிவிடும். அது உங்களுடைய சிர்க்கேடியன் சுழற்சியின் தாளகதியோடு ஒத்திசைவாக இருந்தால், நீங்கள் விழித்தெழுகின்றபோது, நன்றாக ஓய்வெடுத்துள்ள உணர்வோடு நீங்கள் கண்விழிப்பீர்கள், அன்றைய நாள் முழுவதும் ஆற்றலுடன் திகழ்வீர்கள்.

சில அவசரகால நிகழ்வுகள் ஏற்படக்கூடும். அல்லது வேறு சூழல்கள் உருவாகக்கூடும். அப்போது உங்களுடைய நேர அட்டவணையை உங்களால் கடைபிடிக்க முடியாமல் போகக்கூடும். அதனால் பரவாயில்லை. ஆனால், தேவையான நேரங்களில் மட்டுமே உங்களுடைய நேர அட்டவணையிலிருந்து விலகுவதற்கு நீங்கள் உங்களை அனுமதிக்க வேண்டும். நேர அட்டவணையை ஒழுங்காகக் கடைபிடித்து வருவதற்கு நீங்கள் முன்னுரிமை கொடுத்தால், அது உங்களுடைய உடல்நலனை வெகுவாக மேம்படுத்தும், உங்களுடைய செயல்திறன் அதிகரிக்கும். அப்படி இருக்கும்போது, இதற்காக மெனக்கெடுவது நல்லதுதானே?

உங்களுக்கு ஏற்ற நேர அட்டவணை ஒன்றை உருவாக்கிக் கொள்ளுங்கள். நீங்கள் இரவு வெகு நேரம் கழித்துப் படுக்கைக்குச் செல்கின்ற பழக்கத்தைக் கொண்டிருந்தால், அதை உடனடியாக மாற்றுவது எளிதாக இருக்காது. அதை அடைவதற்கு முதலில் நீங்கள் வழக்கமாகப் படுக்கைக்குச் செல்கின்ற நேரத்திலிருந்து தினமும் 15 நிமிடங்கள் முன்னதாகப் படுக்கச் செல்லுங்கள். அதற்கேற்ப, நீங்கள்

காலையில் எழுகின்ற நேரத்தையும் மாற்றியமைத்துக் கொள்ளுங்கள். பின்னர், நீங்கள் தூங்கச் செல்கின்ற நேரத்தைப் படிப்படியாகக் குறைத்துக் கொண்டே வந்தால், ஒரு கட்டத்தில், நீங்கள் உருவாக்கியுள்ள நேர அட்டவணையில் குறிப்பிடப்பட்டுள்ள நேரத்திற்குப் படுக்கைக்குச் செல்வது உங்களுக்குச் சாத்தியப்படும். அதற்குப் பிறகு அதை நீங்கள் துல்லியமாகக் கடைபிடித்து வர வேண்டும். முதலில் இது கடினமாக இருந்தாலும், போகப் போக எளிதாகிவிடும். ஏனெனில், உங்களுடைய மூளை துல்லியமாக அந்த நேரத்தில் மெலட்டோனினை உருவாக்கத் தொடங்கிவிடும். அதன் காரணமாக உங்களால் உடனடியாகத் தூங்கவும், மேம்பட்ட முறையில் ஓய்வெடுக்கவும் முடியும்.

தூக்கம் தொடர்பான நேர அட்டவணையை உருவாக்கி அதை அமல்படுத்துவதற்கு நீங்கள் முன்னுரிமை அளிக்க வேண்டும். உங்களுடைய தூக்கத்தின் தரத்தை மேம்படுத்தவல்ல பிற விஷயங்களை நாம் அடுத்த அத்தியாயத்தில் பார்க்கலாம்.

சுருக்கமாக

- ஒரு குறிப்பிட்ட நேரத்தில் தூங்கி, ஒரு குறிப்பிட்ட நேரத்தில் கண்விழிக்கின்ற பழக்கத்தால், உங்கள் வாழ்வின் ஒவ்வோர் அம்சமும் மேம்படும். அது உடல்ரீதியான மற்றும் உளரீதியான பலன்களை அளிப்பதோடு, உங்களுடைய ஆயுளை நீட்டிக்கும், உங்களுடைய நோயெதிர்ப்பு சக்தியை அதிகரிக்கும், உங்களுடைய படைப்பாற்றலைப் பெருக்கும்.
- பல சிக்கலான காரணிகள் தூக்கத்தின்மீது தாக்கம் ஏற்படுத்துகின்றன. அவற்றில், மரபியல், வயது, பழக்கவழக்கங்கள், பருவகாலம், மற்றும் ஒருவருடைய தனிப்பட்டப் போக்கு மற்றும் முன்னுரிமைகள் போன்றவை அடங்கும். இதில் மாற்றத்தை ஏற்படுத்துவதன் மூலம் உங்களுடைய ஆரோக்கியத்தை மேம்படுத்திக் கொள்ள நீங்கள்

விரும்பினால், தூக்கம் தொடர்பான உங்களுடைய மோசமான பழக்கங்களை நீங்கள் மாற்றிக் கொள்ள வேண்டும்.

- தூக்கமின்மையால், நம்முடைய மனநிலை, மூளையின் செயலாற்றல், நினைவாற்றல், துடிப்பான இயக்கம் போன்றவை கடுமையாகப் பாதிக்கப்படும். நாம் போதுமான அளவு தூங்கினால், நம்மால் மேம்பட்ட முறையில் சிந்திக்க முடியும், நம்முடைய உணர்ச்சிகளை நம் கட்டுக்குள் வைத்துக் கொள்ள முடியும், நம்மால் வேகமாகக் கற்றுக் கொள்ள முடியும்.
- சிர்க்கேடியன் சுழற்சி என்பது இயற்கையான, நம் உடலில் கட்டமைக்கப்பட்டுள்ள ஓர் உயிரியக் கடிகாரம். அது ஒரு நாளின் தூக்க-விழிப்புச் சுழற்சி வட்டத்தை நிர்வகிக்கிறது. இந்தச் சுழற்சி வட்டம் ஹார்மோன் சுரப்புகளின்மீது தாக்கம் ஏற்படுத்துவதால், நம் உடலின் அனைத்து உறுப்புகள்மீதும் நம் உடலின் அனைத்து அமைப்புமுறைகள்மீதும் அது தாக்கம் ஏற்படுத்தும். சிர்க்கேடியன் சுழற்சிக்கு இசைவான விதத்தில் தூங்கி எழுவது உங்களுடைய ஆரோக்கியத்திற்கு நல்லது.
- உங்களுடைய ஆரோக்கியம் தொடர்பான ஆகச் சிறந்த ஒரு காரியத்தை நீங்கள் மேற்கொள்ள விரும்பினால், தினந்தோறும் ஒரு குறிப்பிட்ட நேரத்தில் தூங்கி, ஒரு குறிப்பிட்ட நேரத்தில் கண்விழிப்பதற்கு நீங்கள் முன்னுரிமை அளிக்க வேண்டும். உங்களுடைய இயல்பான சிர்க்கேடியன் சுழற்சியைக் கண்டுபிடிக்க முயலுங்கள். தேவையெனில், இதற்கென்றே வடிவமைக்கப்பட்டுள்ள செயலிகளைப் பயன்படுத்துங்கள். பின், அதன் அடிப்படையில் நேர அட்டவணை ஒன்றை உருவாக்கிக் கொள்ளுங்கள். வார இறுதியில் அந்த அட்டவணையைக் குலைக்கின்ற செயலில் இறங்காதீர்கள். தூக்கம் என்று வரும்போது, ஒழுங்கு மிக மிக முக்கியம்.

அத்தியாயம் 6

ஒரு மரக்கட்டையைப்போலத் தூங்குங்கள்

இரவில் நல்ல ஓய்வுடன்கூடிய தூக்கத்தைப் பெறுவதற்கு நல்லதொரு சுற்றுச்சூழல் இன்றியமையாதது. உங்களுடைய படுக்கையறையை நோட்டமிடுங்கள். நன்றாகத் தூங்குவதற்கு அதில் என்னென்ன மாற்றங்களை மேற்கொள்ளலாம் என்று யோசியுங்கள்.

நாம் படுத்துறங்கும் அறை இருட்டாகவும், குளிராகவும், காற்றோட்டத்துடனும், சௌகரியமாகவும் இருக்கும்போது நம்மால் சிறப்பாகத் தூங்க முடியும்.

வெளிச்சமும் இருட்டும்

தூக்கம், மெலட்டோனின் ஹார்மோனுடன் பின்னிப் பிணைந்த ஒன்று என்பதை நாம் அறிவோம். மெலட்டோனினுடைய உற்பத்தி, வெளிச்சத்தோடு பின்னிப் பிணைந்த ஒன்றாகும். நம்முடைய கண் நரம்புகள், ஒளி குறித்தச் சமிக்கைகளை நம் மூளைக்கு அனுப்புகின்றபோது, அது இன்னும் பகல் நேரம் என்ற அறிவுறுத்தலையும், நாம் விழித்துக் கொண்டிருக்க வேண்டும் என்ற தகவலையும் சேர்த்து அனுப்புகின்றன.

ஒளி, மெலட்டோனின் உற்பத்திமீது தாக்கம் ஏற்படுத்தவல்லது. சூரிய ஒளி, மின்விளக்குகளிலிருந்து வருகின்ற பிரகாசமான வெளிச்சம், கணினிகள் மற்றும் அலைபேசிகளிலிருந்து வருகின்ற நீல வெளிச்சம் போன்றவை குறிப்பிடத்தக்கவை. இவை நம்முடைய உடலின் உள்ளார்ந்த உயிரியக் கடிகாரத்திற்குக் குழப்பமூட்டுகின்றன (Walker, 2018, *Why We Sleep*).

இது குறித்து உங்களால் என்ன செய்ய முடியும்? பல உத்திகளை உங்களால் கையாள முடியும். முதலில், உங்களுடைய அறையை முடிந்த அளவுக்கு இருட்டாக்கிக் கொள்ளுங்கள். வெளிச்சம் வருகின்ற மூலத்தை தடுத்துவிடுங்கள். அவை சிறியவையாக இருந்தால்கூட அவற்றால் தொந்தரவு ஏற்படுத்த முடியும். ஒளியைச் சுத்தமாக மறைக்கின்ற திரைகளைப் போட முடிந்தால் மிகவும் நல்லது. கண்களுக்கு ஒரு மறைப்புத் திரை போட்டுக் கொள்வதும் நல்லதுதான். அவை தேவையற்ற ஒளி கண்களை அடைவதைத் தடுத்துவிடும்.

படுக்கச் செல்வதற்கு ஒரு மணிநேரத்திற்கு முன்பாக உங்களுடைய அறையின் வெளிச்சத்தைக் குறைத்துக் கொள்ளுங்கள். குறிப்பாக, நீல ஒளியை உமிழ்கின்ற விஷயங்களிலிருந்து விலகி இருங்கள். நீங்கள் உங்களுடைய கணினியை அல்லது அலைபேசியை உபயோகித்துத்தான் ஆக வேண்டும் என்றால், நீல ஒளியை வடிகட்டுகின்ற செயலிகளை அதில் தரவிறக்கம் செய்து கொள்ளலாம். அல்லது நீல ஒளியைக் கட்டுப்படுத்துவதற்கு உங்களுடைய சாதனங்களில் நிறுவப்பட்டுள்ள அம்சங்களைப் பயன்படுத்திக் கொள்ளலாம். உங்களுடைய இந்தச் சாதனங்களை அணைத்துவிட்டு நீங்கள் படுக்கின்றபோது, உடனடியாகத் தூங்கிவிடுவதற்கு இது உங்களுக்கு உதவும்.

படுக்கையறையின் வெப்பநிலை

பொதுவாக நம்மால் குளிரான அறையில் நன்றாகத் தூங்க முடியும். அறை குளிராக இருப்பதை உறுதி செய்து

கொள்ளுங்கள். அத்துடன், அது காற்றோட்டத்துடனும் இருக்க வேண்டும். அறையைச் சூடாக வைத்துக் கொள்வதைக் காட்டிலும், குளிரான அறையில் பைஜாமா போன்ற மெல்லிய ஆடைகளை அணிந்து கொண்டு, ஒரு போர்வையைப் போர்த்திக் கொண்டு தூங்குவது மேலானது. உங்களுக்குப் பிடித்தமான அளவில் அறையின் குளிரை வைத்துக் கொள்ளுங்கள். சூடான, புழுக்கமான அறையில் நன்றாகத் தூங்குவது கடினம்.

சாதனங்களும் தொழில்நுட்பங்களும்

நாம் ஏற்கனவே குறிப்பிட்டதுபோல, உங்களுடைய சாதனங்களை முடிந்தவரை படுக்கையறையிலிருந்து தள்ளி வையுங்கள். அது சாத்தியப்படாவிட்டால், அதிலிருந்து ஒளி பரவாமல் இருப்பதை உறுதி செய்து கொள்ளுங்கள். பொழுதுபோக்குச் சாதனங்கள் மற்றும் உங்களுடைய கவனத்தைத் திசைதிருப்புகின்ற கருவிகள் உங்களை வெகுநேரம் விழித்திருக்க வைத்திருக்கும். நீங்கள் தேவையில்லாமல் ஃபேஸ்புக்கில் மேய்ந்து கொண்டிருப்பீர்கள். அல்லது, கொட்டக் கொட்டக் கண்விழித்து, பூனைகளின் வீடியோக்களைப் பார்த்துக் கொண்டிருப்பீர்கள். நாளின் இறுதியில் நம்முடைய மன உறுதி கிட்டத்தட்டக் காலியாகிவிட்டிருக்கும் என்பதால், இணையத்தில் உலவிக் கொண்டிருப்பதை நிறுத்துவதும், அலைபேசியைக் கீழே வைப்பதும் நமக்குக் கடினமாக இருக்கும் (Kamphorst, Nauts, De Ridder, & Anderson, 2018, *Too Depleted to Turn In: The Relevance of End-of-the-Day Resource Depletion for Reducing Bedtime Procrastination*). ஆரோக்கியமான தேர்ந்தெடுப்புகளுக்கு ஆதரவளிக்கின்ற தீர்வுகளைத் தேர்ந்தெடுப்பது நல்லது. எடுத்துக்காட்டாக, நீங்கள் படுக்கைக்குச் செல்ல வேண்டிய நேரத்தை நினைவூட்டுகின்ற அல்லது இணையத் தொடர்பைத் துண்டிக்கின்ற ஒரு செயலியை நிறுவிக் கொள்வது நல்லது. ஏனெனில், இங்கு நீங்கள்

களைப்பாக உள்ள உங்களுடைய சுயம் சரியானதொரு தேர்ந்தெடுப்பை மேற்கொள்ளும் என்று எதிர்பார்த்துக் காத்துக் கொண்டிருக்கவில்லை.

சிலருக்கு இந்த யோசனை வேப்பங்காயாகக் கசக்கலாம். தாங்கள் படுக்கையில் இருக்கும்போதுதான் தங்களை ஆசுவாசப்படுத்திக் கொள்வதாக அவர்கள் வாதிடலாம். நீங்கள் அப்படிப்பட்ட ஒருவராக இருந்தால், உங்களுடைய நேர அட்டவணையில் அதற்கு முன்கூட்டியே நேரம் ஒதுக்கிக் கொள்ளுங்கள். உங்களுடைய நாளின் வேறு சமயத்தில் உங்களை ஆசுவாசப்படுத்திக் கொள்வதற்கு நேரம் ஒதுக்குவது சாத்தியப்படுமா என்று பாருங்கள்.

உங்களுடைய இணையத் தொடர்பைத் துண்டிக்கக்கூடிய செயலிகள் வந்துவிட்டன. அவற்றை உங்களுடைய சாதனங்களில் நிறுவிக் கொள்ளுங்கள். சில செயலிகளைப் பயன்படுத்தி, ஒரு குறிப்பிட்ட நேரத்தில் உங்களுடைய சாதனத்தை அணைந்துவிட முடியும். அதற்குப் பிறகு, நீங்கள் விரும்பினாலும், அதை உங்களால் தொடர்ந்து நோண்டிக் கொண்டிருக்க முடியாது. அலைபேசி அல்லது இணையத்தைப் பயன்படுத்துவதை நீங்கள் முக்கியமானதாகக் கருதினால், நீங்கள் மேற்கொள்கின்ற தேர்ந்தெடுப்புகளின் பின்விளைவுகள் குறித்த விழிப்புணர்வு உங்களுக்கு இருக்கட்டும்.

தொழில்நுட்பத்தோடு தொடர்பில்லாத படுக்கை நேரச் சடங்குகள் சிலவற்றை உருவாக்கிக் கொள்வது பயனுள்ளதாக இருக்கும். அதுவரை தொழில்நுட்பச் சாதனங்களால் உங்களுக்குக் கிடைத்து வந்த தூண்டுதல்களைத் தணிப்பதற்கு அது உதவும். படித்தல் போன்ற, உங்களை ஆசுவாசப்படுத்துகின்ற நடவடிக்கைகள், நீங்கள் விரைந்து தூக்கத்தில் ஆழ்வதற்கு உதவும்.

எந்த வரம்புகளுமின்றி, தொடர்ந்து அதில் மூழ்கியிருப்பதற்காகவே வடிவமைக்கப்பட்டுள்ள ஃபேஸ்புக், இன்ஸ்டாகிராம், டிக்டாக் போன்றவை குறித்து எச்சரிக்கையாக இருங்கள். அவற்றுக்குள் மூழ்கிவிட்டால், அவற்றை மூடிவிட்டு அவற்றிலிருந்து

மீண்டு வருவது என்பது கிட்டத்தட்ட இயலாத காரியம். இந்தச் செயலிகள் உங்களுடைய தூக்கத்தைக் காவு வாங்க அவற்றை அனுமதிக்காதீர்கள்.

சில சாதனங்களை உங்களுடைய படுக்கையறைக்குள் அனுமதிக்காதீர்கள்

நீங்கள் உங்களுடைய படுக்கையறையை, குறைந்தபட்சம் படுக்கையையாவது, வெறுமனே தூங்குவதற்கு மட்டுமே பயன்படுத்த வேண்டும் என்று எண்ணற்றத் தூக்க ஆய்வாளர்கள் பரிந்துரைக்கின்றனர் *(Walker, 2018, Why We Sleep)*. எல்லா நேரங்களிலும் இது சாத்தியப்படாது என்பது உண்மைதான். ஆனால், படுக்கையில் அமர்ந்தபடி திரைப்படம் பார்ப்பதையும் சாப்பிடுவதையுமாவது நீங்கள் கண்டிப்பாகத் தவிர்க்க வேண்டும். அப்படி நீங்கள் தொடர்ந்து செய்து வரும்போது, படுக்கை என்பது தூங்குவதற்கு மட்டுமே ஆனது என்று நீங்கள் உங்களுடைய மூளையைப் பயிற்றுவிப்பீர்கள்.

சாத்தியமெனில், உங்களுடைய சாதனங்களைப் படுக்கையறைக்கு வெளியே வைத்துக் கொள்ளுங்கள். இல்லையெனில், குறைந்தபட்சம், படுக்கையிலிருந்து நீங்கள் கையை நீட்டினால் எட்டாத தூரத்திலாவது அவற்றை வைத்துக் கொள்ளுங்கள். அதன் மூலம் நீங்கள் உங்களுடைய சபலத்தைச் சற்றுத் தள்ளி வைக்கிறீர்கள். உங்களுடைய தொலைக்காட்சிப் பெட்டியை உங்களுடைய படுக்கையறையில் வைத்துக் கொள்ளாதீர்கள். முடிந்த அளவு, உங்களுக்குக் கவனச்சிதறல் உண்டாக்குகின்ற அம்சங்களை உங்கள் படுக்கையறையிலிருந்து அப்புறப்படுத்திவிடுங்கள்.

நன்றாக ஓய்வெடுப்பதற்கு, படுக்கையறை இருட்டாக இருப்பது அவசியம் என்பதை நான் ஏற்கனவே வலியுறுத்தி இருந்தேன். ஒளியை வெளிப்படுத்துகின்ற அல்லது வெளிச்சக் கண்சிமிட்டல்களில் ஈடுபடுகின்ற சாதனங்கள் உங்களுடைய படுக்கையறையில் இருக்கக்கூடாது. அதேபோல, சத்தம் எழுப்புகின்ற சாதனங்களையும்

படுக்கையறையிலிருந்து அப்புறப்படுத்திவிடுங்கள்.

உங்களால் வேலையையும் ஓய்வெடுத்தலையும் தனித்தனியாகப் பிரிக்க முடியும் என்றால், வேலை செய்வதற்கென்றே தனியாக ஓர் அலுவலக அறையை வைத்துக் கொள்வது நல்லது. எல்லோராலும் வீட்டுக்கு உள்ளேயே வேலை அறை ஒன்றை உருவாக்கிக் கொள்ள முடியாதுதான். உங்களுடைய நிலை அதுவாக இருந்தால், குறைந்தபட்சம், படுக்கையறையிலேயே ஒரு மேசையைப் போட்டு, அதில் இருந்தவாறு வேலைகளைக் கவனித்துக் கொள்ளுங்கள். முடிந்த அளவு அலுவலக வேலையைப் படுக்கையில் இருந்தபடி செய்யாதீர்கள். அது தூங்குவதற்கு முன்பு உங்களுக்கு மன அழுத்தத்தைக் கொடுக்கும் என்பதால், உங்களுடைய தூக்கத்தின் தரம் அதனால் பாதிக்கப்படும். உங்களுடைய படுக்கையறையை உங்களை ஆசுவாசப்படுத்திக் கொள்வதற்கு மட்டுமே பயன்படுத்திக் கொள்ளுங்கள்.

உங்களுக்கு ஆசுவாசம் ஏற்படுத்துகின்ற விஷயங்களுக்குப் படுக்கையறையில் இடமுண்டு. தனிச் சிறப்பான தலையணைகள், மெழுகுவர்த்திகள், புத்தகங்கள், குடிநீர் போன்றவை அவற்றில் அடங்கும். சௌகரியமான, வசதியான படுக்கையறை நீங்கள் மேம்பட்ட முறையில் ஓய்வெடுப்பதற்கு உங்களுக்கு உதவும். உங்களுடைய இரசனைக்கு ஏற்ப, படுக்கையறையை நீங்கள் எந்தவிதமான அலங்காரங்களுமின்றி வைத்துக் கொள்ளலாம் அல்லது உங்களுக்கு நல்லுணர்வுகளை ஊட்டக்கூடிய பொருள்களை அங்கு இடம்பெறச் செய்யலாம்.

படுக்கையறையில், நீங்கள் தனியாகத் தூங்க வேண்டுமா அல்லது உங்களுடைய துணைவருடன் சேர்ந்து தூங்க வேண்டுமா என்பது சர்ச்சைக்குரிய ஒரு தலைப்பு. இது குறித்தக் கலவையான நிரூபணங்கள் இருப்பதால், எப்படித் தூங்குவது உங்களுக்கு அதிகமாக ஓய்வெடுத்துள்ள உணர்வைத் தருகிறதோ, அதை நீங்கள் உங்கள் வாழ்க்கையில் கடைபிடிக்கலாம் (Richter et al., 2018, *Two in a bed: The influence of couple sleeping and chronotypes on relationship and sleep. An overview*). சில ஜோடிகள்

தங்களுடைய வேறுபட்டத் தேவைகளின் காரணமாக, தனித்தனியாக உறங்குவதைத் தேர்ந்தெடுக்கின்றனர். அப்படிச் செய்வது தங்களுடைய தூக்கத்தின் தரத்தை உயர்த்துவதாக அவர்கள் கருதுகின்றனர். வேறு சிலர், சேர்ந்து தூங்குவதை இரசித்து அனுபவிக்கின்றனர். இதை நீங்கள் உங்களுடைய துணைவருடன் சேர்ந்து விவாதித்து ஒரு முடிவுக்கு வருவது நல்லது. உங்கள் இருவருக்கும் இடையே எல்லைகளை வகுத்துக் கொள்ளத் தயங்காதீர்கள்.

பகல் வெளிச்சத்தின் முக்கியத்துவம்

மனிதகுல வரலாற்றின் பெரும்பகுதியில், சிர்க்கேடியன் சுழற்சி, பகல் வெளிச்சத்தால் வழிநடத்தப்பட்டுக் கொண்டிருந்தது. பிற விலங்குகளைப்போல (தாவரங்களுக்கும் இது பொருந்தும்), மனிதர்களாகிய நாமும், பகல்-இரவு சுழற்சி வட்டத்திற்கு ஏற்பவே இயங்கிக் கொண்டிருந்தோம். அப்போது நாம் இருட்டியவுடன் தூங்கச் சென்றோம், சூரிய வெளிச்சம் வந்தவுடன் விழித்தெழுந்தோம். ஆனால், செயற்கை விளக்குகள் அதை அடியோடு மாற்றிவிட்டன. தேவையெனில், நம்மால் மின்விளக்குகளின் உதவியுடன் ஒவ்வொரு தினத்தையும் முடிவுறாப் பகலாக மாற்றிக் கொள்ள முடியும்.

செயற்கை விளக்குகள் வெகுகாலமாகவே இருந்து வருகின்றன என்றாலும், நம்முடைய உடல், ஒரு நேரத்தை, விழித்திருப்பதற்கான வேளையா அல்லது தூங்குவதற்கான வேளையா என்று தீர்மானிப்பதற்கு ஒளியையே ஒரு சமிக்ஞையாக எடுத்துக் கொள்கிறது. ஒளி குறித்தத் தகவல் நம்முடைய கண்களின் வழியாக நம் மூளைக்குச் செல்கிறது. அதன் அடிப்படையில் மூளை சில ஹார்மோன்களையும் நரம்பியக்கடத்திகளையும் உற்பத்தி செய்கிறது. இரவில் நன்றாகத் தூங்குவதற்கு, காலையிலும் பகல் வேளைகளிலும் சூரிய ஒளியில் நனைவது வெகுவாக உதவும் (Figueiro et al., 2017, *The impact of daytime light exposures on sleep and mood in office workers*).

காலையிலும் பகல்வேளைகளிலும் சூரிய ஒளியில் நனைவது, பகலில் செரோட்டோனின் அளவையும், இரவில் மெலட்டோனின் அளவையும் சீராக வைத்துக் கொள்வதற்கு உதவும். நம்முடைய உடலின் இயல்பான சுழற்சி வட்டங்களோடு ஒத்திசைவாக இருக்கின்ற விதத்தில் நம் உடல் ஹார்மோன்களை உற்பத்தி செய்வதற்கு நமக்குச் சூரிய ஒளி தேவை. நாள் முழுவதும் நடைபெறுகின்ற செரோட்டோனின் உற்பத்தி, மாலையிலிருந்து குறையத் தொடங்கும். அப்போது, நம் உடல் மெலட்டோனினை விடுவிக்கத் தொடங்கும். போதுமான அளவு மெலட்டோனின் சுரப்பிற்கு, செரோட்டோனின் தேவை. அதாவது, சூரிய ஒளி, நம்முடைய தூக்கத்தின் தரத்தை மறைமுகமாக நிர்ணயிக்கிறது. (Figueiro et al., 2017, *The impact of daytime light exposures on sleep and mood in office workers*).

கார்ட்டிசால் என்ற ஹார்மோனும் நம்முடைய தூக்கத்தின்மீது தாக்கம் ஏற்படுத்துகிறது—குறிப்பாக, அது, நம்முடைய உடலின் இயற்கையான உற்பத்தி சுழற்சி வட்டத்திற்கு வெளியே இருந்து வருகின்றபோது! நம் உடல் செம்மையாக இயங்குவதற்கு, கார்ட்டிசாலின் அளவு காலையில் உச்சத்திலும், மாலையில் குறைவாகவும் இருக்க வேண்டும். இதற்கும் சூரிய ஒளிக்கும் நேரடித் தொடர்பு இருக்கிறது.

இதன் நடைமுறைத் தாக்கம் என்ன? அதாவது, நாம் காலையிலும் பகலிலும் சூரிய ஒளியில் அதிகமாக நனைய வேண்டும் என்பது அதற்கு அர்த்தம். காலையில் கண்விழித்தவுடன் முதல் காரியமாக, முடிந்த அளவு சூரிய ஒளியில் நனையுங்கள். பகல் வேளையில் திறந்தவெளியில் நடந்து செல்லுங்கள். கண்கள்மீதும் சூரிய ஒளி படட்டும். குளிர்க் கண்ணாடிகள் மற்றும் சூரிய ஒளியை மட்டுப்படுத்தும் கண் சாதனங்களைப் பயன்படுத்தாதீர்கள். காலையிலும் பகல் வேளையிலும், சூரிய ஒளி உங்களுடைய கண்கள்மீது பட அனுமதியுங்கள்.

வெளியே வானம் மேகமூட்டமாக இருந்தால் என்ன

செய்வது என்ற கேள்வி உங்களுக்கு எழலாம். அது ஒரு பிரச்சனையே அன்று. மேகத்திற்குப் பின்னால் ஒளிந்து கொண்டிருந்தாலும், அங்குச் சூரியன் இருக்கத்தான் செய்கிறது. அதை உங்களால் உணர முடியாது என்றாலும், அது போதும். வானம் பிரகாசமாக இல்லையென்றாலும் வெளியே செல்லுங்கள்.

சிலருடைய சூழல் இதை அனுமதிக்காமல் இருக்கலாம். சில பகுதிகளில் பகல்நேர வெளிச்சம், குறிப்பாகக் குளிர்காலங்களில், குறைவாக இருக்கும். அப்போது நீங்கள் காலையில் இருட்டிலேயே வேலைக்குச் செல்வீர்கள், இருட்டிய பிறகுதான் அலுவலகத்திலிருந்து வீடு திரும்புவீர்கள். அப்போது என்ன செய்வது என்ற குழப்பம் உங்களுக்கு ஏற்படுகிறதா? பகல் உணவு வேளையின்போது, நீங்கள் சற்று நேரம் காலார நடந்துவிட்டு வரலாம். அது சாத்தியமில்லை என்றாலோ அல்லது அது போதுமானதன்று என்று நீங்கள் கருதினாலோ, நீங்கள் மாற்று ஏற்பாடுகள் குறித்து யோசிக்கலாம். பருவகாலங்களில் ஏற்படுகின்ற மனச்சோர்வுக்குச் சிகிச்சை அளிப்பதற்கென்றே சில தனித்துவமான விளக்குகள் மற்றும் பெட்டிகள் இருக்கின்றன. அவற்றால், சூரிய ஒளிக்கு நிகரான ஒளியை உற்பத்தி செய்ய முடியும்.

காலையிலும் பகல் வேளைகளிலும் சூரிய ஒளியைப் பெற முயற்சி செய்யுங்கள். இரவில் நீங்கள் நன்றாகத் தூங்குவதற்கு அது உங்களுக்கு உதவும்.

வாழ்க்கைமுறை மாற்றங்கள்

நீங்கள் உறங்குகின்ற இடத்தின் சூழலில் மாற்றங்களை ஏற்படுத்துவதன் மூலம் உங்களால் இரவில் நல்ல தரமான தூக்கத்தைப் பெற முடியும். சில நேரங்களில், சில வாழ்க்கைமுறை மாற்றங்களை ஏற்படுத்திக் கொள்வதும் நல்ல பலனளிக்கும். எடுத்துக்காட்டாக, மது, கேஃபீன் போன்றவை உங்கள் தூக்கத்தின் தரத்தைப் பாதிப்பதை நீங்கள் கண்டறிந்தால், அதற்கேற்ப சில வாழ்க்கைமுறை மாற்றங்களை ஏற்படுத்திக் கொள்ளலாம்.

பத்திய உணவுகளும் ஊட்டச்சத்து மாத்திரைகளும்

சில உணவுகள் தூக்கத்தின் தரத்தின்மீது தாக்கம் விளைவிப்பதுபோலத் தெரிகிறது. செர்ரிப் பழங்கள், கிவி பழம், பால், கொழுப்பு அதிகமுள்ள மீன் போன்றவை அதற்கான சில எடுத்துக்காட்டுகள். நீங்கள் அவற்றைப் பகல் நேரத்தில் உட்கொண்டால்கூட அவை வேலை செய்வதாக ஆய்வுகள் தெரிவிக்கின்றன. இதை உறுதி செய்து கொள்வதற்கு இன்னும் ஏராளமான ஆய்வுகளை மேற்கொள்ள வேண்டியிருக்கலாம் (St-Onge, Mitic, & Pietrolungo, 2016, *Effects of Diet on Sleep Quality*).

கேஃபீன் கலந்துள்ள காபி, பால் கலக்காத தேநீர், சாக்லெட் போன்றவற்றை நீங்கள் எடுத்துக் கொள்கின்றபோது, அவற்றின் தாக்கம் அவை உட்கொள்ளப்பட்டுப் பன்னிரண்டு மணி நேரம்வரைகூட இருக்கும். நீங்கள் இரவில் தூக்கம் வராமல் தவித்தால், படுப்பதற்கு ஆறு மணி நேரத்திற்கு முன்பே காபி போன்றவற்றை அருந்துவதை நிறுத்திக் கொள்ள வேண்டும். மது ஒருவருக்குத் தூக்கக்கலக்கத்தை ஏற்படுத்தும் என்றாலும், அது நம்முடைய இயற்கையான சுழற்சியின்மீது எதிர்மறையான தாக்கம் ஏற்படுத்தும். அதனால், தூக்கத்தை வரவழைப்பதற்காக மது அருந்துவதை நீங்கள் தவிர்ப்பது நல்லது.

சில ஊட்டச்சத்து மாத்திரைகள் தூக்கத்திற்கு நல்லது என்று விளம்பரப்படுத்தப்படுகின்றன. ஆனால், அவற்றுக்கு அறிவியல்பூர்வமான நிரூபணங்கள் எதுவும் இல்லை. கொழுப்பு மிகுந்த மீன்களைப்போலவே ஒமேகா-3 மாத்திரைகளும் நல்லதே. ஆனால், அவை முன்வைக்கின்ற பெரும் வாக்குறுதிகள் குறித்து நீங்கள் எச்சரிக்கையாக இருக்க வேண்டும். தூக்க மாத்திரைகளை மருத்துவர்களின் பரிந்துரை இல்லாமல் ஒருபோதும் பயன்படுத்தக்கூடாது. மெலட்டோனின் மாத்திரைகளும் அதில் அடங்கும். இந்த மாத்திரைகளின் நீண்டகாலத் தாக்கம் எதிர்மறையானதாக இருக்கக்கூடும்.

உணவுமுறையில் மாற்றங்களை ஏற்படுத்துவது

தூக்கத்தின் தரத்தை உயர்த்தலாம். ஆனால், மாற்றத்திற்கு அவற்றை முதன்மையான காரணியாகப் பயன்படுத்துவது சரியான செயலன்று. இவற்றை எச்சரிக்கையுடன் பயன்படுத்துவது நல்லது.

உடற்பயிற்சி

பகலில் உடற்பயிற்சிகளை மேற்கொண்டால், அது இரவில் நீங்கள் நன்றாகத் தூங்குவதற்கு உதவும். பகலில் உடல்ரீதியான இயக்கங்கள் அதிகரித்தால், தூக்கத்தின் தரம் கூடும். தூக்கக் கோளாறுகளுக்கு உடற்பயிற்சி ஒரு மருந்தாகவே பரிந்துரைக்கப்படுகிறது. தூக்கமும் உடற்பயிற்சியும் பரஸ்பரம் ஒன்றுக்கொன்று ஆதரவாகச் செயல்படக்கூடியவை. உடற்பயிற்சி செய்தால் நன்றாகத் தூங்க முடியும். இரவில் நன்றாகத் தூங்கினால் பகல் முழுவதும் உங்களால் சுறுசுறுப்புடன் செயல்பட முடியும் (Kline, 2014, *The bidirectional relationship between exercise and sleep: Implications for exercise adherence and sleep improvement*). இதன் பயனை முழுமையாக அறுவடை செய்வதற்கு, முடிந்தவரை உடற்பயிற்சியைக் காலையிலும் பகல் வேளையிலும் வைத்துக் கொள்வது நல்லது. தூங்குவதற்கு மூன்று மணிநேரத்திற்கு முன்பாக உடற்பயிற்சியில் ஈடுபடுங்கள். இல்லையெனில், அது உங்களுடைய தூக்கத்திற்கு இடையூறு செய்யக்கூடும்.

மன அழுத்தமும் ஆசுவாசப்படுத்திக் கொள்ளுதலும்

மன அழுத்தமும் தூக்கத்திற்கு இடையூறு செய்யக்கூடும். இரவில் நமக்கு அதிக ஓய்வையும் பலன்களையும் அளிக்கின்ற ஆழ்தூக்கத்தையும் 'ரெம்' தூக்கத்தையும் மன அழுத்தம் குறைத்துவிடும் (Kim & Dimsdale, 2007, *The effect of psychosocial stress on sleep: a review of polysomnographic evidence*).

மன அழுத்தத்தைக் குறைத்துக் கொள்வதும், மனத்தை ஆசுவாசப்படுத்துகின்ற தியானம் போன்ற நடவடிக்கைகளில் ஈடுபடுவதும் தூக்கத்தின் தரத்தை மேம்படுத்த உதவும்.

படுக்கச் செல்வதற்கு முன்பு, உங்களுக்கு ஆசுவாசமளிக்கின்ற விஷயங்களில் ஈடுபடுங்கள். படித்தல், ஒரு வெந்நீர்க் குளியல், அமைதியாக மேற்கொள்ளப்படுகின்ற ஒரு பொழுதுபோக்கு, படம் வரைதல், குறிப்பெழுதுதல் போன்றவை அதற்கான சில எடுத்துக்காட்டுகள். படுக்கையில் படுத்துக் கொண்டு கவலைப்பட்டுக் கொண்டு இருக்காதீர்கள். உங்களால் தூங்க முடியாவிட்டால், எழுந்து அமைதியாகச் செய்யக்கூடிய வேலை எதிலாவது ஈடுபடுங்கள். உங்களுடைய தூக்கக்கலக்கம் அதிகரித்ததும் நீங்கள் மீண்டும் படுக்கைக்குச் செல்லலாம்.

பகல்வேளைக் குட்டித் தூக்கம்

பகல்வேளைக் குட்டித் தூக்கமும் ஒரு சர்ச்சைக்குரிய விஷயம்தான். தூக்கப் பிரச்சனை இல்லாதவர்களுக்கு இது சிறப்பாகப் பயன்படுவதாகத் தெரிகிறது. ஏதேனும் சில நாள்களில் அவர்களால் நன்றாகத் தூங்க முடியாமல் போனால், பகல்வேளைக் குட்டித் தூக்கம் அவர்களுக்குப் போதுமான ஓய்வைப் பெற்றுக் கொடுக்கும் (Milnet & Cote, 2009, *Benefits of napping in healthy adults: impact of nap length, time of day, age, and experience with napping*). வாழ்க்கையில் முதன்முறையாக, தூங்குவதற்கு நேர அட்டவணை ஒன்றை உருவாக்குகின்ற முயற்சியில் ஈடுபட்டிருப்பவர்களும், இரவில் தூங்குவதற்குச் சிரமப்படுபவர்களும் பகல்நேரத் தூக்கத்தைத் தவிர்க்க வேண்டும்.

பகல்வேளையில் ஒரு குட்டித் தூக்கம் போடுவது இரவுத் தூக்கத்திற்கு இடையூறு செய்யலாம். உங்களுக்கு ஏற்கனவே தூக்கப் பிரச்சனை இருந்தால், பகல் வேளையில் தூங்காமல் இருப்பதே நல்லது. நீங்கள் ஓர்

உறுதியான தூக்க அட்டவணையைக் கடைபிடித்து வந்தால், பகல்நேரக் குட்டித் தூக்கத்தை உங்களால் இரசித்து அனுபவிக்க முடியும்.

தூக்கத்திற்குத் தயார்படுத்திக் கொள்ளுதல்

குழந்தைகளைத் தூங்க வைக்க முனைகின்ற பெற்றோர், அதற்கு அவர்களை முன்கூட்டியே தயார் செய்வதற்குச் சில சடங்குரீதியான காரியங்களில் ஈடுபடுவர். அப்போதுதான் குழந்தைகள் எதிர்ப்பின்றித் தூங்கச் செல்வர். வயது வந்தவர்கள் இதைக் கடைபிடித்தால், அவர்களால் தூக்கத்தின் தரத்தை மேம்படுத்திக் கொள்ள முடியும்.

தூங்கச் செல்வதற்கு முன்பு கடைபிடிப்பதற்கு, நீங்கள் உங்களுக்கென்று பிரத்யேகமான சடங்குகளை உருவாக்கிக் கொள்ளலாம். இதில் பல அனுகூலங்கள் இருக்கின்றன. எளிதில் தூங்க முடிவது அவற்றில் முதலானது. தினந்தோறும் தரமான தூக்கத்தைப் பெறவும் அது உங்களுக்கு உதவும். இப்படிப்பட்டச் சடங்குரீதியான காரியங்களில் நீங்கள் ஈடுபடுகின்றபோது, பொதுவாக தினந்தோறும் ஒரே நேரத்தில் நீங்கள் படுக்கச் செல்வீர்கள் என்பது இதிலுள்ள கூடுதல் நன்மை.

இரவு நேரச் சடங்குகள், உங்களை ஆசுவாசப்படுத்திக் கொள்கின்ற நடவடிக்கைகளிலிருந்து தொடங்கலாம். செயல்நடவடிக்கைகள் அதிகமிருக்கின்ற காரியங்களில் ஈடுபடாதீர்கள். படித்தல், தியானித்தல், குறிப்பெழுதுதல், குடும்ப உறுப்பினர்களோடு பேசிக் கொண்டிருத்தல் போன்ற, உங்களை அமைதிப்படுத்திக் கொள்வதற்கு உதவுகின்ற நடவடிக்கைகளில் இறங்குவது நல்லது. உங்களுக்கு ஆசுவாசத்தையும் அமைதியையும் உண்டாக்குகின்ற நடவடிக்கைகளைத் தேர்ந்தெடுங்கள். இதற்கு ஏராளமான செயலிகளும் இருக்கின்றன. அவற்றில் சில, கதை கூறுதல், இசை அல்லது இயற்கை ஒலிகளை ஒலிபரப்புதல், வழிகாட்டு முறைகளோடுகூடிய தியானங்களைப் பயிற்றுவித்தல் போன்றவற்றின் மூலம்

உங்களை ஆசுவாசப்படுத்தும். இதற்கு உதவக்கூடிய வலையொலிப்பதிவுகளும் இருக்கின்றன.

தூங்கச் செல்வதற்கு முன்பு வெந்நீரில் குளிப்பது அருமையானதொரு நடவடிக்கையாகும். அது உங்களுக்கு ஆசுவாசமளித்து, உங்களுடைய உடலைக் குளுமைப்படுத்தி, உங்களை எளிதாகத் தூங்க வைக்கும்.

உங்களுடைய படுக்கையறையில் வெளிச்சத்தை மாலையிலிருந்தே குறைத்துக் கொள்வது நல்லது. உங்களுடைய எண்ணங்களை ஒரு குறிப்பேட்டில் எழுதுதல் நல்ல பலனளிக்கும். உங்கள் மனத்தில் இருப்பவற்றைக் காகிதத்தில் கொட்டுகின்றபோது, உங்களுடைய யோசனைகளிலிருந்து விலகி இருப்பது உங்களுக்குச் சாத்தியப்படும்—குறிப்பாக நீங்கள் அதிகமாகக் கவலைப்படுகின்ற ஓர் ஆசாமியாக இருக்கும் பட்சத்தில்!

சின்னஞ்சிறு மாற்றங்களின் மூலம் உங்களுடைய படுக்கையறைச் சூழலை மேம்படுத்திக் கொள்ள முடியும். எடுத்துக்காட்டாக, உங்களுடைய அறையின் சன்னல்களைத் திறந்து வைப்பது அறையைக் காற்றோட்டமானதாக ஆக்கும், அதேபோல, பைஜாமா போன்ற தொளதொள ஆடைகளை அணிவது, தரமான தலையணைகளைப் பயன்படுத்துவது போன்றவையும் நல்ல பலனளிக்கும். அறையை முழுமையாக இருட்டாக்குகின்ற திரைச்சீலைகளை உங்களால் பயன்படுத்த முடியாவிட்டால், கண்களை மறைக்கின்ற முகமூடியை அணிவதன் மூலம் தூக்கத்தின் தரத்தை உங்களால் மேம்படுத்திக் கொள்ள முடியும்.

சில நாள்களில் தூக்கம் வர மறுக்கலாம். அதனால் பரவாயில்லை. அது குறித்து நீங்கள் அளவுக்கதிகமாக அலட்டிக் கொள்ளத் தேவையில்லை. மணிக்கணக்கில் படுக்கையில் புரண்டு புரண்டு படுக்கின்ற சூழல்களை முடிந்தவரை தவிர்த்துவிடுங்கள். எழுந்து, உங்களுக்கு ஆசுவாசம் ஏற்படுத்துகின்ற ஒரு நடவடிக்கையில் ஈடுபட்டுவிட்டு, மறுபடியும் தூக்கம் கண்களைச் சுழற்றுகின்றபோது மீண்டும் தூங்கச் செல்லுங்கள்.

படுக்கப் போவதற்கு முன்பு தினமும் சடங்குரீதியான

நடவடிக்கைகளை மேற்கொள்வது, மெலட்டோனின் போன்ற தேவையான ஹார்மோன்களைச் சுரக்கச் செய்து, தூக்கத்திற்கு உங்களுடைய உடலைத் தயார்படுத்தும்.

தினந்தோறும் ஒரு குறிப்பிட்ட நேரத்தில் படுக்கச் செல்வது, படுக்கப் போவதற்கு முன்பு கடைபிடிக்கப்படுகின்ற சடங்குகளில் முக்கியமானது. அதை நீங்கள் தொடர்ந்து ஒரு வாரத்திற்குக் கடைபிடித்து வந்தாலே, தூக்கத்தைத் தள்ளிப்போட்டுவிட்டுத் தொலைக்காட்சி நிகழ்ச்சிகளைப் பார்ப்பது போன்ற நடவடிக்கைகளில் நீங்கள் ஈடுபட மாட்டீர்கள்.

காலையில் கண்விழிப்பதற்கும் ஒரு வழமையை உருவாக்கிக் கொள்ளுங்கள்

தூக்கத்திற்கு உறுதியானதொரு நேர அட்டவணையைக் கடைபிடிக்க நீங்கள் தீர்மானித்தாலும், நீங்கள் எச்சரிக்கையாக இல்லாவிட்டால் அது எளிதில் தடம் புரண்டுவிடும். காலையில் கண்விழிக்கின்றபோது, கூடுதலாகச் சில நிமிடங்கள் தூங்கிக் கொள்ளலாம் என்ற நப்பாசையை முறியடிப்பதற்கு, இனிமையான, நடைமுறைக்கு உகந்த காலைநேர வழமை ஒன்றை நீங்கள் உருவாக்கிக் கொள்ள வேண்டியது இன்றியமையாதது.

இரவு படுக்கப் போவதற்கு முன்பு கடைபிடிக்கப்படுகின்ற சடங்குரீதியான நடவடிக்கைகள் என்ன பலனை விளைவிக்குமோ, அதே போன்ற பலனைக் காலைநேரச் சடங்குரீதியான நடவடிக்கைகளாலும் ஏற்படுத்த முடியும். அவற்றால் அன்றைய தினத்திற்கு உங்களுடைய உடலைத் தயார்படுத்த முடியும். நீங்கள் வகுத்துள்ள தூக்க நேர அட்டவணையை ஒழுங்காகப் பின்பற்றுவதற்கு அது உங்களுக்கு உதவும். நீங்கள் வேலைக்குச் செல்ல வேண்டிய அவசியம் இல்லாத நாள்களில்கூட நீங்கள் இதைக் கடைபிடித்து வர வேண்டும்.

காலை நேரச் சடங்கில் நல்ல வெளிச்சம் உங்களுக்கு

உதவும். இயற்கையான சூரிய வெளிச்சம் உங்கள் உடலை விழித்தெழ வைத்துவிடும். சூரிய வெளிச்சத்தைப் பார்ப்பது உங்களுக்குச் சாத்தியப்படாவிட்டால், வீட்டிலுள்ள மின்விளக்குகளைப் போட்டாலே போதும். நீங்கள் விழித்தெழுகின்றபோது, அறைக்குள் ஏராளமான வெளிச்சம் இருப்பதை உறுதி செய்து கொள்ளுங்கள்.

உங்களுக்குப் பிடித்தமான ஒரு நடவடிக்கையைக் காலையில் மேற்கொள்வது ஒரு நல்ல யோசனையாகும். அது உடற்பயிற்சியாகவோ, தியானமாகவோ, ருசிமிக்கக் காலை உணவாகவோ, புத்தக வாசிப்பாகவோ, அல்லது குறிப்பேட்டில் எழுதுவதாகவோ இருக்கலாம். ஏதாவது ஒரு விதத்தில் சுவாரசியமாக இருக்கின்ற ஒரு நடவடிக்கை உங்களுக்காகக் காத்துக் கொண்டிருந்தால், படுக்கையிலிருந்து துள்ளி எழுவதற்கு அது உங்களை ஊக்குவிக்கும்.

எழுந்தவுடன் வெந்நீர் மற்றும் குளிர் நீரில் மாற்றி மாற்றிக் குளிப்பது உங்களுக்கு உடனடியாகப் புத்துணர்ச்சியளிக்கும். சுவாசப் பயிற்சி, தியானம், இரத்த ஓட்டத்தைத் தூண்டுகின்ற எளிய உடற்பயிற்சிகள் போன்றவற்றை நீங்கள் முயன்று பார்க்கலாம்.

காலை நேரங்கள் கஷ்டமானவையாகத்தான் இருக்கும். நீங்கள் காலையில் எழுந்தவுடன், இரவு முழுவதும் தூங்காமல் இருந்ததைப்போலக் களைப்பாக உணர்ந்தால், நீங்கள் போதுமான அளவு ஓய்வைப் பெற்றிருக்கவில்லை என்று அர்த்தம். அல்லது வேறு ஏதோ ஒன்று உங்களுடைய தூக்கத்தின் தரத்தைப் பாதித்துக் கொண்டிருக்கிறது என்று பொருள். காலைநேரச் சடங்குரீதியான நடவடிக்கைகள், தூக்கத்திலிருந்து இனிமையான முறையில் விழித்தெழுவதற்கு உங்களைத் தூண்டும், அது காலை நேரம் என்பதை உங்களுடைய உயிரியக் கடிகாரம் உணர்வதை அவை உறுதி செய்யும்.

நீங்கள் அதிகாலையிலேயே எழுந்து கொண்டால், இரவில் உங்களால் சுலபமாகத் தூங்கிவிட முடியும். அதற்காக, உங்களுக்கு அசௌகரியம் ஏற்படுத்துகின்ற நேரத்தில் நீங்கள் எழுந்து உட்காரத் தேவையில்லை. எந்த நேரத்தில் எழுவது உங்களுக்கு சௌகரியமாக இருக்கும்

என்பதைக் கண்டறிந்து அதற்கேற்ப உங்களுடைய தூக்க நேரத்தை வடிவமைத்துக் கொள்ளலாம்.

நீங்கள் உங்களுடைய தூக்கத்தைச் சீராக்கிக் கொள்ள முயல்கின்றபோது, நிரூபணமான, நடைமுறைக்கு ஏற்ற முறைகளை, அவை வசீகரமாக இல்லாதிருந்தால்கூட, பின்பற்றுவது நல்லது. தேவையில்லாமல் தூக்க நேரத்தைச் சீர்குலைப்பதை நீங்கள் முற்றிலுமாகத் தவிர்க்க வேண்டும். அது இனிமையற்றது என்பதோடு, ஆபத்தானதும்கூட. அடுத்து நாம் தூக்கம் தொடர்பான சில கட்டுக்கதைகளைப் பார்க்கலாம்.

உங்களால் வெறும் நான்கு மணி நேரத் தூக்கத்தோடு சமாளித்துக் கொள்ள முடியுமா?

முடியாது. மரபியல் லாட்டரியில் பரிசு பெற்றுள்ள ஒரு சில அதிர்ஷ்டசாலிகளைத் தவிர, பெரும்பாலான மக்களுக்குத் தினந்தோறும் குறைந்தபட்சம் ஏழு மணிநேரத் தூக்கமாவது தேவைப்படும். பலருக்கு அதைவிடக் கூடுதலான நேரம் தேவைப்படும். உங்களுடைய உடலை நான்கு மணிநேரத் தூக்கத்திற்குப் படிப்படியாகப் பழக்கிக் கொள்ள முடியும் என்ற ஒரு கட்டுக்கதை முக்கியமாக இணையத்தில் உலா வந்து கொண்டிருக்கிறது. அந்த நான்கு மணிநேரத்தைப் பகலிலோ அல்லது இரவிலோ அல்லது பாதிப் பாதியாகவோ நீங்கள் தூங்கிக் கொள்ளலாம் என்றும் அது மேலும் பரிந்துரைக்கிறது.

தூக்கம் பற்றி நாம் அறிந்து வைத்துள்ளவற்றோடு இது ஒத்துப்போகவில்லை. தூக்கத்திற்கான உடலின் தேவையை உங்களால் ஒருக்காலும் மாற்ற முடியாது. முடிந்தால், தூக்கத்தின் தரத்தை மேம்படுத்த முயற்சி செய்யலாம், அவ்வளவுதான். தினமும் வெறும் நான்கு மணிநேரம் மட்டுமே தூங்குவது உங்களுடைய ஆரோக்கியத்தைக் கண்டிப்பாகச் சீர்குலைக்கும், தூக்கத்திற்கான உடலின் தேவையை அதனால் ஒருக்காலும் மாற்ற முடியாது. உங்களுக்கு உண்மையில் அதிக நேரத் தூக்கம் தேவைப்படுகின்றபோது, குறைவான

தேவைக்குப் பழகிக் கொள்ள உங்களுக்கு நீங்கள் கற்றுக் கொடுக்க முடியாது.

தூக்கப் பற்றாக்குறைக்கு உங்களைப் பழக்கப்படுத்திக் கொண்டு, அதுதான் இயல்பு என்பதுபோல நடந்து கொள்ள முடியும்தான். ஆனால், நீண்டகால நோக்கில் அது ஒரு நல்ல யோசனையன்று. சில நேரங்களில் நாம் போட்டு வைத்துள்ள நேர அட்டவணையைத் துல்லியமாகக் கடைபிடிப்பது இயலாத காரியமாக இருக்கும் என்பது உண்மைதான். அப்போது சற்று நீக்குப்போக்கான அட்டவணை ஒன்றை உருவாக்கிக் கொள்வதுதான் சரியான காரியமாக இருக்கும்.

தூக்கக் கடனைப் பகல்நேரக் குட்டித் தூக்கத்தால் இட்டு நிரப்ப முடியுமா?

எப்போதாவது ஏற்படுகின்ற தூக்கப் பற்றாக்குறையை இட்டு நிரப்புவதற்கு வேண்டுமானால் குட்டித் தூக்கம் பயன்படலாம். ஆனால், தொடர்ந்து குறைவான நேரமே தூங்கி வருவதன் மூலம் ஏற்படுகின்ற தூக்கக் கடனை அடைப்பதற்கு அது பயன்படாது. தூக்கம் என்பது சுழற்சி முறையில் வருகின்ற ஒன்று என்பதால், நம்முடைய உடல் ஒவ்வொரு சுழற்சியையும் அனுபவித்தாக வேண்டும். அதனால், நம்மால் முடிந்த அளவு தூக்கத்தை இரவில் பெறுவதே நல்லது. பகல்நேரக் குட்டித் தூக்கத்தை 15 நிமிடங்களிலிருந்து 45 நிமிடங்களுக்கு வைத்துக் கொள்வது நல்லது. அப்போதுதான், அதிலிருந்து விழித்தெழுகின்றபோது நமக்குப் புத்துணர்ச்சி கிடைக்கும்.

தூக்கப் பற்றாக்குறையை வார இறுதியில் கூடுதல் நேரம் தூங்குவதன் மூலம் இட்டு நிரப்ப முடியுமா?

எப்போதாவது உங்களுக்குத் தூக்கப் பற்றாக்குறை இருந்தால், உங்களால் அதை வார இறுதியில் இட்டு நிரப்பிவிட முடியும். ஆனால், தொடர்ந்து

நீங்கள் பற்றாக்குறையான தூக்கத்துடன் வாழ்ந்து கொண்டிருந்தால், வார இறுதித் தூக்கம் உங்களுக்குப் பெரிதாகப் பலனளிக்காது. வார நாள்கள் முழுவதும் குறைவான நேரம் தூங்கிவிட்டு, வார இறுதியில் சில மணநேரம் தூங்குவதன் மூலம் உங்களால் அதைச் சரிக்கட்ட முடியாது. நீங்கள் வார நாள்களில் ஒரு மாதிரியும், வார இறுதி நாள்களில் வேறு மாதிரியும் தூங்கினால், உங்களுடைய இயல்பான சிர்க்கேடியன் சுழற்சி தொந்தரவுக்கு உள்ளாகும் என்பதால், எல்லா நாள்களிலும் ஒரே நேரத்திற்குத் தூங்கி, ஒரே நேரத்திற்கு விழித்தெழுவதைத் தவறாமல் கடைபிடிப்பதே நல்லது.

தூக்க மாத்திரைகள்

தூக்க மாத்திரைகளுக்குச் சில உருப்படியான பயன்கள் இருக்கின்றன என்பதை மறுப்பதற்கில்லை. உங்களுக்குத் தூக்கப் பிரச்சனை இருந்தால், மருத்துவர்களின் கண்காணிப்பின் கீழ் தூக்க மாத்திரைகளை எடுத்துக் கொள்வதன் மூலம் உங்களால் அதை இயல்பு நிலைக்குக் கொண்டுவர முடியும். ஆனால், அதை நீங்கள் தன்னிச்சையாகப் பயன்படுத்தக்கூடாது.

தூக்க மாத்திரைகளில் பல வகைகள் இருக்கின்றன. அவற்றில் சிலவற்றுக்கு நீங்கள் பழகிவிட்டால், பின்னர் அவற்றை எடுத்துக் கொள்ளாமல் உங்களால் தூங்கவே முடியாது என்ற நிலை வந்துவிடும். வேறு சில மாத்திரைகள், அறிவாற்றல் குறைபாடுகள், மயக்க நிலை, ஒருங்கிணைப்புடன் செயல்பட முடியாமை போன்றவற்றை ஏற்படுத்தக்கூடும். அது உங்களுடைய அன்றாட வாழ்க்கையைக் கடினமாக்கும் (Fitzgerald & Vietri, 2015, *Residual Effects of Sleep Medications Are Commonly Reported and Associated with Impaired Patient-Reported Outcomes among Insomnia Patients in the United States*). தூக்க மாத்திரைகளையும் மெலட்டோனின் மருந்துகளையும் நீங்கள் மிகுந்த எச்சரிக்கையுடன் பயன்படுத்த வேண்டும்.

சிலருடைய விஷயங்களில் தூக்க மாத்திரைகள்

பயனுள்ளவையாகவும் இன்றியமையாதவையாகவும் விளங்கக்கூடும் என்பதை ஒதுக்கித் தள்ளிவிட முடியாது.

நிரூபிக்கப்படாத உத்திகள்

தூக்கம் தொடர்பான நிரூபிக்கப்படாத பல உத்திகள் உலா வந்து கொண்டிருக்கின்றன. அவற்றில் பலவற்றில் உண்மை கிடையாது. தேவையில்லாத கட்டுக்கதைகளை நம்பி அவற்றை உங்கள் வாழ்வில் புகுத்திக் கொள்வது ஒரு மோசமான யோசனையாகும்.

அவற்றில் முக்கியமானது, மதுவருந்துதல் நல்ல தூக்கத்தைக் கொடுக்கும் என்பது. மதுவருந்துவது உங்களுக்குத் தூக்கக்கலக்கத்தைக் கொடுக்கும் என்றாலும், ஆழமான, புத்துணர்வளிக்கின்ற உணர்வை அதனால் உங்களுக்குக் கொடுக்க முடியாது. மதுவருந்திவிட்டுத் தூங்கினால், அடுத்த நாள் நீங்கள் களைப்பாக உணர்வீர்கள்.

ஒரு நாளைக்கு நீங்கள் எட்டு மணிநேரம் தூங்க வேண்டும், அவ்வளவுதான்; அதை நீங்கள் எப்படிப் பிரித்துக் கொண்டாலும் பரவாயில்லை என்ற ஒரு கட்டுக்கதை நிலவுகிறது. அது உண்மையன்று. பகல்நேரக் குட்டித்தூக்கம் இரவு நேரத் தூக்க இழப்பிற்கு ஈடாகாது. ஏனெனில், நாம் ஏற்கனவே பார்த்ததுபோல, அது நம்முடைய சிர்க்கேடியன் சுழற்சியோடு தொடர்புடையது. அத்துடன், பகலில் தூங்குவதன் மூலம், இரவில் தொடர்ச்சியாகத் தூங்குவதற்கு உங்களுடைய உடலை உங்களால் பயிற்றுவிக்க முடியாது (Robbins et al., 2019, *Sleep myths: an expert-led study to identify false beliefs about sleep that impinge upon population sleep health practices*).

அதேபோல, வார இறுதியில் கூடுதலாகத் தூங்கி, வார நாள்களின் தூக்கப் பற்றாக்குறையை ஈடு செய்யலாகாது. இதை நடைமுறைப்படுத்துவது சிரமமாக இருக்கும் என்றாலும், வாரத்தின் அனைத்து நாள்களிலும் ஒரே தூக்க நேரத்தைக் கடைபிடிப்பதே சிறந்தது (Robbins et al., 2019, *Sleep myths: an expert-led study to identify false beliefs about sleep that impinge upon population sleep health practices).*

அதேபோல, நாம் களைப்பாக இருக்கின்றபோது தூங்காமல் இருப்பதற்குப் பயன்படுத்தப்படுகின்ற உத்திகளில் பல பெரிதாக வேலை செய்வதில்லை. குறிப்பாக, தூக்கக்கலக்கத்தில் வண்டியோட்டுவதாக இருந்தால், இதை நீங்கள் கவனத்தில் வைத்துக் கொள்ள வேண்டும். குறிப்பாக, குளிரான நீரில் முகத்தைக் கழுவிக் கொள்வது, குளிர்ந்த காற்றில் சற்று நேரம் முகத்தைக் காட்டுவது, காரிலுள்ள வானொலியின் சத்தத்தை அதிகரிப்பது போன்றவை உங்களுக்குப் பெரிய அளவில் பலனளிக்க மாட்டா. சில நாள்கள் இரவில் தூங்காமல் இருந்துவிட்டுக் காரோட்டுவது ஓர் ஆபத்தான காரியமாகும்.

காலையில் தூக்கத்திலிருந்து எழுவதற்கு அலாரம் வைத்துவிட்டு, அச்சத்தம் கேட்டவுடன் எழுந்திருக்காமல் சற்று நேரம் கழித்து அந்த அலாரம் அடிப்பதுபோல அதை மாற்றி வைப்பது பலரும் கடைபிடிக்கின்ற ஒரு பழக்கம். அலாரக் கடிகாரத்தில் இருக்கும் அந்தப் பொத்தானை அழுத்திவிட்டுச் சற்று நேரம் தூங்குவது உங்களுக்கு ஒருவிதமான திருப்தியுணர்வை ஊட்டலாம் என்பது உண்மைதான் என்றாலும், அதனால் உங்களுக்குக் கூடுதல் ஓய்வை அளிக்க முடியாது. அது நிலைமையை மோசமாக்கவே செய்யும்.

தூக்கத்தை முறியடிக்கும் பெரும்பாலான 'புரட்சிகரமான' உத்திகள், உங்களுடைய தூக்க நேர அட்டவணையில் குளறுபடி ஏற்படுத்தத்தான் உதவுமே தவிர, அவற்றால் பெரிய பயன்கள் எதுவும் விளையாது. சரியான நேரத்தில் தூங்கி ஒரு குறிப்பிட்ட நேரத்தில் கண்விழித்தல், உடற்பயிற்சி செய்தல், படுக்கையறைச் சூழலை மாற்றியமைத்தல் போன்றவை சுவாரசியமற்றவையாகத் தோன்றலாம். ஆனால், அவற்றைக் கடைபிடிப்பதன் மூலம், ஆரோக்கியத்தில் எந்தவிதமான சமரசமும் செய்து கொள்ளாமல் நாம் விரும்புகின்ற விளைவுகளை நம்மால் பெற முடியும்.

நாம் ஏன் தூங்குகிறோம், தூக்கம் நமக்கு எவ்வாறு

உதவுகிறது என்பதை நாம் புரிந்து கொண்டால், நான்கு மணிநேரத் தூக்கத்தோடு நம்மால் காலம் தள்ள முடியாது என்பதை நம்மால் புரிந்து கொள்ள முடியும். இன்றைய நவீன பரபரப்புக் கலாச்சாரம், உற்பத்தித்திறனை அதிகரிப்பதற்காகத் தூக்கத்தைக் காவு கொடுக்க நம்மை ஊக்குவித்தாலும், தூக்கத்திற்கு முன்னுரிமை அளிக்காமல் இருப்பது, உடல்ரீதியாகவும் உணர்ச்சிரீதியாகவும் நமக்குப் பெரும் பாதிப்பை உண்டாக்கும், விஷயங்களைத் திறம்படச் செய்வதற்கான நம்முடைய திறனை மட்டுப்படுத்தும்.

தூக்கப் பற்றாக்குறையுள்ள ஒரு நிலையில் தொடர்ந்து வாழ்ந்து வருவது பாதகமானது மட்டுமல்லாமல் கஷ்டமானதும், இனிமையற்றதும்கூட. நல்ல தூக்கம் அனைத்தையும் மாற்றவல்லது, நாம் எதிர்பார்க்காத விதங்களில் நம்முடைய வாழ்க்கையை மேம்படுத்தவல்லது.

சுருக்கமாக

- செம்மையற்றத் தூக்க நேர அட்டவணையைச் சீர்செய்து கொள்வதற்கு ஏகப்பட்ட வழிகள் இருக்கின்றன.
- காலையில் எழுந்தவுடன் இயற்கை ஒளியில் நனைதல், தேவைக்கு அதிகமாகச் செயற்கை ஒளியில் இல்லாமலிருத்தல், சிர்க்கேடியன் சுழற்சிக்கு இடையூறு ஏற்பட்டுவிடாமல் பேணுதல் போன்றவை உங்களுடைய தூக்கத்தை மேம்படுத்தவல்லவை. உங்களுடைய படுக்கையறையைச் சரியான வெப்பநிலையிலும் அதிகச் சத்தமின்றியும் வைத்திருத்தல், ஒளியை உமிழ்கின்ற மின்னணுச் சாதனங்களை அங்கிருந்து அப்புறப்படுத்துதல் போன்றவற்றை நீங்கள் கடைபிடித்தால், உங்களுடைய தூக்கத்தின் தரம் மேம்படும்.
- படுக்கையைத் தூங்குவதற்குத் தவிர வேறு எதற்கும் பயன்படுத்தாதீர்கள். அப்போதுதான்

உங்களுடைய மூளை, படுக்கையைத் தூக்கத்தோடு மட்டும் தொடர்புபடுத்தும். படுக்கையில் இருந்து கொண்டு தொலைக்காட்சி பார்த்தல், அலுவலக வேலைகளைச் செய்தல், சமூக ஊடகங்களில் மேய்தல் போன்றவற்றில் ஈடுபடாதீர்கள். உங்களுக்குத் தூக்கம் வரவில்லை என்றால், படுக்கையிலிருந்து எழுந்து அமைதியான வேறு காரியங்களில் ஈடுபட்டுவிட்டு, தூக்கம் வந்தவுடன் மீண்டும் படுக்கைக்குத் திரும்புவது நல்லது.

- உடற்பயிற்சி, பத்திய உணவு என்பன போன்ற வாழ்க்கைமுறை மாற்றங்களும் நன்றாகத் தூங்குவதற்கு உங்களுக்கு உதவும். படுக்கின்ற நேரத்திற்குச் சற்று முன்னால், கடுமையான உடற்பயிற்சிகளில் ஈடுபடுவது, காபி, மது போன்றவற்றை அருந்துவது போன்றவற்றை நீங்கள் தவிர்க்க வேண்டும். படுப்பதற்கு முன்பு உங்களை ஆசுவாசப்படுத்திக் கொள்கின்ற சடங்குரீதியான நடவடிக்கைகளில் ஈடுபடுங்கள். அதேபோல, காலையில் படுக்கையிலிருந்து எழுவதற்கும், எழுந்தவுடன் மேற்கொள்வதற்கும்கூடச் சடங்குரீதியான நடவடிக்கைகளை மேற்கொள்வது நல்லது. பகல்நேரக் குட்டித் தூக்கத்தால் பாதகமில்லை என்றாலும், அது எல்லோருக்கும் சரிப்பட்டு வராது. அது உங்களுடைய வழமையான தூக்க நேர அட்டவணைக்கு இடையூறு விளைவித்தால், பகல் நேரக் குட்டித்தூக்கத்தில் ஈடுபடாதீர்கள்.
- தூக்க ஆரோக்கியம் குறித்து அறிந்து கொள்ளுங்கள். நான்கு மணிநேரத் தூக்கத்திலேயே ஓட்டிவிட முடியும் என்பது போன்ற கட்டுக்கதைகளை நம்பாதீர்கள். தூக்கத் தேவை நபருக்கு நபர் வேறுபடும் என்றாலும், தினமும் 7 முதல் 8 மணிநேரம் தூங்குவதற்கு முயற்சி செய்யுங்கள். தூக்கப் பற்றாக்குறையைச் சமாளிப்பதற்கு, பகல்நேரக் குட்டித்தூக்கம், வார இறுதியில் கூடுதல் நேரத் தூக்கம் போன்றவை பெரிதாகப் பலனளிக்க

மாட்டா. தூக்கத்தை இழந்துவிட்டு, அதை எட்டிப் பிடிக்க முயல்வது அறிவீனம்.

- தூக்க மாத்திரைகளை அரிதாகவும் தற்காலிக நிவாரணமாகவும் பயன்படுத்துவதில் தவறில்லை. ஏனெனில், அவற்றால் பல எதிர்மறை விளைவுகளை ஏற்படுத்த முடியும். குறைவான தூக்கத்தைக் கொண்டு காலத்தை ஓட்ட முயற்சிப்பது நீண்டகால நோக்கில் பாதகமான விளைவை ஏற்படுத்தும். தினமும் வழக்கமாக ஒரு குறிப்பிட்ட நேரத்தில் தூங்கி ஒரு குறிப்பிட்ட நேரத்தில் எழுவதே சாலச் சிறந்தது.

தொகுப்புரை

அத்தியாயம் 1: உங்களுடைய கவனக்குவிப்பை மீண்டும் உங்கள் கட்டுக்குள் கொண்டுவாருங்கள்

- டோபமைன் என்பது சிக்கலான, ஆற்றல்மிக்க ஒரு நரம்பியக் கடத்தி. ஆனால், நவீன உலகம், அதன் ஆரோக்கியமான சமநிலையைப் பாதிக்கின்ற விதத்தில் அதனோடு விளையாடிக் கொண்டிருக்கிறது. நாம் இன்ப உணர்வையும் வெகுமதி உணர்வையும் பெறுவதாக டோபமைன் நம்மை உணர வைக்கிறது. அதற்காகப் புதுமைகளை நாட அது நம்மைத் தூண்டுகிறது. டோபமைன் அமைப்புமுறை சீர்குலைந்துவிட்டால், நம்முடைய சுய ஒழுங்கு, ஊக்குவிப்பு, கவனக்குவிப்பு, மனக்கட்டுப்பாடு போன்றவை பாதிக்கப்படும்.
- நாம் நம்முடைய நரம்பிய வேதியியலின் தயவில் வாழ்க்கையை ஓட்டிக் கொண்டிருக்கவில்லை. நம்முடைய மூளை நெகிழ்வுத்தன்மைமிக்கது. அது இயங்கும் விதம் குறித்த விழிப்புணர்வு நமக்கு இருந்தால், அதை நம்மால் மாற்ற முடியும்.
- நடத்தைசார் மாற்றங்கள் கடினமாக இருப்பதற்கு ஒரு காரணம் டோபமைனுக்கு அடிமையாதல் என்பதால், அதைக் குறைப்பது, தகவல்களை

நாம் பயன்படுத்துகின்ற முறையைக் கட்டுக்குள் வைத்துக் கொள்ளவும், ஒவ்வொரு கணமும் நாம் செயல்படுகின்ற விதத்தை நம் கட்டுப்பாட்டிற்குள் கொண்டுவரவும் உதவும்.

- டோபமைன் நம்முடைய மன உறுதிக்கான ஒரு மாற்றாக இருக்கும் பட்சத்தில், டோபமனைக் கட்டுப்படுத்துவதன் மூலம், கூடுதல் சுய கட்டுப்பாடு, சுய பிரக்ஞை மற்றும் சுய ஒழுங்கை நம்மால் உருவாக்கிக் கொள்ள முடியும். டோபமைன் அமைப்புமுறையின் வழியாக, நம்முடைய நடத்தையை மேம்படுத்திக் கொள்வதற்குத் தேவையான பல்வேறு விதமான உத்திகளை நம்மால் நடைமுறைப்படுத்த முடியும்.
- கவனக்குவிப்புக்கு ஏதுவான ஒரு சுற்றுச்சூழலை நம்மால் உருவாக்கிக் கொள்ள முடியும். எடுத்துக்காட்டாக, அலைபேசியைக் கைக்கெட்டும் தூரத்தில் வைத்துக் கொள்ளாமல் இருப்பது. உங்களுடைய நடத்தையைக் கட்டுப்படுத்துவதற்கு உதவுகின்ற செயலிகளை நீங்கள் பயன்படுத்தலாம். டோபமைன் கட்டுப்பாடு தொடர்பான உங்களுடைய இலக்கை அடைவதை நோக்கி நீங்கள் உறுதியாக நகர்ந்து கொண்டிருக்கிறீர்களா என்பதைக் கண்காணிக்கின்ற பொறுப்பை நீங்கள் பிறருக்கு வழங்கலாம்.
- தடம் புரள்தல் தவிர்க்கப்பட முடியாதது. அப்படி நேர்கின்றபோது, அதற்காக உங்களைக் கடுமையாக விமர்சித்துக் கொள்வதற்குப் பதிலாக உங்கள்மீது பரிவு காட்டப் பழகிக் கொள்ளுங்கள். தவறுகளை நினைத்து மருகிக் கொண்டிருக்காமல், உங்களுடைய தவறுகளிலிருந்து படிப்பினைகளைக் கற்றுக் கொண்டு மேலே செல்லுங்கள். உங்களுடைய சக்திக்கு மீறிச் செயல்படாதீர்கள். சிறு அடிகளை எடுத்து வையுங்கள். சில உத்திகள் உங்களுக்கு வேலை செய்யலாம், சில ஒத்துவராமல் போகலாம். பரிசோதித்துப் பார்த்து உங்களுக்கு ஏற்றவற்றைத் தேர்ந்தெடுங்கள்.

அத்தியாயம் 2: அதிநுகர்வுப் போதையிலிருந்து மீள்வதற்கான மிகச் சிறந்த வழி

- டோபமைன், மூளை வேதியியலின் ஓர் இயல்பான பகுதியாக இருந்தாலும், அதன் அளவு அதீதமாக ஆகின்றபோது, அது போதைக்கு ஒப்பான ஒரு நிலையை வெளிப்படுத்தும். அதைக் கட்டுக்குள் கொண்டுவருவதற்கு, டோபமைன் போதை நீக்க நடவடிக்கைகளை நாம் எடுத்தாக வேண்டும். அது ஆரோக்கியமான வழிகளில் வாழ்க்கையை அனுபவிப்பதற்கு நம்மை அனுமதிக்கும்.
- டோபமைன் குறைப்பு நடவடிக்கைகளில், சமூக ஊடகங்களில் ஈடுபடுதல், சர்க்கரை, மது போன்றவற்றை அருந்துதல், பொருள்களை வாங்கிக் குவித்தல் போன்றவற்றைக் கட்டுக்குள் வைத்திருப்பதும் அடங்கும். அதற்குப் பதிலாக, தியானம், படித்தல், விளையாட்டு போன்றவற்றில் நீங்கள் ஈடுபட வேண்டும்.
- டோபமைனைக் குறைக்கின்ற முயற்சியில் ஈடுபடுகின்றபோது, சலிப்படைதல், இல்லாமையுணர்வு, விரக்தி, கோபம் போன்றவை ஏற்படுதல் சகஜமானது. அந்த அசௌகரிய உணர்வைப் பொருட்படுத்தாமல், நீங்கள் அதைத் தொடர வேண்டும். காலப்போக்கில், அதற்கு நீங்கள் பழகிவிடுவீர்கள். பின்னர், உங்களுடைய மூளை, உடனடித் திருப்திக்கு ஏங்காமல், ஆரோக்கியமான பழக்கங்கள் மற்றும் சாதனைகளை இரசிப்பதற்கு அதை நீங்கள் பழக்கிவிடுவீர்கள்.
- உங்களுடைய தேவைக்கு ஏற்ப, ஒரு-நாள், மூன்று-நாள் அல்லது ஏழு-நாள் டோபமைன் குறைப்பு நடவடிக்கைகளில் ஈடுபடுங்கள். எந்த நடத்தைகளை நீங்கள் தொடர்ந்து வைத்துக் கொள்ள விரும்புகிறீர்கள், எவற்றைத் துறக்க விரும்புகிறீர்கள் என்பதைக் கண்டறியுங்கள். உடனடித் திருப்திக்கு முக்கியத்துவம் கொடுக்காமல், நீங்கள் நம்புகின்ற

விழுமியங்கள் குறித்து ஆழமாகச் சிந்திக்க இது உங்களுக்கு வாய்ப்பளிக்கும்.

- ஏழு-நாள் டோபமைன் குறைப்பு உத்தி ஆற்றல்மிக்கது என்றாலும், அதற்கு நீங்கள் முன்கூட்டியே திட்டமிட்டுக் கொள்ள வேண்டியிருக்கும். இங்கு நீங்கள் நிகழ்கணலயிப்பு, ஆழமான சிந்தனை, சலிப்பை எப்படிச் சரிக்கட்டுவது, சபலத்தை எப்படிச் சமாளிப்பது போன்றவற்றில் ஈடுபடுவீர்கள்.
- உங்களுடைய மூளையை மறுகட்டமைப்பு செய்வதற்கு, நல்ல தூக்கம், ஊட்டச்சத்துமிக்க உணவு மற்றும் உடற்பயிற்சி தேவை. ஆசுவாசப் பயிற்சிகளைத் தாராளமாகப் பயன்படுத்துங்கள். இங்கு இலக்கு டோபமைனை முழுமையாக நிறுத்த முயல்வது அன்று, மாறாக, உங்கள் வாழ்க்கையை உங்கள் கைகளில் எடுத்துக் கொண்டு, நீங்கள் விரும்புகின்ற வாழ்க்கையை உங்களுக்காகக் கட்டமைத்துக் கொள்வதுதான்.

அத்தியாயம் 3: உயிரோட்டமுள்ள உணவு

- ஊட்டச்சத்து அறிவியல் தொடர்ந்து மாறிக் கொண்டும் மேம்பட்டுக் கொண்டும் இருக்கிறது என்றாலும், நல்லதொரு வாழ்க்கையை வாழ்வதற்கு நல்ல உணவு இன்றியமையாதது. மைக்கேல் போல்லனின் இந்த அறிவுரை கச்சிதமானது: "நிஜ உணவை உண்ணுங்கள். அதிகமாக உண்ணாதீர்கள். பெரும்பாலும் தாவர உணவுகளை உண்ணுங்கள்."
- நெகிழ்வுத்தன்மையுடன் இருத்தல் நல்லது. வளைந்து கொடுக்காமல் இருந்தால், எதையும் நீண்டநாள்கள் தொடர்ந்து கடைபிடித்து வர முடியாது.
- ஏகப்பட்டப் பத்திய உணவு வகைகள் இருக்கின்றன. அவற்றில் குறிப்பிடத்தக்கவை: பெரும்பாலும் தாவரங்கள், குறைவான இறைச்சி, அதிக அளவில் ஆலிவ் எண்ணெய் போன்றவற்றைப் பரிந்துரைக்கின்ற மத்திய தரைக் கடல் பத்திய உணவு; கொழுப்பு

அதிகமற்றக் கடல் உணவு, மாவுச்சத்து அதிகமுள்ள தாவரங்கள், நல்ல கொழுப்பு ஆகியவற்றைப் பரிந்துரைக்கின்ற ஓக்கினாவா பத்திய உணவு; குறைவான கார்போஹைட்ரேட், அதிகமான புரதம், அதிகமான கொழுப்பு ஆகியவற்றைப் பரிந்துரைக்கின்ற கீட்டோ பத்திய உணவு.

- எந்த ஒற்றை உணவுப் பொருளும் சர்வரோக நிவாரணி அன்று. ஆனால், புளூபெர்ரி, புராக்கலி போன்ற சில அதிஉணவுகள் இருக்கின்றன. அவை ஊட்டச்சத்து மிக்கவை.
- ஊட்டச்சத்து மாத்திரைகளும் பலனளிக்கவல்லவை. ஆனால், அனைத்து ஊட்டச்சத்து மாத்திரைகளும் சமமானவை அல்ல. அவை ஆரோக்கியமான உணவுக்கான மாற்றும் அல்ல. ஊட்டச்சத்து மருந்துத் தயாரிப்புகள் அரசாங்க அமைப்புகளால் கட்டுப்படுத்தப்படுவதில்லை என்பதால், அவற்றின் தரம் குறித்து நீங்கள்தாம் ஆய்வுகளை மேற்கொள்ள வேண்டும். உங்கள் வாழ்க்கைமுறைக்கும் உணவுப் பழக்கத்திற்கும் ஏற்ற ஊட்டச்சத்து மாத்திரைகளை நீங்கள் தேர்ந்தெடுத்துக் கொள்ள வேண்டும்.
- புரோபயாட்டிக்குகளும் பிரீபயாட்டிக்குகளும் நம் உடல் ஆரோக்கியத்தை மேம்படுத்தவல்லவை என்பது சந்தேகத்திற்கு இடமில்லாமல் நிரூபிக்கப்பட்டுள்ளது.
- நம்முடைய உடலின் எடை நிர்வாகம், மன ஆரோக்கியம் போன்றவை உட்பட நம் உடலின் ஆரோக்கியத்தில் முக்கியப் பங்கு வகிக்கின்ற நம் குடல்வாழ் நுண்ணுயிரிகள் அமைப்பில் ஏற்றத்தாழ்வுகள் ஏற்படுகின்றபோது அதைச் சரி செய்வதற்குப் புரோபயாட்டிக்குகள் உதவும். இவை ஊட்டச்சத்து மாத்திரைகள் மற்றும் பானங்களின் வடிவில் கிடைத்தாலும், அவற்றை இயற்கையான வழிகளில் எடுத்துக் கொள்வது நல்லது. கெஃபிர், யோகர்ட், கிம்ச்சி போன்றவை அதற்கான சில எடுத்துக்காட்டுகள். ஏராளமான தாவர நார்ச்சத்துகள், சர்க்கரை குறைவாக

உள்ள உணவுமுறை, குறைவாக மது அருந்துதல் போன்றவை ஆரோக்கியமான குடல்வாழ் நுண்ணுயிர் மண்டலத்தை நிர்வகிப்பதற்கு உதவும்.

அத்தியாயம் 4: ஊட்டச்சத்து நிர்வாகம்

- ஆரோக்கியமான பத்திய உணவின் அடிப்படைக் கொள்கைகளை நாம் நன்றாகவே அறிவோம் என்றாலும், அது தொடர்பான நல்ல பழக்கங்களை வளர்த்துக் கொள்வதற்கு நேரமும் முயற்சியும் தேவை.
- மேலோட்டமான மறைமுகப் பரிந்துரையில் ஈடுபடுகின்ற 'நட்ஜ் கோட்பாடு,' நாம் விரும்புகின்ற நடத்தையைப் பெறுவதற்காக நம்முடைய சுற்றுச்சூழலில் சின்னஞ்சிறு மாற்றங்களை ஏற்படுத்திக் கொள்வதைப் பற்றியது. அனைத்துமே தேர்ந்தெடுப்புகள்தாம். சுற்றுச்சூழலில் சிறு மாறுதல்களை ஏற்படுத்திக் கொள்வதன் மூலம் நம்மால் சரியான தேர்ந்தெடுப்புகளை எளிதாக மேற்கொள்ள முடியும். அதிகமான மன உறுதியைப் பயன்படுத்தாமலேயே உங்களால் உங்களுடைய இலக்கை அடைய முடியும்.
- எந்தவொரு நடத்தை குறித்தும் பின்னூட்டக்கருத்துகளைப் பெறுவதற்கு ஒரு வழி ஏற்படுத்திக் கொண்டு, சிக்கலான தேர்ந்தெடுப்புகளை முடிந்தவரை எளிமையாக ஆக்கிக் கொள்ள முயலுங்கள். எடுத்துக்காட்டாக, ஒரு பல்பொருள் அங்காடிக்குச் செல்கின்றபோது, அங்கு நீங்கள் தவிர்க்க விரும்பும் பொருள்கள் அடுக்கி வைக்கப்பட்டிருக்கும் அலமாரிகளின் பக்கம் போகாதீர்கள்.
- கரோலின் அர்னால்டின் நுண்தீர்மானங்கள் என்ற கருத்தாக்கம், சிறிய அடிகளை எடுத்து வைப்பதன் மூலம் உங்களால் பெரிய விஷயங்களைச் சாதிக்க முடியும் என்று அடித்துக் கூறுகிறது. நீங்கள் ஒரு

சின்னஞ்சிறு மாற்றத்தை மேற்கொண்டு, அதை விடாப்பிடியாகத் தொடர்ந்து மேற்கொண்டு வந்தால், அதன் பலன்கள் தொடர்ந்து அதிகரித்துக் கொண்டே இருக்கும், இறுதியில் நீங்கள் உங்கள் இலக்கை அடைவீர்கள்.

- நுண்தீர்மானங்களை மேற்கொள்வதற்கு, நீங்கள் அடைய விரும்புகின்ற ஒரு சிறிய நடத்தை மாற்றத்தை அடையாளம் காணுங்கள். அது தொடர்பான சின்னஞ்சிறு மாற்றங்களை மேற்கொள்ளுங்கள். அவற்றை தொடர்ந்து கடைபிடித்து வாருங்கள்.
- நம்முடைய உணவுப் பழக்கத்தின்மீது, ஒளி, வெப்பநிலை ஆகிய இரண்டு காரணிகளும் தாக்கம் ஏற்படுத்துகின்றன. நம்முடைய உயிரியல்ரீதியான போக்கிற்கு எதிராகச் செயல்படாமல், காரியங்களை அதையொட்டி மேற்கொள்வது மட்டுமே நல்ல பலனளிக்கும்.
- குறைந்தபட்சம், காலை வேளைகளில் இயற்கையான ஒளியில் நடக்க முயற்சி செய்யுங்கள். இரவு படுக்கச் செல்வதற்கு முன்பாக, பிரகாசமான செயற்கை ஒளியில் இருப்பதைத் தவிர்க்க முயலுங்கள். அதேபோல, காலையில் விழித்தெழுவதற்கு வெப்பத்தையும் குளிரையும் உங்களால் பயன்படுத்திக் கொள்ள முடியும்.

அத்தியாயம் 5: தூக்கத்தின் முக்கியத்துவம்

- ஒரு குறிப்பிட்ட நேரத்தில் தூங்கி, ஒரு குறிப்பிட்ட நேரத்தில் கண்விழிக்கின்ற பழக்கத்தால், உங்கள் வாழ்வின் ஒவ்வோர் அம்சமும் மேம்படும். அது உடல்ரீதியான மற்றும் உளரீதியான பலன்களை அளிப்பதோடு, உங்களுடைய ஆயுளை நீட்டிக்கும், உங்களுடைய நோயெதிர்ப்பு சக்தியை அதிகரிக்கும், உங்களுடைய படைப்பாற்றலைப் பெருக்கும்.
- பல சிக்கலான காரணிகள் தூக்கத்தின்மீது தாக்கம் ஏற்படுத்துகின்றன. அவற்றில், மரபியல்,

வயது, பழக்கவழக்கங்கள், பருவகாலம், மற்றும் ஒருவருடைய தனிப்பட்டப் போக்கு மற்றும் முன்னுரிமைகள் போன்றவை அடங்கும். இதில் மாற்றத்தை ஏற்படுத்துவதன் மூலம் உங்களுடைய ஆரோக்கியத்தை மேம்படுத்திக் கொள்ள நீங்கள் விரும்பினால், தூக்கம் தொடர்பான உங்களுடைய மோசமான பழக்கங்களை நீங்கள் மாற்றிக் கொள்ள வேண்டும்.

- தூக்கமின்மையால், நம்முடைய மனநிலை, மூளையின் செயலாற்றல், நினைவாற்றல், துடிப்பான இயக்கம் போன்றவை கடுமையாகப் பாதிக்கப்படும். நாம் போதுமான அளவு தூங்கினால், நம்மால் மேம்பட்ட முறையில் சிந்திக்க முடியும், நம்முடைய உணர்ச்சிகளை நம் கட்டுக்குள் வைத்துக் கொள்ள முடியும், நம்மால் வேகமாகக் கற்றுக் கொள்ள முடியும்.
- சிர்க்கேடியன் சுழற்சி என்பது இயற்கையான, நம் உடலில் கட்டமைக்கப்பட்டுள்ள ஓர் உயிரியக் கடிகாரம். அது ஒரு நாளின் தூக்க-விழிப்புச் சுழற்சி வட்டத்தை நிர்வகிக்கிறது. இந்தச் சுழற்சி வட்டம் ஹார்மோன் சுரப்புகளின்மீது தாக்கம் ஏற்படுத்துவதால், நம் உடலின் அனைத்து உறுப்புகள்மீதும் நம் உடலின் அனைத்து அமைப்புமுறைகள்மீதும் அது தாக்கம் ஏற்படுத்தும். சிர்க்கேடியன் சுழற்சிக்கு இசைவான விதத்தில் தூங்கி எழுவது உங்களுடைய ஆரோக்கியத்திற்கு நல்லது.
- உங்களுடைய ஆரோக்கியம் தொடர்பான ஆகச்சிறந்த ஒரு காரியத்தை நீங்கள் மேற்கொள்ள விரும்பினால், தினந்தோறும் ஒரு குறிப்பிட்ட நேரத்தில் தூங்கி, ஒரு குறிப்பிட்ட நேரத்தில் கண்விழிப்பதற்கு நீங்கள் முன்னுரிமை அளிக்க வேண்டும். உங்களுடைய இயல்பான சிர்க்கேடியன் சுழற்சியைக் கண்டுபிடிக்க முயலுங்கள். தேவையெனில், இதற்கென்றே வடிவமைக்கப்பட்டுள்ள செயலிகளைப் பயன்படுத்துங்கள். பின், அதன் அடிப்படையில் நேர

அட்டவணை ஒன்றை உருவாக்கிக் கொள்ளுங்கள். வார இறுதியில் அந்த அட்டவணையைக் குலைக்கின்ற செயலில் இறங்காதீர்கள். தூக்கம் என்று வரும்போது, ஒழுங்கு மிக மிக முக்கியம்.

அத்தியாயம் 6: ஒரு மரக்கட்டையைப்போலத் தூங்குங்கள்

- செம்மையற்றத் தூக்க நேர அட்டவணையைச் சீர்செய்து கொள்வதற்கு ஏகப்பட்ட வழிகள் இருக்கின்றன.
- காலையில் எழுந்தவுடன் இயற்கை ஒளியில் நனைதல், தேவைக்கு அதிகமாகச் செயற்கை ஒளியில் இல்லாமலிருத்தல், சிர்க்கேடியன் சுழற்சிக்கு இடையூறு ஏற்பட்டுவிடாமல் பேணுதல் போன்றவை உங்களுடைய தூக்கத்தை மேம்படுத்தவல்லவை. உங்களுடைய படுக்கையறையைச் சரியான வெப்பநிலையிலும் அதிகச் சத்தமின்றியும் வைத்திருத்தல், ஒளியை உமிழ்கின்ற மின்னணுச் சாதனங்களை அங்கிருந்து அப்புறப்படுத்துதல் போன்றவற்றை நீங்கள் கடைபிடித்தால், உங்களுடைய தூக்கத்தின் தரம் மேம்படும்.
- படுக்கையைத் தூங்குவதற்குத் தவிர வேறு எதற்கும் பயன்படுத்தாதீர்கள். அப்போதுதான் உங்களுடைய மூளை, படுக்கையைத் தூக்கத்தோடு மட்டும் தொடர்புபடுத்தும். படுக்கையில் இருந்து கொண்டு தொலைக்காட்சி பார்த்தல், அலுவலக வேலைகளைச் செய்தல், சமூக ஊடகங்களில் மேய்தல் போன்றவற்றில் ஈடுபடாதீர்கள். உங்களுக்குத் தூக்கம் வரவில்லை என்றால், படுக்கையிலிருந்து எழுந்து அமைதியான வேறு காரியங்களில் ஈடுபட்டுவிட்டு, தூக்கம் வந்தவுடன் மீண்டும் படுக்கைக்குத் திரும்புவது நல்லது.
- உடற்பயிற்சி, பத்திய உணவு என்பன போன்ற வாழ்க்கைமுறை மாற்றங்களும் நன்றாகத்

தூங்குவதற்கு உங்களுக்கு உதவும். படுக்கின்ற நேரத்திற்குச் சற்று முன்னால், கடுமையான உடற்பயிற்சிகளில் ஈடுபடுவது, காபி, மது போன்றவற்றை அருந்துவது போன்றவற்றை நீங்கள் தவிர்க்க வேண்டும். படுப்பதற்கு முன்பு உங்களை ஆசுவாசப்படுத்திக் கொள்கின்ற சடங்குரீதியான நடவடிக்கைகளில் ஈடுபடுங்கள். அதேபோல, காலையில் படுக்கையிலிருந்து எழுவதற்கும், எழுந்தவுடன் மேற்கொள்வதற்கும்கூடச் சடங்குரீதியான நடவடிக்கைகளை மேற்கொள்வது நல்லது. பகல்நேரக் குட்டித் தூக்கத்தால் பாதகமில்லை என்றாலும், அது எல்லோருக்கும் சரிப்பட்டு வராது. அது உங்களுடைய வழமையான தூக்க நேர அட்டவணைக்கு இடையூறு விளைவித்தால், பகல் நேரக் குட்டித்தூக்கத்தில் ஈடுபடாதீர்கள்.

- தூக்க ஆரோக்கியம் குறித்து அறிந்து கொள்ளுங்கள். நான்கு மணிநேரத் தூக்கத்திலேயே ஓட்டிவிட முடியும் என்பது போன்ற கட்டுக்கதைகளை நம்பாதீர்கள். தூக்கத் தேவை நபருக்கு நபர் வேறுபடும் என்றாலும், தினமும் 7 முதல் 8 மணிநேரம் தூங்குவதற்கு முயற்சி செய்யுங்கள். தூக்கப் பற்றாக்குறையைச் சமாளிப்பதற்கு, பகல்நேரக் குட்டித்தூக்கம், வார இறுதியில் கூடுதல் நேரத் தூக்கம் போன்றவை பெரிதாகப் பலனளிக்க மாட்டா. தூக்கத்தை இழந்துவிட்டு, அதை எட்டிப் பிடிக்க முயல்வது அறிவீனம்.
- தூக்க மாத்திரைகளை அரிதாகவும் தற்காலிக நிவாரணமாகவும் பயன்படுத்துவதில் தவறில்லை. ஏனெனில், அவற்றால் பல எதிர்மறை விளைவுகளை ஏற்படுத்த முடியும். குறைவான தூக்கத்தைக் கொண்டு காலத்தை ஓட்ட முயற்சிப்பது நீண்டகால நோக்கில் பாதகமான விளைவை ஏற்படுத்தும். தினமும் வழக்கமாக ஒரு குறிப்பிட்ட நேரத்தில் தூங்கி ஒரு குறிப்பிட்ட நேரத்தில் எழுவதே சாலச் சிறந்தது.

PSV குமாரசாமி

மொழிபெயர்ப்பாளர்

இலக்கியம், சுற்றுச்சூழல், பொருளாதாரம், அறிவியல், சுயமுன்னேற்றம் போன்ற பல்வேறு துறைகள் சார்ந்த நூற்றுக்கும் மேற்பட்ட நூல்களையும் கவிதைகளையும் இவர் ஆங்கிலத்திலிருந்து தமிழுக்கு மொழிபெயர்த்துள்ளார். ரோன்டா பைர்னின் உலகப் புகழ்பெற்ற நூலான 'இரகசியம்', ஜே. கே. ரோலிங்கின் புகழ்பெற்ற 'ஹாரி பாட்டர்' நூல் வரிசையில் முதல் இரண்டு நூல்கள், ஸ்டீபன் ஹாக்கிங்கின் 'ஆழமான கேள்விகள், அறிவார்ந்த பதில்கள்', டோனி ஜோசஃபின் 'ஆதி இந்தியர்கள்', ஹெக்டர் கார்சியாவின் 'இக்கிகய்', அகதா கிறிஸ்டியின் நான்கு சிறுகதைத் தொகுப்புகள் ஆகியவை இவருடைய மொழியாக்கத்தில் வெளிவந்துள்ள நூல்களில் குறிப்பிடத்தக்கவை. 2022 ஆம் ஆண்டில் தமிழக அரசு இவருக்குச் சிறந்த மொழிபெயர்ப்பாளர் விருது வழங்கி இவரைக் கௌரவித்துள்ளது. இவருடைய மனைவி நாகலட்சுமி சண்முகம் அவர்களும் விருதுகள் பல பெற்றுள்ள ஒரு சிறந்த மொழிபெயர்ப்பாளர் ஆவார்.

நிக் டிரென்டன்

நூலாசிரியர்

நிக் டிரென்டன் இல்லினாய் மாநிலத்திலுள்ள ஒரு கிராமத்தில் பிறந்து வளர்ந்தவர். அவர் பொருளாதாரத்தில் ஓர் இளங்கலைப் பட்டம் பெற்றார். அதைத் தொடர்ந்து, நடத்தைசார் உளவியலில் அவர் ஒரு முதுகலைப் பட்டமும் பெற்றார்.

தனக்குப் பிடித்தமான ஒரு பொழுதுபோக்கான, மக்களை அவதானித்தலில் தான் ஒரு தொழில்முறை வல்லுநராக ஆகிவிட்டதாக அவர் தன்னைப் பற்றிக் கூறிக் கொள்ள விரும்புகிறார். அவர் பனிச்சறுக்கு விளையாட்டில் ஒரு நிபுணர். பிரபலமான தலைமைச் சமையற்காரரான அந்தோனி போர்டைனைப்போல உலகெங்கும் பயணித்து, உணவுப் பொருட்காட்சிகளை நடத்த வேண்டும் என்று நிக் கனவு கண்டு கொண்டிருக்கிறார். தற்போது, அமெரிக்காவிலுள்ள சிகாகோ நகரில் அவர் வசித்து வருகிறார்.